ഒരു ശാസ്ത്ര കഥാ പുസ്തകം.

INSIGHT PUBLICA

Nadakkavu, Kozhikode, Kerala, 673011
www.insightpublica.com
e-mail: insightpublica@gmail.com

Title: **Oru Shasthrakatha Pusthakam**
(Malayalam)
Author: **Jean-Henri Fabre**

First Edition: May 2025

Printed and Published by
InsightinPublica Printers & Publishers Pvt. Ltd.
ISBN: 978-93-5517-465-9

₹270/-

ഒരു ശാസ്ത്ര കഥാ പുസ്തകം.

ജീൻ - ഹെൻറി ഫാബ്രെ

വിവർത്തനം: ഗീത ജയറാം

INSIGHT PUBLICA®

ഉള്ളടക്കം

അദ്ധ്യായം 1

ആറംഗക്കൂട്ടം 09

അദ്ധ്യായം 2

കെട്ടുകഥകളും യാഥാർത്ഥ്യങ്ങളും 13

അദ്ധ്യായം 3

നഗര നിർമ്മാണം 16

അദ്ധ്യായം 4

പശുക്കൾ 20

അദ്ധ്യായം 5

പശുത്തൊഴുത്ത് 23

അദ്ധ്യായം 6

വില്ലി ഡെർവിഷ് 28

അദ്ധ്യായം 7

ഒരു വലിയ കുടുംബം 32

അദ്ധ്യായം 8

കിഴവൻ പിയർ മരം 37

അദ്ധ്യായം 9

മരങ്ങളുടെ വയസ്സ് 40

അദ്ധ്യായം 10

മൃഗങ്ങളുടെ ആയുർ ദൈർഘ്യം 44

അദ്ധ്യായം 11

ലോഹപ്പാത്രങ്ങൾ 47

അദ്ധ്യായം 12

ലോഹങ്ങൾ 50

അദ്ധ്യായം 13

ലോഹം പൂശൽ 52

അദ്ധ്യായം 14

സ്വർണ്ണവും ഇരുമ്പും..56

അദ്ധ്യായം 15

കമ്പിളിത്തോൽ നൂൽ നൂൽക്കുന്ന ചർക്ക..60

അദ്ധ്യായം 16

ചണ നാരും നൂലും..63

അദ്ധ്യായം 17

പരുത്തി 66

അദ്ധ്യായം 18

കടലാസ്..70

അദ്ധ്യായം 19

പുസ്തകം..72

അദ്ധ്യായം 20

അച്ചടി 75

അദ്ധ്യായം 21

പൂമ്പാറ്റകൾ..78

അദ്ധ്യായം 22

തീറ്റക്കൊതിയന്മാർ..82

അദ്ധ്യായം 23

സിൽക്ക്..86

അദ്ധ്യായം 24

രൂപാന്തരീകരണം 89

അദ്ധ്യായം 25

ചിലന്തികൾ..92

അദ്ധ്യായം 26

എപ്പീറയുടെ പാലം..95

അദ്ധ്യായം 27

ചിലന്തി വല 98

അദ്ധ്യായം 28

വേട്ട 101

അദ്ധ്യായം 29

വിഷജന്തുക്കൾ 105

അദ്ധ്യായം 30

വിഷം 109

അദ്ധ്യായം 31

അണലിയും മൂർഖനും 112

അദ്ധ്യായം 32

കൊടിത്തൂവ 115

അദ്ധ്യായം 33

ഘോഷയാത്രപ്പുഴുക്കൾ 118

അദ്ധ്യായം 34

കൊടുങ്കാറ്റ് 122

അദ്ധ്യായം 35

വിദ്യുച്ഛക്തി....................126

അദ്ധ്യായം 36

ഒരു പൂച്ചപ്പരീക്ഷണം 130

അദ്ധ്യായം 37

കടലാസ്സുകൊണ്ട് പരീക്ഷണം 132

അദ്ധ്യായം 38

ഫ്രാങ്ക്ളിൻ ഡി. റൊമാൻസ് 134

അദ്ധ്യായം 39

ഇടിവെട്ടും ലോഹദണ്ഡും 139

അദ്ധ്യായം 40

ഇടിവെട്ടിന്റെ പ്രത്യാഘാതങ്ങൾ 144

അദ്ധ്യായം 41

മേഘങ്ങൾ 146

അദ്ധ്യായം 42

ശബ്ദതരംഗത്തിന്റെ വേഗത 150

അദ്ധ്യായം 43

വെള്ളക്കുപ്പി പരീക്ഷണം 154

അദ്ധ്യായം 44

മഴ 158

അദ്ധ്യായം 45

അഗ്നിപർവ്വതങ്ങൾ 161

അദ്ധ്യായം 46

കറ്റാനിയ 164

അദ്ധ്യായം 47

പ്ലീനിയുടെ കഥ 168

അദ്ധ്യായം 48

വെള്ളപ്പാത്രം 173

അദ്ധ്യായം 49

തീവണ്ടി എഞ്ചിൻ 177

അദ്ധ്യായം 50

എമിലിന്റെ നിരീക്ഷണം 181

അദ്ധ്യായം 1

ആറംഗക്കൂട്ടം

ഒരു സന്ധ്യാ സമയത്ത് പോളമ്മാവൻ അവരെ ആറു പേരേയും വിളിച്ചുകൂട്ടി. സാധാരണയായി കനത്ത അദ്ധ്വാനം കഴിഞ്ഞ വിശ്രമവേളകളിൽ പുസ്തകവായനയിലാണ് അദ്ദേഹം വിശ്രാന്തി കണ്ടെത്തിയിരുന്നത്. അന്നും ഒരു കനത്ത പുസ്തകം വായിച്ചുകൊണ്ടിരിക്കുകയായിരുന്നു അദ്ദേഹം. മഹാത്മാക്കളുടെ ചിന്തകളും വാക്കുകളും പ്രവൃത്തികളും വായിച്ചറിയുമ്പോൾ കിട്ടിയിരുന്ന ആത്മസംതൃപ്തി അദ്ദേഹത്തിനു മറ്റെവിടെനിന്നും ലഭിച്ചിരുന്നില്ല. അദ്ദേഹത്തിന്റെ വീട്ടിലെ പൈൻഷെൽഫിൽ പുസ്തകങ്ങൾ ചിട്ടയോടെ അടുക്കി വെച്ചിരിക്കുന്നത് കാണാം. ചെറുതും വലുതുമായവ, ചിത്രങ്ങളുള്ളവയും ഇല്ലാത്തവയും, കനത്തതും ഘനം കുറഞ്ഞതുമായ പുറം ചട്ടകളോടുകൂടിയവ, സ്വർണ്ണ വർണ്ണമായ അരികുകളുള്ളവ, എന്നുവേണ്ട എല്ലാത്തരത്തിലുമുള്ള പുസ്തകങ്ങളും അവിടെയുണ്ട്. ഒരിക്കൽ മുറിയിൽ കയറി കതകടച്ചു വായനയിൽ മുഴുകിയാൽപ്പിന്നെ അത്ര എളുപ്പത്തിലൊന്നും അദ്ദേഹത്തെ പുറത്തു കൊണ്ടുവരുവാൻ കഴിയില്ല. പോളമ്മാവന് അറിയാത്ത കഥകളൊന്നുമില്ല എന്ന് എല്ലാർവരും പറയും. സൂക്ഷ്മ നിരീക്ഷണവും ആഴത്തിലുള്ള അന്വേഷണവും അദ്ദേഹത്തിന്റെ സ്വഭാവ വിശേഷങ്ങളാണ്. പൂന്തോട്ടത്തിൽ കൂടി നടക്കുമ്പോൾ തേനീച്ചകൾ മൂളിപ്പറക്കുന്ന കൂടിനു മുൻപിലോ, മഞ്ഞു തുള്ളികൾ പോലെ പൂക്കൾ കൊഴിയുന്ന ഏതെങ്കിലുമൊരു പൊന്തക്കാടിനു ചുവട്ടിലോ, ഇഴഞ്ഞു നീങ്ങുന്ന ഒരു പ്രാണിക്ക് മുൻപിൽ കുനിഞ്ഞു നോക്കിയോ, മുളച്ചുപൊന്തിവരുന്ന ഒരു പുൽക്കൊടിയെ നിരീക്ഷിച്ചുകൊണ്ടോ നിൽക്കുന്ന പോളമ്മാവനെ പലരും കണ്ടിട്ടുണ്ട്. അദ്ദേഹം എന്തായിരിക്കും കാണുന്നത്? എന്തായിരിക്കും അപ്പോൾ ആ മനസ്സിൽകൂടി പോകുന്നത്? ആർക്കറിയാം!

എങ്കിലും, സൃഷ്ടി രഹസ്യം മനസ്സിലാക്കിയതുപോലെ ഒരൗലികമായ ആനന്ദം ആ മുഖത്തപ്പോൾ പരക്കുന്നതു കാണാം. അത്തരം സന്ദർഭങ്ങളിൽ അദ്ദേഹം പറയുന്ന കഥകൾക്കെല്ലാം ഒരു പ്രത്യേകത ഉണ്ടായിരുന്നു. എപ്പോഴെങ്കിലുമൊക്കെ ഞങ്ങൾക്ക് ഉപകാരപ്രദമാകുമെന്ന് ഉറപ്പുള്ള വിവരങ്ങൾ ആ കഥകളിൽ അടങ്ങിയിട്ടുണ്ടാകും. അങ്ങിനെ, തികഞ്ഞ പരോപകാരിയും ദൈവവിശ്വാസിയുമായ പോളമ്മാവൻ സർവ്വസമ്മതനായതിൽ അതിശയമൊന്നുമില്ലല്ലോ. എല്ലാർവരും അദ്ദേഹത്തെ സ്നേഹാദരവോടെ പോൾ മാസ്റ്റർ എന്ന് വിളിച്ചുപോന്നു.

പുസ്തകം കൈകാര്യം ചെയ്യുന്ന അതേ ആവേശത്തോടുകൂടിയാണ് അദ്ദേഹം കൃഷിപ്പണിയും ചെയ്തിരുന്നത്. കിഴവി അംബ്രോയ്സനിയുടെ കിഴവൻ ഭർത്താവ്, ജാക്വസ് ആണ് പോളമ്മാവന്റെ സഹായി ആയിരുന്നത്. അംബ്രോയ്സനിയമ്മ വീട്ടുകാര്യങ്ങൾ നോക്കിയപ്പോൾ ജാക്വസ് വളർത്തുമൃഗങ്ങളെയും കൃഷിയിടങ്ങളെയും പരിരക്ഷിച്ചു. അവർ അദ്ദേഹത്തിന് വെറും വേലക്കാരായിരുന്നില്ല; വിശ്വസ്തരായ സുഹൃത്തുക്കളായിരുന്നു. പോളമ്മാവന്റെ ജനനം മുതൽ അവർ അവിടെ ഉണ്ടായിരുന്നു. എത്ര പ്രാവശ്യം കുഞ്ഞു പോളിന് ജാക്വസ് ഓലപ്പീപ്പി ഉണ്ടാക്കിക്കൊടുത്തിരിക്കുന്നു! എത്രപ്രാവശ്യം ഓരോ പുഴുങ്ങിയ മുട്ട ചോറ്റുപാത്രത്തിൽ ഇട്ടുകൊടുത്ത് കരച്ചിൽ മാറ്റി പോളുകുട്ടനെ സ്കൂളിൽ പറഞ്ഞയച്ചിരിക്കുന്നു! അതുകൊണ്ടൊക്കെയാണ് തന്റെ അപ്പന്റെ പഴയ വാല്യക്കാരെ പോളമ്മാവൻ സ്നേഹിച്ചതും കൂടെക്കൂട്ടിയതും. അദ്ദേഹത്തിന്റെ വീട് അവർക്ക് അവരുടെ വീടുപോലെത്തന്നെയാണ്. വേണ്ടിവന്നാൽ തങ്ങളുടെ പോൾ മാസ്റ്റർക്കുവേണ്ടി മരിക്കാൻവരെ അവർ തയ്യാറായിരുന്നു! പോളമ്മാവന് സ്വന്തമായി ഒരു കുടുംബമില്ല. എന്നാൽ, കുശാഗ്രബുദ്ധിക്കാരും കിലുക്കംപെട്ടികളുമായ കൊച്ചുകുട്ടികളുടെ ഇടയിൽ, അവരുടെ അന്തമില്ലാത്ത ചോദ്യങ്ങൾക്ക് ഉത്തരംപറഞ്ഞുകൊണ്ട് ഇരിക്കുന്ന പോളമ്മാവനെക്കാൾ സന്തുഷ്ടനായ ഒരാളെ നിങ്ങൾക്ക് കാണാൻ കഴിയുകയില്ലതന്നെ. തന്റെ അനുജന്റെ മൂന്ന് മക്കളെയും - എമിൽ, ജൂൾസ്, ക്ലെയർ - തന്നോടൊപ്പം ഒരു പാതിവർഷം ചിലവിടാൻ പോളമ്മാവൻ ഇപ്പോൾ സമ്മതം വാങ്ങിയിരിക്കുകയാണ്.

ക്ലെയർ ആണ് ഏറ്റവും മൂത്തവൾ. വരുന്ന ശരത്കാല ആരംഭത്തിൽ, ചെറിപ്പഴങ്ങൾ ഉണ്ടായിത്തുടങ്ങുമ്പോൾ, അവൾക്ക് പന്ത്രണ്ട് വയസ്സാകും. ക്ലെയർ മോൾ ചുറുചുറുക്കും അനുസരണശീലവുമുള്ള, എന്നാൽ സ്വൽപ്പം നാണംകുണുങ്ങിയായ ശാന്ത സ്വഭാവക്കാരിയാണ്.

അവൾ കാലുറകൾ നെയ്യും, ഉുവാലയുടെ അരുകിൽ ചിത്രപ്പണികൾ തുന്നിച്ചേർക്കും, ഞായറാഴ്ച്ച പള്ളിയിൽ പോകുമ്പോൾ ഏത് ഉടുപ്പിടും എന്നൊക്കെ ആലോചിച്ചിരിക്കാതെ പഠിക്കാനുള്ള പാഠങ്ങൾ നന്നായി പഠിക്കും; പോളമ്മാവനോ അംബ്രോയ്സിനിയമ്മയോ എന്തെങ്കിലും കാര്യം ചെയ്യുവാൻ ഏൽപ്പിച്ചാൽ സന്തോഷത്തോടുകൂടി ആ പണി അവൾ കൃത്യമായി ചെയ്തിരിക്കും. തന്റെ സേവനം അവർക്ക് ഉപകാര പ്രദമായതിൽ അവൾക്ക് സന്തോഷമേ ഉണ്ടാകൂ. അങ്ങിനെ എല്ലാത്ത രത്തിലും നല്ലൊരു കുട്ടിയാണ് ക്ലെയർ. ജൂൾസ് രണ്ടുവയസ്സിനു ഇളയവ നാണ്. അവൻ മെലിഞ്ഞവനെങ്കിലും,ഊർജ്ജസ്വലനായ ഒരുകാന്താ രിയാണ്. ഇഷ്ടമുള്ള എന്തെങ്കിലും ചെയ്തു തുടങ്ങിയാൽ പിന്നെ അവന് ഊണും ഉറക്കവുമൊന്നും ഇല്ല. മതിവരാത്ത വിജ്ഞാന ദാഹത്തിനു ഉടമയാണ് ജൂൾസ്. എന്തും ഏതും അറിയുവാനുള്ള അവന്റെ ത്വര അപാരമെന്നേ പറയുവാൻ കഴിയൂ. ഒരു കൊച്ചു വയ്ക്കോൽ തുണ്ട് വലിച്ചുകൊണ്ടുപോകുന്ന ഉറുമ്പിനെയോ പുരപ്പുറത്തിരുന്നു ചിലക്കുന്ന കുരുവിയെയോ കണ്ടാൽമതി, അവൻ ചോദ്യങ്ങളുമായി പോളമ്മാവന്റെ അരികിൽ പറന്നെത്തും: അതെന്താ അങ്ങിനെ? ഇതെന്താണിങ്ങിനെ? വേണ്ടവിധം കൈകാര്യം ചെയ്താൽ അവനെ ഉയരങ്ങളിൽ എത്തി ക്കാമെന്ന് പോളമ്മാവന് നല്ല വിശ്വാസമുണ്ട്. എന്നാലും, ജൂൾസിന്റെ ഒരുകാര്യം പോളമ്മാവന് അത്ര ഇഷ്ടമല്ല. ആളൊരു മുൻശുണ്ഠിക്കാര നാണ് എന്ന് പറയാതെ വയ്യ. ദേഷ്യം വന്നാൽ കരഞ്ഞു കൂക്കിവിളിക്കും, കണ്ണുരുട്ടും, കണ്ടതൊക്കെ വലിച്ചെറിയും. എന്നാൽ, തിളച്ചുപൊങ്ങിയ പാൽ താഴ്ന്നുപോകുന്നതുപോലെ, വന്നദേഷ്യം അതേ വേഗതയിൽ ആവിയായി പോകുന്നതും കാണാം. ചെറിയ ശകാരങ്ങൾകൊണ്ട് അവനെ വരുതിയിൽ കൊണ്ടുവരാമെന്ന് പോളമ്മാവന് പ്രതീക്ഷയുണ്ട്, കാരണം അവന്റെ ഉള്ള് നല്ലതാണ്.

ഏറ്റവും ഇളയവനായ എമിൽ ശരിക്കും ഒരു വികൃതിക്കുട്ടൻ തന്നെയാണ്. അവന് അത്രയല്ലേ പ്രായമായിട്ടുള്ളു എന്ന് ആശ്വ സിക്കാം. മുഖത്തു മുഴുവൻ പഴച്ചാറും നെറ്റിയിലൊരു മുഴയും കാലിൽ കുത്തിക്കയറിയ മുള്ളും ഒക്കെയായി ഒരുത്തനെ കണ്ടാൽ അത് എമിൽ ആണെന്ന് ഉറപ്പിച്ചോളൂ. ജൂൾസും ക്ലെയറും എത്രത്തോളം പുസ്തകങ്ങളെ ഇഷ്ടപ്പെടുന്നുവോ, അത്രത്തോളം എമിൽ അവന്റെ കളിപ്പാട്ടങ്ങളെ സ്നേഹിക്കുന്നു. അവന് ഏതുകളിപ്പാട്ടമാണ് ഇല്ലാത്തത്! മൂളിക്കറങ്ങു ന്ന പമ്പരം, നീലയും ചുവപ്പും നിറങ്ങളിലുള്ള തകരപ്പട്ടാളക്കാർ, സർവ്വ

മൃഗങ്ങളെയും തിങ്ങിനിറച്ച നോവയുടെ പേടകം, ചെകിടടപ്പൻ ശബ്ദമുണ്ടാക്കുന്ന കുഴൽ (അത് ഊതുന്നതിൽ നിന്ന് അവന്റെ അമ്മാവൻ അവനെ വിലക്കിയിട്ടുണ്ട്). അവന്റെ കളിക്കൊട്ടയിൽ ഇനിയും എന്തൊക്കെയുണ്ട് എന്ന് അവനു മാത്രമേ അറിയൂ. എന്നാലും, അവനും ഇപ്പോൾ പോളമ്മാവനോട് സംശയങ്ങൾചോദിച്ചു തുടങ്ങിയിരിക്കുന്നു. ലോകം മുഴുവൻ ഒരു പമ്പരത്തിൽ ഒതുങ്ങില്ല എന്നവൻ മനസ്സിലാക്കിത്തുടങ്ങി. അടുത്തുതന്നെ തന്റെ കളിക്കൊട്ട ഒരു കഥാ പുസ്തകവുമായി വെച്ചുമാറാൻ അവൻ തയ്യാറാകുകയാണെങ്കിൽ അതിശയിക്കാനില്ല.

അദ്ധ്യായം 2

കെട്ടുകഥകളും യാഥാർത്ഥ്യങ്ങളും

അവർ ആറുപേരും ഒത്തുചേർന്നപ്പോൾ പോളമ്മാവൻ പതിവുപോലെ ഒരു തടിച്ച പുസ്തകം വായിച്ചുകൊണ്ടിരിക്കയായിരുന്നു. ജാക്വസ് ചൂരൽ കൊണ്ട് കുട്ട നെയ്യുകയും, അംബ്രോയ്സിനിയമ്മ തന്റെ നെയ്ത്തു യന്ത്രത്തിൽ ഇഴ ഇടുകയും, ക്ലെയർ പരുത്തിത്തുണിയിൽ ചുവന്ന നൂലോടിക്കുകയും, എമിലും ക്ലെയറും നോവയുടെ പേടകം കൊണ്ട് കളിക്കുകയുമായിരുന്നു. അവർ ഒട്ടകത്തെയും, അതിനു പിറകിൽ പിറകിലായി കുതിര, പട്ടി, ആട്, കഴുത, കാള, സിംഹം, ആന, കരടി, കലമാൻ, ഇത്യാദി സകല മൃഗങ്ങളെയും ഒരു ജാഥയായി പേടകത്തിൽ കയറ്റുവാൻ എന്നപോലെ അണിനിരത്തിക്കഴിഞ്ഞപ്പോൾ, കളിച്ചു മടുത്ത എമിലും ജ്യൂൾസും അംബ്രോയ്സിനിയമ്മയോടു പറഞ്ഞു: "ഞങ്ങൾക്കൊരു കഥ." പറഞ്ഞുതരൂ, അംബ്രോയ്സിനിയമ്മേ - നല്ല രസമുള്ള ഒരു കഥ". വാർദ്ധക്യത്തിന്റെ ലാളിത്യത്തോടുകൂടി അംബ്രോയ്സിനിയമ്മ തന്റെ നെയ്ത്തുയന്ത്രത്തിൽനിന്ന് കയ്യെടുക്കാതെതന്നെ പറഞ്ഞുതുടങ്ങി: "പണ്ടുപണ്ടൊരു ദിവസം, ഒരു പുൽച്ചാടി പച്ചക്കുതിര ഒരു ഉറുമ്പിന്റെ കൂടെ ഉത്സവത്തിന് പുറപ്പെട്ടു. അതിശൈത്യത്തിൽ പുഴകളൊക്കെ തണുത്തുറഞ്ഞു മഞ്ഞുപാളികളായി കിടക്കുന്ന കാലമായിരുന്നു അത്. പുൽച്ചാടി ഒറ്റച്ചാട്ടത്തിന് മഞ്ഞുപാളിയുടെ അപ്പുറമെത്തി; എന്നാൽ ഉറുമ്പിന് ചാടാൻ കഴിയില്ലല്ലോ. അത് പുൽച്ചാടിയോട്ചോദിച്ചു, "എനിക്ക് ഒരു ഭാരവുമില്ല, നീ എന്നെ ചുമലിൽ കയറ്റി അപ്പുറത്തെത്തിക്കാമോ?" എന്നാൽ, പുൽച്ചാടി ഇങ്ങിനെ പറയുകയാണ് ചെയ്തത്: "ഞാൻ ചെയ്തത് പോലെ ചെയ്താൽ മതി. ഓടിവന്ന് ഒറ്റച്ചാട്ടം ചാട്."

ഉറുമ്പ് ഓടിവന്ന് ഒറ്റച്ചാട്ടം ചാടി, വഴക്കി വീണ് കാലൊടിഞ്ഞു! അതുകണ്ട് പുൽച്ചാടി വിലപിച്ചു: "മഞ്ഞുപാളി, ബലവാന്മാർ ദുർബ്ബലരോട് ദയവുള്ളവരാകണം. പക്ഷെ, നീ ക്രൂരനാണ്, ആ പാവം ഉറുമ്പിന്റെ കാലൊടിച്ചില്ലേ." അപ്പോൾ മഞ്ഞു പറഞ്ഞു: "സൂര്യൻ എന്നേക്കാൾ ശക്തിമാനാണ്, എന്നിട്ടും അതെന്നെ ഉരുക്കിക്കളയുന്നു."

"സൂര്യാ, ബലവാന്മാർ ദുർബ്ബലരോട് ദയവുള്ളവരാകണം. പക്ഷെ, നീ ക്രൂരനാണ്, മഞ്ഞിനെ ഉരുക്കിയില്ലേ; മഞ്ഞേ, നീയും അതെ, നീ ഉറുമ്പിന്റെ കാലൊടിച്ചില്ലേ. പാവം കാല്." അപ്പോൾ സൂര്യൻ പറഞ്ഞു, "മേഘങ്ങൾ എന്നേക്കാൾ ശക്തരാണ്, എന്നിട്ടും പലപ്പോഴും അവരെന്നെ മറച്ചുകളയുന്നു."

"മേഘങ്ങളേ,ബലവാന്മാർ ദുർബ്ബലരോട് ദയവുള്ളവരാകണം. പക്ഷെ, നീ ക്രൂരനാണ്, നീ സൂര്യനെ മറച്ചുകളയുന്നു.. സൂര്യാ, നീയും അതെ, നീ മഞ്ഞിനെ ഉരുക്കി; മഞ്ഞേ, നീ ഉറുമ്പിന്റെ കാലൊടിച്ചു - പാവം കാല്." അപ്പോൾ മേഘങ്ങൾ പറഞ്ഞു: "കാറ്റ് ഞങ്ങളെക്കാൾ ശക്തരാണ്. എന്നിട്ടും അവർ ഞങ്ങളെ ഓടിച്ചുകറ്റുന്നു."

"കാറ്റേ, ബലവാന്മാർ ദുർബ്ബലരോട് ദയവുള്ളവരാകണം. പക്ഷെ, നീ ക്രൂരനാണ്, നീ മേഘങ്ങളേ ഓടിച്ചുകളയുന്നു. മേഘങ്ങളേ, നിങ്ങളും അതെ, നിങ്ങൾ സൂര്യനെ മറച്ചുകളഞ്ഞു; സൂര്യാ, നീ മഞ്ഞിനെ ഉരുക്കി; മഞ്ഞേ, നീ ഉറുമ്പിന്റെ കാലൊടിച്ചു - പാവം കാല്." അപ്പോൾ കാറ്റ് പറഞ്ഞു, "മതിലുകൾ എന്നേക്കാൾ ശക്തരാണ്, അവർ എന്നെ തടുത്തുനിർത്തുന്നു."

"മതിലുകളേ, ബലവാന്മാർ ദുർബ്ബലരോട് ദയവുള്ളവരാകണം. പക്ഷെ, നീ ക്രൂരനാണ്, നീ കാറ്റിനെ തടുത്തു നിർത്തുന്നു. കാറ്റേ, നീയും അതെ, നീ ക്രൂരനാണ്, നീ മേഘങ്ങളേ ഓടിച്ചുകളയുന്നു. മേഘങ്ങളേ, നിങ്ങളും അതെ, നിങ്ങൾ സൂര്യനെ മറച്ചുകളഞ്ഞു; സൂര്യാ, നീ മഞ്ഞിനെ ഉരുക്കി; മഞ്ഞേ, നീ ഉറുമ്പിന്റെ കാലൊടിച്ചു - പാവം കാല്." മതില് പറഞ്ഞു, "എലി എന്നേക്കാൾ ശക്തനാണ്. അത് തുരന്നു തുരന്ന് എന്റെ മേലാകെ തുളകളുണ്ടാക്കുന്നു."

"എലി, ബലവാന്മാർ ദുർബ്ബലരോട് ദയവുള്ളവരാകണം. പക്ഷെ, നീ...." ഇത്രയുമായപ്പോൾ ജൂൾസ് വിളിച്ചു പറഞ്ഞു,

"അംബ്രോയ്സിനിയമ്മേ, ഇത് പരമ ബോറാകുന്നുണ്ട്. പറഞ്ഞതു തന്നെ പിന്നേം പിന്നേം.." "മുഴുവൻ പറയട്ടെ, മോനെ. എലി കഴിഞ്ഞ് അതിനെ തിന്നുന്ന പൂച്ച; പിന്നെ, അതിനെ ഓടിക്കുന്ന ചൂല്; ചൂലിനെ കത്തിക്കുന്ന തീ, തീ അണച്ചുകളയുന്ന വെള്ളം, വെള്ളം കുടിച്ചുവറ്റിക്കുന്ന പോത്ത്, പോത്തിനെ കുത്തുന്ന ഈച്ച, ഈച്ചയെ കൊത്തിക്കൊണ്ട് പോകുന്ന കുരുവി, കുരുവിയെ കുരുക്കുന്ന വല, പിന്നെ..."എമിലി ചോദിച്ചു, "ഇതിങ്ങിനെ നീണ്ട് നീണ്ടു പോകുമോ?"

"നമുക്കിഷ്ടമുള്ള അത്രയും നീട്ടിക്കൊണ്ട് പോകാം." അംബ്രോയ്സിനിയമ്മ പറഞ്ഞു, "നാം എത്രമാത്രം ശക്തരാണെങ്കിലും ശരി, നമ്മെക്കാൾ ശക്തർ എപ്പോഴും ഉണ്ടാകും." എമിൽ വീണ്ടും പറഞ്ഞു,

“അംബ്രോയ്സിനിയമ്മേ, എനിക്ക് ശരിക്കും ഈ കഥ ബോറടിക്കുന്നു.”

“എന്നാൽ ശരി, ഞാൻ വേറൊന്നു പറയാം. പണ്ട് പണ്ട് ഒരിടത്ത് ഒരു വിറകുവെട്ടുകാരനും അയാളുടെ ഭാര്യയും താമസിച്ചിരുന്നു. തീർത്തും പാവങ്ങളായിരുന്ന അവർക്ക് ഏഴു മക്കളുണ്ടായിരുന്നു. അതിൽ ഏറ്റവും ഇളയവന് ഒരു ഷൂസിന്റെ ഉള്ളിൽ കിടന്നുറങ്ങാൻ പറ്റുന്ന അത്രയും ചെറിയ ശരീരമാണ് ഉണ്ടായിരുന്നത്. “ഇക്കഥ എനിക്കറിയാം.” എമിൽ വീണ്ടും ഇടക്കുകയറി പറഞ്ഞു. “ആ ഏഴു മക്കളും ഒരു കാട്ടിൽ വഴിതെറ്റി അലയുന്ന കഥ. കുഞ്ഞു ടോം തംബ് ആദ്യം ചെറു കല്ലുകൾ പെറുക്കിവെച്ച് വഴി അടയാളപ്പെടുത്തിയിരുന്നു. മറ്റൊരുത്തൻ റൊട്ടിക്കഷണങ്ങൾ കൊണ്ട്... കുട്ടികൾക്ക് വഴിതെറ്റി. കുഞ്ഞു ടോം തംബ് ഒരു മരത്തിന്റെ മുകളിൽ കയറി ചുറ്റും നോക്കിയപ്പോൾ ദൂരെ ഒരു വെളിച്ചം കണ്ടു. അവരെല്ലാർവരുംകൂടി അങ്ങോട്ട് ഓടിച്ചെന്നു. അതൊരു രാക്ഷസിയുടെ വീടായിരുന്നു!”

“ഇതൊന്നും ശരിക്കുമുണ്ടായ കാര്യങ്ങളല്ല,” ജൂൾസ് പറഞ്ഞു. *“ബൂട്ടിലെ പൂച്ചയും സിൻഡർലായും ബ്ലൂ ബിയേർഡും ഒന്നും തന്നെ യാഥാർത്ഥ്യങ്ങളല്ല. ‘യാഥാർത്ഥ്യം’* എന്ന വാക്ക് കേട്ട ഉടനെ പോളമ്മാവൻ തലയുയർത്തി നോക്കി, തന്റെ പുസ്തകം അടച്ചുവെച്ചു. അംബ്രോയ്സിനിയമ്മയുടെ പഴങ്കഥകളിൽനിന്ന് എന്തെങ്കിലും ഉപകാരപ്രദമായ വിഷയങ്ങളിലേക്ക് സംഭാഷണം തിരിച്ചുവിടുവാനുള്ള ഒരു സന്ദർഭം വന്നിരിക്കുന്നു.

“യഥാർത്ഥ കഥകൾ കേൾക്കുവാനുള്ള നിങ്ങളുടെ ആഗ്രഹം എനിക്ക് മനസ്സിലാകുന്നുണ്ട്,” അദ്ദേഹം പറഞ്ഞു. “അത്തരം കഥകൾ കേൾക്കാൻ രസമുണ്ടാകുമെന്ന് മാത്രമല്ല, അവ നിങ്ങളുടെ ഭാവി ജീവിതത്തിലേക്കുള്ള തയ്യാറെടുപ്പിന് ഉപകാരപ്രദമാവുകയും ചെയ്യും. ചുടുചോര മണക്കുന്ന യക്ഷിക്കഥകളെക്കാളും, മത്തങ്ങ കുതിരവണ്ടിയാക്കി മാറ്റുന്ന മാലാഖമാരുടെ കഥകളെക്കാളും, ഓന്തുകളെ വാല്യക്കാരാക്കുന്ന മന്ത്രവാദിക്കഥകളെക്കാളും യഥാർത്ഥ കഥകൾ ഹൃദയഹാരികളായിരിക്കും, ഞാനുറപ്പുതരുന്നു. എങ്ങിനെ അല്ലാതിരിക്കും? സത്യത്തിനെ അപേക്ഷിച്ച് കെട്ടിച്ചമച്ചവ വെറും ചവറാണ്. ആദ്യത്തേതിൽ ദൈവത്തിന്റെ കയ്യുണ്ടെങ്കിൽ, രണ്ടാമത്തേതിൽ മനുഷ്യന്റെ സ്വപ്നം മാത്രമാണ് ഉള്ളത്. അംബ്രോയ്സിനിയമ്മയുടെ കാലൊടിഞ്ഞ ഉറുമ്പിന്റെ കഥ നിങ്ങൾക്ക് അത്ര ഇഷ്ടപ്പെട്ടില്ല. എന്നാൽ ഇപ്പോൾ സാക്ഷാൽ ഉറുമ്പുകളുടെ കഥ ആർക്കൊക്കെ കേൾക്കണം?”

“എനിക്ക്! എനിക്ക്! എനിക്ക്!” എമിലും ജൂൾസും ക്ലെയറും ഒരേ ശബ്ദത്തിൽ പറഞ്ഞു.

അദ്ധ്യായം 3

നഗര നിർമ്മാണം

"അവർ കഠിനാദ്ധ്വാനികളാണ്," പോളമ്മാവൻ പറഞ്ഞുതുടങ്ങി. "സൂര്യനുദിച്ച് ചൂടുപരന്നു തുടങ്ങുമ്പോൾ ഉറുമ്പിൻകൂനക്ക് ചുറ്റും തകൃതിയായി നടക്കുന്ന കാര്യങ്ങൾ ഞാൻ പലപ്പോഴും കൗതുകത്തോടെ നോക്കി നിന്നുപോയിട്ടുണ്ട്."

"ഓരോ കൂനക്കു മുകളിലും ഉറുമ്പുകൾക്ക് കയറാനും ഇറങ്ങാനും ദ്വാരങ്ങൾ തുളച്ചിട്ടുണ്ടായിരിക്കും. ആദ്യം ചിലവ കൂനയുടെ അടിയിൽ നിന്ന് പുറത്തു വരുന്നത് കാണാം. അതിന് പിറകെ വരിവെച്ച് ഒന്നൊന്നായി അസംഖ്യം എണ്ണം വരും. അവ ഓരോന്നും ഘനപ്പെട്ട ഓരോ മൺ തരി വായിൽ കടിച്ചു പിടിച്ചിട്ടുണ്ടാകും. കൂനയുടെ മുകളിലെത്തിയാൽ അവ വാ തുറന്ന് തങ്ങൾ ചുമന്നുകൊണ്ടുവന്ന ഭാരം ആ ചരുവിലേക്കിടുമ്പോൾ അവ ഉരുണ്ടുരുണ്ട് താഴേക്ക് പോകും. അപ്പോൾത്തന്നെ അവ അടുത്ത തരി കൊണ്ടുവരുവാൻ മൺ കൂനയുടെ ഉള്ളിലേക്ക് അപ്രത്യക്ഷരാകും. വഴി മദ്ധ്യേ കളിച്ചുനിന്ന് സമയം കളയുകയോ കൂട്ടുകാരുമൊത്ത് വിശ്രമിക്കുകയോ ഇല്ല. അദ്ധ്വാനമാണ് പ്രധാനം! ഒരുപാട് ജോലി ചെയ്തു തീർക്കുവാനുണ്ട്. എത്ര ഗൗരവത്തോടെയാണ് ഓരോ ഉറുമ്പും വായിൽ മൺ തരിയുമായി വന്ന് അത് പുറത്തിട്ട ശേഷം അടുത്തത് അന്വേഷിച്ചു വീണ്ടും കൂനക്കുള്ളിലേക്ക് പോകുന്നത്! എന്താണ് അവക്കിത്ര തിടുക്കം?

"തെരുവുകളും നടുമുറ്റങ്ങളും ഉറക്കറകളും കലവറകളും ഒക്കെയായി അവർ ഒരു ഭൂഗർഭപട്ടണം നിർമ്മിക്കുകയാണ്. മഴവെള്ളം കയറാത്ത അത്രയും താഴെ മണ്ണിൽ കുഴിച്ച്, ഉയർച്ച താഴ്ച്ചകളുള്ള നീണ്ട രാജവീഥികൾ, ഇടവഴികൾ, നാലും കൂടിയ കവലകൾ, അവ കൂടിച്ചേരുന്ന തുറസ്സ് ഇടങ്ങൾ, തട്ടു തട്ടുകളായി ഗ്യാലറികൾ എന്നിവ നിർമ്മിച്ചു കൊണ്ടിരിക്കയാണ് അവർ. കുഞ്ഞു വായയുടെ ബലം ഒന്നു മാത്രമാണ്

അവയുടെ ശക്തി. അതുകൊണ്ടാണ് അവ മൺതരികൾ ഒന്നൊന്നായി ചുമന്നു കൊണ്ടുപോയി തങ്ങളുടെ ബ്രഹത്തായ ആവാസകേന്ദ്രം നിർമ്മിക്കുന്നത്! ഈ കറുത്ത കുഞ്ഞു ഖനിത്തൊഴിലാളികൾ ഭൂമിക്കടിയിൽ ചെയ്യുന്ന ജോലി കണ്ടാൽ ആരും അതിശയിച്ചു പോകും.

"ഭൂമിക്കടിയിലെ കൂരാകൂരിരുട്ടിൽ ആയിരക്കണക്കിന് ഉറുമ്പുകൾ മാന്തിയും കടിച്ചും വലിച്ചും തള്ളിയും പണിയെടുക്കുന്നു. എന്തൊരു ക്ഷമാ ശീലം! എത്ര കടുത്ത അദ്ധ്വാനം! വലിച്ചുകൊണ്ടുവന്ന മൺതരി ഒടുക്കം വേണ്ടയിടത്തിൽ നിക്ഷേപിച്ചുകഴിഞ്ഞ് എത്ര അഭിമാനത്തോടെ തലയുർത്തിപ്പിടിച്ചാണ് അവർ മറ്റൊന്നെടുക്കുവാൻ തിരിച്ചു പോകുന്നത്! മൺതരിയുടെ ഭാരം കാരണം ഉറുമ്പുകളുടെ ശിരസ്സ് വിറകൊള്ളുന്നതു ഞാൻ കണ്ടിട്ടുണ്ട്, അവ ഉറുമ്പിൻ കുന്നുകയറി ക്ഷീണിച്ചവശരാകുന്നത് കണ്ടിട്ടുണ്ട്. തങ്ങളുടെ കൂട്ടുകാരെ ഉന്തിത്തള്ളുന്നത് കണ്ടാൽ, "ഞാനെങ്ങനെ ജോലി ചെയ്യുന്നു എന്ന് കണ്ടോ," എന്ന് പറയുന്നത് പോലെ തോന്നും! ആർക്കും അവരെ അതിന് കുറ്റം പറയുവാൻ കഴിയില്ല, കാരണം, അദ്ധ്വാനിക്കുന്നതിൽ നിന്ന് ഉണ്ടാകുന്ന അഭിമാനം വളരെ പാവനമാണ്. മെല്ലെമെല്ലെ പട്ടണ കവാടത്തിൽ, അതായത് ഉറുമ്പുകുന്നിന്റെ മുകളിലെ കുഴിയുടെ അരുകിൽ, നിർമ്മാണത്തിനു വേണ്ടി ഖനനം ചെയ്തെടുത്ത ഈ മൺതരികൾ കൂന കൂട്ടുന്നു. ആ കൂനയുടെ വലുപ്പം അനുസരിച്ചായിരിക്കും അതിനടിയിലെ പട്ടണത്തിന്റെ വലുപ്പവും. "ഉറുമ്പുകൾക്ക് ഇത്തരം ഗ്യാലറികൾ ഉണ്ടാക്കിയാൽ മാത്രം പോരാ, മണ്ണിടിച്ചിൽ പ്രതിരോധിക്കണം, ദുർബ്ബല ഇടങ്ങൾ കെട്ടി ഉറപ്പിക്കണം, നിലവറകൾ താങ്ങി നിർത്തുവാൻ തൂണുകൾ സ്ഥാപിക്കണം, ഇടഭിത്തികൾ പണിയണം. ഇത്തരം പണികൾ പിന്നെയും ബാക്കി ഉണ്ടാകും. ഘനന തൊഴിലാളികളെ മരാശാരിമാർ സഹായിക്കുന്നു. ആദ്യത്തേ കൂട്ടർ ഉറുമ്പുകൂനയിൽനിന്നു മണ്ണ് നീക്കുമ്പോൾ രണ്ടാമത്തെ കൂട്ടർ നിർമ്മാണ സാമഗ്രികൾ അങ്ങോട്ട് കൊണ്ടുവരുന്നു. ഈ സാമഗ്രികൾ ഏതൊക്കെയാണെന്നോ?

മരക്കഷണങ്ങൾ, ദണ്ഡുകൾ, കൊളുത്തുകൾ, ഇങ്ങിനെ മാളിക പണിയാൻ വേണ്ട സാമഗ്രികൾ എല്ലാം. ഒരു തൂണ് വൈക്കോലായിരിക്കും മേലാപ്പ് താങ്ങി നിർത്തുന്ന തൂണ്, ഒരു ഉണങ്ങിയ ഇലയായിരിക്കും മതിൽക്കെട്ട്. ആശാരിമാർ അടുത്തുള്ള കാട്, അതായത് പുൽത്തടിക, മുഴുവൻതിരഞ്ഞിട്ടായിരിക്കും ഈ സാമഗ്രികൾ ശേഖരിച്ചിട്ടുണ്ടാവുക. "ഇതാ, ഇത് കണ്ടോ? ഒരു ഗോതമ്പുമണിയുടെ പുറംതോണ്ട്. ഘനം കുറഞ്ഞ്, ഉണങ്ങി ഉറപ്പുള്ളത്. താഴത്തെ ഇടമതിൽ നിർമ്മാണത്തിന് പറ്റിയത്. പക്ഷെ അതിനു വല്ലാത്ത ഭാരമുണ്ട്. അത് കണ്ടുപിടിച്ച ഉറുമ്പ്

പെട്ടെന്ന് പിൻവാങ്ങി ആറുകാലിൽ വിറങ്ങലിച്ചതുപോലെ നിൽക്കുന്നു. എത്ര ശ്രമിച്ചിട്ടും ആ പുറംതോണ്ട് അനങ്ങുന്നില്ല. ഒന്നുകൂടി ആഞ്ഞു ശ്രമിച്ചുനോക്കി. ഒരു പൊടിക്ക് ഒന്നു ചലിച്ചതല്ലാതെ വലിയ ഫലമൊന്നും ഉണ്ടായില്ല. തന്റെ പരിധി മനസ്സിലാക്കിയ ഉറുമ്പ് വേഗം അവിടെനിന്നു പോയി. അത് ഗോതമ്പുമണിത്തോല് ഉപേക്ഷിച്ചോ? ഓ ഇല്ല! ജീവി ഒരു ഉറുമ്പാണെങ്കിൽ, അന്ത്യ വിജയം കണ്ടെത്താനുള്ള സ്ഥിരോത്സാഹം അതിനുണ്ടായിരിക്കും. അതാ, അത് രണ്ടു സഹായികളെയും കൊണ്ട് മടങ്ങി വരുന്നു. അതിലൊരു ഉറുമ്പ് ഗോതമ്പു മണിയുടെ മുൻഭാഗം പിടിച്ചു. മറ്റുള്ളവർ ഓരോ ഭാഗത്തായി പിടിച്ച് ഉന്താൻ തുടങ്ങി. അതാ! അത് മുൻപോട്ട് മെല്ലെ നീങ്ങിത്തുടങ്ങി! വഴി സുഗമമല്ല, പലേ കടമ്പകളും കടക്കണം. കണ്ടവർ കണ്ടവർ ഓരോ കൈത്താങ്ങ് കൊടുക്കുന്നു.

"ഒടുക്കം അവർ വിജയിച്ചു. ആ വിജയം ഒട്ടുംതന്നെ എളുപ്പമായിരുന്നില്ല. ഭൂഗർഭ പട്ടണത്തിന്റെ കവാടത്തിൽ ഗോതമ്പുതൊലി എത്തിചേർന്നു. ഇനിയാണ് കൂടുതൽ ദുർഘടം. അ സാധനത്തിന്റെ വക്ക് അവിടിവിടെ തടഞ്ഞു നിൽക്കുകയാണ്. അകത്തേക്ക് കയറുന്നില്ല. സഹായികൾ ഒത്തുപിടിച്ചു ശ്രമിക്കുന്നുണ്ട്. പത്തിരുപതുപേർ ശ്രമിച്ചിട്ടും ഫലം കണ്ടില്ല. അതിൽനിന്ന്, രണ്ടുമൂന്നുപേർ ഇറങ്ങിവന്ന് എന്താണ് തടസ്ഥ കാരണം എന്ന് ഗഹനമായി നിരീക്ഷിച്ചു. അവരായിരിക്കണം കൂട്ടത്തിലെ എൻജിനീയർമാർ. പെട്ടെന്നുതന്നെ പരിഹാരം കണ്ടെത്തി. കൂർത്ത ഭാഗം താഴേക്ക് വരണം. ഗോതമ്പുതോല് കുറച്ചു പുറകിലേക്ക് മാറ്റി, ഒരറ്റം കവാടത്തിന് മുൻപിലാക്കി. ഒരു ഉറുമ്പ് ആ അറ്റം പിടിച്ചപ്പോൾ മറ്റ് ഉറുമ്പുകൾ നിലത്തു മുട്ടിക്കിടന്ന ബാക്കിഭാഗം പൊക്കി. സാധനം ഒന്ന് തകിടം മറഞ്ഞ് കുഴിയിലേക്ക് വീണു. അപ്പോഴേക്കും കൂട്ടത്തിലെ ആശാരി ഉറുമ്പുകൾ അതിനെ വിദഗ്ധമായി പിടിച്ചു. കുട്ടികളെ, നിങ്ങൾ വിചാരിക്കുന്നുണ്ടാകും, മൺതരിയുമായി പോകുന്ന ഉറുമ്പുകുഞ്ഞുങ്ങൾ ഈ അത്ഭുത കാഴ്ച കാണാൻ ഒരുനിമിഷം പണിനിർത്തി നോക്കിനിന്നുകാണുമെന്ന്. എന്നാൽ, ഇല്ല. അവർക്ക് അതിനൊന്നുമുള്ള സമയമില്ല. ഒന്നു തിരിഞ്ഞു നോക്കുക കൂടി ചെയ്യാതെ അവർ അവരുടെ ജോലി തുടർന്നു. വാസ്തവത്തിൽ, തങ്ങളുടെ സുരക്ഷപോലും അവഗണിച്ചാണ് അവർ ഈ ഏടാകൂടത്തിന്റെ അടിയിൽക്കൂടി നൂണ്ടുപോയത്! മറ്റുള്ളവർ ശ്രദ്ധിക്കട്ടെ, അത് അവരുടെ പണി!

"ഇത്ര കഠിനമായി ജോലിചെയ്യുമ്പോൾ നല്ലപോലെ ഭക്ഷണം കഴിക്കണം. ദേഹാദ്ധ്വാനം പോലെ വിശപ്പുണ്ടാക്കുന്ന മറ്റൊന്നില്ല. പാൽക്കാരി ഉറുമ്പുകൾ പശുവിനെ കറന്നുകൊണ്ടുവന്ന പാൽ വിതരണം ചെയ്തുകൊണ്ട് തൊഴിലാളികളുടെ ഇടയിൽ കയറിയിറങ്ങിനടന്നു."

വിവരണം ഇവിടംവരെ എത്തിയപ്പോൾ എമിൽ പൊട്ടിച്ചിരിച്ചുപോയി. "ഇത് ശരിക്കും, സത്യമായിട്ടും ഉണ്ടായതാകില്ല. അല്ലേ?" അവൻ പോളമ്മാവനോട് ചോദിച്ചു. "പാൽക്കാരി ഉറുമ്പുകൾ, പശു... പാല്! ഇത് അംബ്രോയ്സിനിയമ്മയുടേതുപോലെ ഒരു കെട്ടുകഥയാണ്." പോളമ്മാവന്റെ വിവരണം കേട്ട് എമിൽ മാത്രമല്ല അത്ഭുതപ്പെട്ടത്. എംബ്രോയ്സിനിഅമ്മായി നെയ്ത്തു നിർത്തി, ജാക്വസ് തന്റെ ചൂരല് മെടയലും നിർത്തി, ജൂൾസും ക്ലെയറും അന്തംവിട്ട് വായും പൊളിച്ചു നോക്കി നിന്നു. പോളമ്മാവൻ തമാശ പറയുകയാണെന്ന് തന്നെ എല്ലാർവരും കരുതി.

"അല്ല, മക്കളെ, ഞാൻ വെറുതെ പറഞ്ഞതല്ല." പോളമ്മാവൻ പറഞ്ഞു. "സത്യവും കെട്ടുകഥയും കൂടി ഞാനൊരിക്കലും വെച്ചുമാറുകയില്ല. പാൽക്കാരി ഉറുമ്പുകളും പശുക്കളുമുണ്ട്. അത് കുറച്ചു വിശദീകരിച്ചു പറയേണ്ടിയിരിക്കുന്നതുകൊണ്ട് നാളെത്തേക്കു വെക്കാം, എന്താ?" എമിൽ ജൂൾസിനെ ഒരു മൂലയിലേക്ക് വിളിച്ചുകൊണ്ടുപോയി സ്വകാര്യമായി പറഞ്ഞു: "പോളമ്മാവന്റെ കഥകൾ കേൾക്കാൻ നല്ല രസമുണ്ട്. അംബ്രോയ്സിനിയമ്മയുടെ കഥകളെക്കാൾ ഇതാണ് നല്ലത്... അത്ഭുത പശുക്കളുടെ കഥ ബാക്കി കേൾക്കാൻ നാളെ ഞാൻ എന്റെ നോവയുടെ പേടകം മാറ്റിവെച്ചു വരാം."

അദ്ധ്യായം 4

പശുക്കൾ

എമിൽ പിറ്റേന്ന് ഉറക്കമുണർന്നതുതന്നെ ഉറുമ്പുകൾക്ക് പാലു കൊടുക്കുന്ന പശുക്കളെക്കുറിച്ചു ചിന്തിച്ചുകൊണ്ടാണ്. അവൻ ജൂൾസിനോട് പറഞ്ഞു, "നമുക്ക് രാവിലെത്തന്നെ പോളമ്മാവനോട് ഉറുമ്പുകഥയുടെ ബാക്കി ചോദിക്കണം." അടുത്ത ക്ഷണം രണ്ടുപേരും പോളമ്മാവനെ തിരക്കി ഇറങ്ങിക്കഴിഞ്ഞു. അവരുടെ ആവശ്യം കേട്ട പോളമ്മാവന് സന്തോഷമായി.

"ഉറുമ്പുകളുടെ പശുക്കളെക്കുറിച്ചറിയാൻ നിങ്ങൾക്ക് തിടുക്കമായി, അല്ലേ? ശരി. പറയുന്നതിനേക്കാൾ നല്ലത് കാണിച്ചുതരുന്നതായിരിക്കും. ക്ലെയറിനെ കൂടി വിളിക്കൂ."വിളിക്കേണ്ട താമസം, ക്ലെയർ എത്തി. പോളമ്മാവൻ അവരെ തോട്ടത്തിലെ എൽഡർ പൂക്കളുടെ അടുത്തേക്ക് കൊണ്ടുപോയി. അവിടെ അവർ ഇതാണ് കണ്ടത്: ചെടി മുഴുവൻ വെള്ളപ്പൂക്കൾ കൊണ്ട് മൂടിയിരിക്കുന്നു; ഒരു നേരിയ മൂളിച്ചയോടെ തേനീച്ചകളും പച്ചക്കുതിരകളും പുൽച്ചാടികളും പൂമ്പാറ്റകളും ഒരുപൂവിൽ നിന്ന് മറ്റൊന്നിലേക്കു നിർത്താതെ പറന്നുകൊണ്ടിരിരുന്നു; എൽഡർ ചെടികളുടെ തണ്ടോടു ചേർന്ന് അതിന്റെ കൊമ്പുകളുടെ വക്കുകളിൽ കൂടി നിരനിരയായി ഉറുമ്പുകൾ മുകളിലേക്കും താഴേക്കും നീങ്ങിക്കൊണ്ടിരിക്കുന്നു. മുകളിലേക്ക് പോകുന്നവർക്കാണ് കൂടുതൽ ഉത്സാഹം. ഇടക്കിടെ അവർ താഴേക്ക് വരുന്ന ഉറുമ്പുകളെ തടഞ്ഞുനിർത്തി, മുകളിൽ എന്താണ് നടക്കുന്നത് എന്ന് അന്വേഷിക്കുന്നത് പോലെ തോന്നും. അതു കേട്ടുകഴിഞ്ഞാൽ കൂടുതൽ ഉത്സാഹത്തോടെ അവർ തങ്ങളുടെ കുന്നുകയറ്റം തുടരുകയാണെങ്കിൽ, കിട്ടിയ വിവരം നല്ലതായിരുന്നു എന്നർത്ഥം. കുന്നിറങ്ങി പോകുന്നവർ കൊച്ചടികൾ വെച്ച് സാവകാശത്തിലാണ് നീങ്ങുക. വഴിയിൽ ചിലടത്തെല്ലാം വിശ്രമിച്ച്, ചോദിക്കുന്നവർക്ക് ഉപദേശങ്ങൾ കൊടുത്തുകൊണ്ടാണ് അവരുടെ

യാത്ര. കുന്ന് കയറുന്നവരുടെയും ഇറങ്ങുന്നവരുടെയും ചലനവേഗതയി ലുള്ള വ്യത്യാസം എന്തുകൊണ്ടാണെന്ന് ആർക്കും ഊഹിക്കാവുന്നതേ ഉള്ളൂ. ഇറങ്ങിവരുന്നവരുടെ വയർ വീർത്തിരിക്കും. അവർ സദ്യ കഴിച്ച കൊഴുത്ത് ആലസ്യത്തോടെയുള്ള വരവാണ്. എന്നാൽ കയറിപ്പോകു ന്നവർ വിശന്ന് വയർ ഒട്ടി, സദ്യയുണ്ണാനുള്ള കൊതിയോടെ വഴിയിലെ പ്രതിബന്ധങ്ങൾ വകഞ്ഞുമാറ്റി വേഗംവേഗം നടന്നുനീങ്ങും. "എൽഡർ ചെടിയിൽനിന്ന് വയറു നിറക്കാനുള്ള എന്താണ് അവർക്ക് കിട്ടുക?" ജൂൾസ് ചോദിച്ചു. തനിയെ വലിച്ചു കൊണ്ടുപോകാൻ തന്നെ പറ്റാത്ത കുടവയറന്മാരാണ് ചിലർ. ഓ! ഈ തീറ്റപ്രിയന്മാർ!"

"അല്ലല്ല. അവർ തീറ്റപ്രിയന്മാരായിട്ടല്ല," പോളമ്മാവൻ ഉടനെ അവരെ തിരുത്തി. വാരിവലിച്ചു തിന്നുന്നതിന് അവർക്കൊരു നല്ല കാരണമുണ്ട്. എൽഡർ ചെടികളുടെ മുകളിൽ ഒട്ടനവധി പശുക്കളു ണ്ട്. താഴേക്ക് ഇറങ്ങിപ്പോയവർ അതിനെ ഇപ്പോൾ കറന്നെടുത്തിട്ടേ ഉണ്ടാകൂ. അവരുടെ വയറിലെ അറകളിലാണ് പാൽ സൂക്ഷിച്ചിട്ടുള്ളത്. ഉറുമ്പിൻകുന്ന് കോളനിയിലെ മറ്റ് ഉറുമ്പുകളുടെ പോഷകത്തിനുള്ള താണ് ആ പാൽ. നമുക്കിനി പശുക്കളേയും അവയുടെ കറവയും കാണാം. നമ്മുടേതുപോലുള്ള കാലിക്കൂട്ടങ്ങളെ പ്രതീക്ഷിക്കരുത്, നേരത്തേ പറഞ്ഞേക്കാം. ഒരൊറ്റ ഇലമതി അവർക്ക് മേച്ചിൽപ്പുറ മായി!" അവർക്ക് നല്ലവണ്ണം കാണാനായി പോളമ്മാവൻ ഒരു കൊമ്പ് വലിച്ചു താഴ്ത്തിപ്പിടിച്ചു. എല്ലാവരും ശ്രദ്ധയോടെ നോക്കി. ഇലകളുടെ അടിയിലും കിളുന്തു തണ്ടുകൾ മൂടിക്കൊണ്ടും, തൊട്ടുതൊട്ട്, നിശ്ചലരായി കറുത്ത വെൽവെറ്റുപോലുള്ള അസംഖ്യം ചെള്ളുകൾ!

മുടിനാരിനെക്കാൾ നനുത്ത തങ്ങളുടെ കൊമ്പുകൾ എൽഡർ ച്ചെടിയുടെ തണ്ടിലേക്കുകുത്തിയിറക്കി അനങ്ങാതെ ഇരുന്ന് അവർ സാവധാനം അതിന്റെ കറ വലിച്ചുകുടിച്ചുകൊണ്ടിരിക്കയാണ്. സൂക്ഷിച്ചു നോക്കിയാൽ അവയുടെ പുറകിലായി പൊള്ളയായ രണ്ട് ചെറിയ കുഴലുകൾ കാണാം. അതിലൊന്നിൽനിന്ന് അടിക്കടി മധുരമുള്ള ഒരു ദ്രാവകത്തുള്ളി പുറത്തുവരുന്നു. ഈ കറുത്ത ജീവികളെ ചെടിച്ചെള്ളുകൾ എന്ന് പറയുന്നു. അവയാണ് ഉറുമ്പിന്റെ പശുക്കൾ; അവയുടെ കൊമ്പു കളാണ് അകിട്; അവയിൽ നിന്ന് പുറത്തുവരുന്ന ദ്രാവകം ഉറുമ്പിനുള്ള പാൽ. ആ പശുക്കൂട്ടങ്ങളുടെ നടക്കും അവയുടെ പുറത്തും വിശക്കുന്ന ഉറുമ്പുകൾ പാലുവരുന്ന തക്കത്തിൽ അവ നുകർന്നുകൊണ്ട് വന്നു പോകുന്നു. പുറത്തേക്കൊഴുകുന്ന മധുര പാനീയം കാണുന്ന മാത്രയിൽ ഓടിപ്പോയി കുടിച്ചു കഴിഞ്ഞ് സന്തോഷത്തോടെ "എന്തൊരു മധുരം! എന്തൊരു സ്വാദ്!" എന്ന് പറയുന്നപോലെ അവ തലപൊക്കി നോക്കു ന്നതുകാണാം. പിന്നെ അടുത്ത ചെള്ളിന്റെ അടുത്തേക്ക് നീങ്ങുകയായി.

എന്നാൽ ചെടിച്ചെള്ളുകൾ പിശുക്കന്മാരാണ്. അവർ അങ്ങിനെ യഥേഷ്ടം പാൽ ചുരത്തുകയൊന്നുമില്ല. ഉറുമ്പുകളാണെങ്കിൽ, അതിന്റെ കൊമ്പുകളായ സ്പർശന മാപിനികൾകൊണ്ട് അവയുടെ അകിടിൽ മൃദുവായി കുത്തിയും തലോടിയും വയറിൽ ഇക്കിളിയാക്കിയും ശരിക്കും കറവക്കാരികളെപ്പോലെ, ചെള്ളുകളുടെ അകിടിൽ നിന്ന് കഴിയുന്നത്ര പുറത്തെടുക്കാൻ ശ്രമിക്കും. മിക്കപ്പോഴും ഉറുമ്പുകൾ വിജയിക്കാറുണ്ട്. മൃദുവായ പെരുമാറ്റംകൊണ്ട് സാധിക്കാത്തത് എന്താണുള്ളത്! ചെടി ച്ചെള്ളുകൾ ഒരുതുള്ളി പാൽചുരത്തിയ ഉടനെത്തന്നെ ഉറുമ്പ് അത് നക്കിയെടുക്കും. അങ്ങിനെ, തങ്ങളുടെ കുഞ്ഞുവയറിലെ അറകൾ നിറയുന്നതുവരെ അവ ഒരു ചെള്ളിൽ നിന്ന് മറ്റൊന്നിലേക്കു പൊയ്ക്കൊ ണ്ടിരിക്കും.

പോളമ്മാവൻ താഴ്ത്തിപിടിച്ചിരുന്ന ചെടിക്കൊമ്പ് വിട്ടു, അത് പൂർവ്വ സ്ഥിതിയിലായി. പാൽക്കാരികളും പശുക്കളും പുൽത്തകിടുകളും എല്ലാം എൽഡർ ചെടിക്കൊമ്പിന്റെ മുകളറ്റത്തെത്തി.

“ഇത് നല്ല രസമുണ്ടല്ലോ, പോളമ്മാവാ,” ക്ലെയർ പറഞ്ഞു. “ആശ്ച ര്യകരം എന്നേ പറയാനുള്ളു, കുട്ടികളെ. എൽഡർ ചെടികൾ മാത്രമല്ല ഉറുമ്പുകൾക്ക് പോഷകം നൽകുന്ന ചെള്ളുകളെ താമസിപ്പിക്കുന്നത്. പ്രകൃതിയിൽ മറ്റ് പലയിടത്തും ഈ ചെള്ളുകളെ കാണാം. എന്നാൽ അവയുടെ നിറങ്ങളിൽ വ്യത്യാസമുണ്ട്. റോസ് ചെടിയിലും കാബ്ബജ് ഇലകളിലും കാണുന്നത് പച്ച ചെള്ളുകൾ. എൽഡർ, ബീൻസ്, പോപ്പി, കൊടിത്തൂവ, പഞ്ഞിമരം പൈൻ എന്നിവയിൽ കറുപ്പ്, ഓക്കുമരത്തിലും മുൾച്ചെടിയിലും ചെമ്പ് നിറം, അരളിയിലും അടക്ക മരത്തിലും മഞ്ഞ. പക്ഷേ ഇവക്കെല്ലാം മധുര പാനീയം പുറത്തുവിടുന്ന രണ്ട് കുഴലുകളുണ്ട്, അതുവഴിയാണ് അവ ഉറുമ്പുകളെ ഊട്ടുന്നത്.”

ക്ലെയറും പോളമ്മാവനും അകത്തേക്ക് കയറി പോയപ്പോൾ, തങ്ങൾ കണ്ട അത്ഭുതം മറ്റുചെടികളിലും പരതിക്കൊണ്ട് എമിലും ജൂൾസും കുറച്ചുസമയം കൂടി കറങ്ങി നടന്നു. ഒരുമണിക്കൂറിനുള്ളിൽ അവർ മറ്റ് നാലു ജാതി ചെടികളിൽ ചെള്ളുകളെയും പാൽ കുടിക്കുന്ന ഉറുമ്പുകളെയും കണ്ടെത്തി.

അദ്ധ്യായം 5

പശുത്തൊഴുത്ത്

അന്ന് വൈകീട്ട് പോളങ്കിൾ ഉറുമ്പിന്റെ കഥ തുടരുകയായിരുന്നു. സാധാരണ ആ സമയത്താണ് ജാക്വസ് തൊഴുത്തുകളിൽ ചുറ്റിനടന്ന് എല്ലാം സുഗമമായി നടക്കുന്നുണ്ട് എന്ന് ഉറപ്പുവരുത്താറുള്ളത്. കാളകൾ അവയുടെ തീറ്റ തിന്നുന്നുണ്ടല്ലോ, ആട്ടിൻകുട്ടികൾ അവയുടെ തള്ളമാരുടെ അരികിൽ സുഖമായി ഉറങ്ങുന്നുണ്ടല്ലൊ, എന്നിങ്ങനെ ഓരോന്ന് ശ്രദ്ധിച്ചുകൊണ്ടാണ് ജാക്വസ് നടന്നുനീങ്ങുക. എന്നാൽ അന്ന്, തന്റെ കുട്ട നെയ്യൽ മുഴുവനാക്കുവാൻ എന്ന മട്ടിൽ ജാക്വസ് അവിടെത്തന്നെ ഇരുന്നു. ഉറുമ്പുകൾക്ക് പാൽ കൊടുക്കുന്ന പശുച്ചെള്ളുകളായിരുന്നു അന്ന് അവന്റെ മനസ്സിൽ മുഴുവൻ എന്നതാണ് ചുറ്റാൻ പോകാതിരുന്നതിന് ശരിയായ കാരണം. രാവിലെ കണ്ട കാര്യങ്ങൾ: ചെടിച്ചെള്ളുകൾ അവയുടെ മധുരദ്രാവകം എങ്ങിനെ പുറത്തേക്ക് വമിപ്പിക്കുന്നു, ഉറുമ്പുകൾ അവ എങ്ങിനെ അകത്താക്കുന്നു, വേണ്ടിവന്നാൽ അത് കിട്ടുവാനായി അവ എങ്ങിനെ ചെള്ളുകളുടെ അകിട് ഉത്തേജിപ്പിക്കുന്നു, എന്നെല്ലാം ഒന്നുകൂടി വിശദീകരിച്ചു പറയുകയായിരുന്നു പോളങ്കിൾ.

“പോൾമാസ്റ്റർ, അങ്ങ് പറയുന്ന കാര്യങ്ങൾ കേൾക്കുമ്പോൾ ദൈവത്തിന്റെ ചൈതന്യ വിശേഷങ്ങളെക്കുറിച്ചു ഞാൻ കൂടുതൽ ബോധവാനാകുന്നു. എന്റെ വയസ്സൻ ഞരമ്പുകളിൽ ഒരു നവ ഉന്മേഷം വന്ന് നിറയുന്നു. ദൈവം അവന്റെ സൃഷ്ടികളെ എങ്ങിനെ പരിപാലിക്കുന്നു! മനുഷ്യന് പാൽ കുടിക്കുവാൻ പശുവിനെ നൽകിയതുപോലെ, ഉറുമ്പിന് അവൻ ചെടിച്ചെള്ളിനെ നൽകി.”

“അതെ ജാക്വസ്, ഈ കാര്യങ്ങൾ മനസ്സിലാക്കുമ്പോൾ നമുക്ക് ദൈവത്തിലുള്ള വിശ്വാസം ഒന്നുകൂടി ഉറയ്ക്കും. അവന്റെ ദൃഷ്ടിയിൽ എല്ലാം

പെടുന്നു. പൂവിന്റെ ഉള്ളിൽനിന്ന് തേൻ കുടിക്കുന്ന ശലഭവും ചുട്ടുപൊള്ളുന്ന കല്ലിന്റെ പുറത്തെ പായലിനു വെള്ളം കൊടുക്കുന്ന മഴയും സർവ്വശക്തന്റെ ദിവ്യത്വത്തിനു തെളിവുകളാണ് എന്ന്, ചിന്തിക്കുന്ന ഓരോരുത്തർക്കും മനസ്സിലാകും.

“അപ്പോൾ നമുക്ക് കഥയിലേക്ക് മടങ്ങി വരാം. നമ്മുടെ പശുക്കൾ എപ്പോഴും യഥേഷ്ടം കറങ്ങി നടന്നുകൊണ്ടിരിക്കുമെന്ന് കരുതുക. അങ്ങിനെയാണെങ്കിൽ, ഓരോദിവസവും അവയെ ദൂരെ ദേശങ്ങളിൽ പോയി തേടിപ്പിടിച്ച് വേണം നമ്മുടെ ആവശ്യത്തിനുള്ള പാൽ കറന്നെടുക്കുവാൻ എന്ന് വരുമല്ലോ. എത്ര ബുദ്ധിമുട്ടുള്ള കാര്യമായിരിക്കും അത്. ചിലപ്പോൾ അവയെ കണ്ടുകിട്ടി എന്നുതന്നെ വരില്ല. അപ്പോൾ നാം എന്ത് ചെയ്യും? വേലിക്കെട്ടിനുള്ളിലാക്കി അവയെ നമ്മുടെ സമീപത്തുതന്നെ നിർത്തും. ഉറുമ്പുകളും ചിലപ്പോൾ പശുച്ചെള്ളുകളെ ഇതുപോലെ ചെയ്യാറുണ്ട്. പലപ്പോഴും വൃഥാവിലായിപ്പോകുന്ന നീണ്ട യാത്രകൾ ഒഴിവാക്കുവാനായി അവ തങ്ങളുടെ ചെള്ളുക്കൂട്ടത്തിനെ ഒരു മൈതാനത്തിൽ പാർപ്പിക്കും. എന്നാൽ, എല്ലാർവർക്കും ഈ ദീർഘവീക്ഷണം ഉണ്ടാകണമെന്നില്ല. തന്നെയുമല്ല, കണക്കില്ലാത്ത ചെള്ളിൻ കൂട്ടത്തെയും അവക്കുവേണ്ട മേച്ചിൽ പറമ്പുകളും കൊള്ളിക്കാൻ പറ്റിയ പൂന്തോട്ടങ്ങൾ നിർമ്മിക്കുക എന്നത് പ്രയാസമായിരിക്കും. പിന്നെ അവരെങ്ങിനെ ഇന്ന് രാവിലെ കണ്ടതുപോലുള്ള കറുത്ത ചെള്ളിൻ കൂട്ടം വസിക്കുന്ന അരളിച്ചെടികളെ മതിൽ കെട്ടി അതിനുള്ളിലാക്കും? ലഭ്യമായ വിഭവങ്ങൾ വഴി പ്രാപ്യമാക്കാവുന്ന ചില കാര്യങ്ങൾ ഉണ്ട്. ഉദാഹരണത്തിന്, കീഴ് ഭാഗത്ത് കുറച്ച് ചെടിച്ചെള്ളുകളുള്ള ഒരു തുണ്ട് പുൽത്തകിട് കിട്ടിയാൽ പൂന്തോട്ടം നിർമ്മിക്കുവാൻ സാധിക്കും.

“ചെറിയൊരു കൂട്ടത്തെ ലഭിച്ചാൽ തൊഴുത്ത് പണിയുന്നതിനെക്കുറിച്ച് ഉറുമ്പുകൾ ചിന്തിച്ചുതുടങ്ങും. ചെടിച്ചെള്ളുകളെ കഠിനമായ സൂര്യപ്രകാശത്തിൽ നിന്നും സംരക്ഷിക്കുന്നതിനാണ് ആ വേനൽക്കാല വസതി നിർമ്മിക്കുന്നത്. തങ്ങളുടെ സൗകര്യത്തിന് ചെള്ളുകളിൽ നിന്ന് പാൽ കറന്നെടുക്കുവാനുള്ള സൗകര്യത്തിന് ഉറുമ്പുകളും കുറച്ചു കാലം അവർക്കൊപ്പം ആ വസതികളിൽ താമസിക്കുന്നു. അതിനായി, അവർ പുൽത്തകിട്തുണ്ടത്തിന്റെ കീഴിലുള്ള ലേശം മണ്ണ് തുരന്ന് മാറ്റി വേരിന്റെ മുകളറ്റം വെളിപ്പെടുത്തുന്നു. ഇങ്ങിനെ മണ്ണുമാറ്റിയ വേരിന്റെ ചട്ടക്കൂടിന് മുകളിൽ അവർ കൂടുകെട്ടുന്നു. നനവുള്ള മൺ തരികൾ ഒന്നൊന്നായി കൂട്ടിക്കൂട്ടി പുൽത്തകിടിന്റെ വേരുകൾക്ക് മുകളിൽ ഒരു വലിയ നിലവറ ഉണ്ടാക്കുമ്പോൾ അതിനു മുകളിൽ ചെള്ളുകൾ നിറഞ്ഞ ചെടിക്കൊമ്പുകൾ കുടവിരിച്ചു നിൽക്കും! പശുക്കളെ ആവശ്യാനുസരണം വന്നുപോയി കറക്കാനുള്ള ദ്വാരങ്ങൾ കൂടി തുറന്ന് കഴിഞ്ഞാൽ

വസതിയുടെ നിർമ്മാണം കഴിഞ്ഞു. അതിലെ അന്തേവാസികൾ സ്ഥിരമായ ഭക്ഷണ ലഭ്യതയുടെ ഉറപ്പിൽ സുഖകരമായ നല്ല തണുപ്പുള്ള ഗൃഹത്തിൽ സമാധാനത്തോടെ താമസിക്കുന്നു. ചെടിത്തണ്ടിൽ കൊമ്പുകൾ താഴ്ത്തി ഇറക്കി അതിന്റെ കറ നുകർന്നിരിക്കുന്ന പശുക്കൾ, എപ്പോൾ വേണമെങ്കിലും വീട്ടിൽത്തന്നെ ഇരുന്ന് അവയെ കറന്നുകുടിക്കുവാൻവേണ്ട സംവിധാനമുള്ള ഉറുമ്പുകൾ. സന്തോഷത്തിന് ഇനി ഇതിൽക്കൂടുതൽ എന്തുവേണം!

"തിരക്കിട്ട് എളുപ്പത്തിൽ മണ്ണുകൊണ്ടുണ്ടാക്കിയ തൊഴുത്ത് അത്രക്ക് ഉറപ്പുള്ളതാകണമെന്നില്ലല്ലോ. ശക്തിയിലൊന്ന് ഊതിയാൽ മതി അത് മറിഞ്ഞു വീഴാൻ. അത്രക്ക് ദുർബ്ബലമായ ഒന്നിന്റെ മുകളിൽ എന്തിന് കഠിനമായി അദ്ധ്വാനിക്കണം? മലമുകളിൽ ആടുമേക്കുന്ന ഇടയൻ പൈൻ കൊമ്പുകൾ കൊണ്ട് ഒന്നുരണ്ട് മാസത്തേക്കായി മാത്രം കെട്ടിയുണ്ടാക്കുന്ന കുടിലിന് അമിത ശ്രദ്ധ നൽകുമോ? "ചെറിയ പുൽത്തകിടിത്തുണ്ടിന്റെ അടിയിൽ കാണുന്ന ചെടിച്ചെള്ളുകൾ കൊണ്ട് ഉറുമ്പുകൾ തൃപ്തരാവുകയില്ലത്രേ. അവരുടെ വഴിയിൽ ദൂരെ കണ്ടുമുട്ടുന്ന ചെള്ളുകളെക്കൂടി അവർ തങ്ങളുടെ തൊഴുത്തിലേക്ക് കൊണ്ടുവരും. ആദ്യം കണ്ട ചെള്ളിൻകൂട്ടത്തെ നഷ്ട്ടപ്പെട്ടുപോയെങ്കിൽ ഇത്തരത്തിൽ സ്വയം ശേഖരിച്ച കൂട്ടത്തെ അവർ ആശ്രയിക്കുന്നു. അവയുടെ ഈ ദീർഘവീക്ഷണം വാസ്തവത്തിൽ എന്നെ അത്ഭുതപ്പെടുത്തുന്നില്ല. എങ്കിലും, ഈ പ്രക്രിയ ഞാൻ സ്വയം കണ്ടിട്ടില്ലാത്തതുകൊണ്ട് അതിനെക്കുറിച്ച് ഇപ്പോൾ എനിക്ക് ഉറപ്പുതരുവാൻ കഴിയില്ല. ചെടികച്ചെള്ളുകളുടെ തൊഴുത്ത് മാത്രമേ ഞാൻ നേരിട്ട് കണ്ടിട്ടുള്ളൂ. ജ്യൂൾസ് വളരെ സൂക്ഷ്മമായി അന്വേഷിക്കുകയാണെങ്കിൽ, ഈ വേനൽക്കാലത്ത് നല്ല വെയിലുള്ള ദിവസങ്ങളിൽ ചെടിച്ചട്ടികളുടെ അടിയിൽ ഇവയെ കണ്ടെത്താനാകും."

"തീർച്ചയായും, പോളമ്മാവാ, ഞാൻ അവയെ തേടിക്കണ്ടുപിടിക്കും. ഉറുമ്പുകളുടെ ഈ വിചിത്രമായ തൊഴുത്തുകൾ എനിക്ക് കാണണം. പോളമ്മാവൻ ഇനിയും ഒരുകാര്യം പറഞ്ഞിട്ടില്ല. ഈ ചെള്ളുപശുക്കളെ കണ്ടുമുട്ടാനുള്ള ഭാഗ്യമുണ്ടായാൽ ഉറുമ്പുകൾ എന്തിനാണ് അവയിൽ നിന്ന് കണക്കില്ലാതെ പാൽ അകത്താക്കുന്നത്? എൽഡർ ചെടികളിൽനിന്ന് താഴേക്ക് ഇറങ്ങിവരുന്ന ഉറുമ്പുകൾ പാൽകുടിച്ചുവീർത്ത വയറുമായി തങ്ങളുടെ കൂടുകളിലെത്തി അവിടെയുള്ള എല്ലാ അംഗങ്ങൾക്കും പാല് വിതരണം ചെയ്യുമെന്ന് പോളമ്മാവൻ പറഞ്ഞിരുന്നല്ലോ. അവരത് എങ്ങിനെ ചെയ്യുന്നു?"

"ഭക്ഷണം കണ്ടുപിടിക്കുന്ന ഉറുമ്പ് സാധിക്കുമെങ്കിൽ ആദ്യം

അതിന്റെ തന്നെ വയറുനിറക്കുന്നത് സ്വാഭാവികമാണ്. മറ്റുള്ളവർക്കുവേണ്ടി ജോലിചെയ്യുന്നതിനുമുൻപ് സ്വന്തം ആരോഗ്യം നോക്കണമല്ലോ. സ്വയം വിശപ്പകറ്റിയ ഉടനെ അതിനു മറ്റുള്ളവരെ ഓർമ്മ വരുന്നു. കുട്ടികളെ, മനുഷ്യരുടെ ഇടയിൽത്തന്നെ അങ്ങിനെ എല്ലാർവരും ചിന്തിക്കുകയില്ല. ചിലർ സ്വയം മൂക്കറ്റം തിന്നുകഴിഞ്ഞാൽ എല്ലാർവരും കഴിച്ചുകഴിഞ്ഞു എന്നങ്ങ് അനുമാനിച്ചു കളയും. അവരെ സ്വാർത്ഥമതികൾ എന്ന് വിളിക്കുന്നു. നിങ്ങൾ ആ ചീത്തപ്പേര് കേൾപ്പിക്കരുത്. ഈ ഉറുമ്പുകൾക്കുപോലും അതൊരു അപമാനമാകും! അപ്പോൾ, സ്വയം വയറുനിറച്ചുകഴിഞ്ഞ് അവ തങ്ങൾക്കുള്ള ഒരേഒരു സഞ്ചിയിൽ, അതായത്, വയറ്റിൽ വിശന്നിരിക്കുന്നവർക്കായി ദ്രവ ഭക്ഷണം നിറച്ച് യാത്രയാകും. കണ്ടോ, അവ വീർത്ത വയറുമായി തിരിച്ചുവരുന്നത്. മറ്റുള്ളവർക്ക് വേണ്ടി അവ എത്ര കഷ്ടപ്പെടുന്നു! ഉറുമ്പ് കോളനി പണിയുന്ന മണ്ണ് കുഴിക്കുന്നവരും ആശാരിമാരും മറ്റ് തൊഴിലാളികളും അവരുടെ വരവ് കാത്തിരിക്കുകയാണ്. കാരണം, പണിസ്ഥലത്തുള്ള തങ്ങളുടെ ചുമതലകൾ ഉപേക്ഷിച്ച് അവർക്ക് സ്വയം ചെടികളുള്ളിടുകളെ തേടിപ്പോകുവാൻ കഴിയില്ല. പാലുമായി വരുന്ന ഉറുമ്പ് ഒരു ആശാരി ഉറുമ്പിനെ കണ്ടു എന്ന് വെക്കുക. ആശാരി അതിന്റെ വായിലെ വൈക്കോൽ കഷ്ണം ക്ഷണ നേരത്തേക്ക് താഴെ ഇടുന്നു. രണ്ട് ഉറുമ്പുകളും ഉമ്മവെക്കുന്നതുപോലെ ചുണ്ടുകൾ കൂട്ടി മുട്ടിക്കുന്നു. പാലുറുമ്പ് അതിന്റെ വയറ്റിലെ പാലിന്റെ ഒരു ചെറിയ തുള്ളി പുറത്തേക്ക് വമിപ്പിച്ച് മറ്റേ ഉറുമ്പിന്റെ വായിൽ കൊടുക്കുന്നു. പാലുകുടിച്ച ഉറുമ്പ് അത് നേരത്തേ താഴെയിട്ട വൈക്കോൽ തുണ്ട് വീണ്ടും ചുമന്നുകൊണ്ട് സന്തോഷത്തോടെ നീങ്ങിത്തുടങ്ങും. പാൽവിതരണക്കാരൻ തന്റെ അടുത്ത ഉപഭോക്താവിനെ തേടി യാത്ര തുടരും. അടുത്ത വിശക്കുന്നവനെ കണ്ടാൽ ഈ ചെയ്തതൊക്കെ ആവർത്തിക്കും. അങ്ങിനെ പാൽ നിറഞ്ഞു വീർത്ത വയർ ഒട്ടുന്നത് വരെ ഈ പ്രക്രിയ തുടരുന്നു. അതുകഴിഞ്ഞാൽ പാൽക്കാരൻ തന്റെ കുപ്പി നിറക്കാൻ വീണ്ടും എൽഡർ ചെടിയിലേക്ക് യാത്രയായി.

ഇങ്ങിനെ സ്വയം ഭക്ഷണം കണ്ടെത്തുവാൻ വേണ്ടി പോകുവാൻ കഴിയാത്ത വിശക്കുന്ന ഒരു പറ്റം തൊഴിലാളികൾക്ക് വായിൽ നിറച്ചു ഭക്ഷണം കൊടുക്കുവാൻ ഒരു ഉറുമ്പിനെക്കൊണ്ട് ആവില്ല എന്ന് നിങ്ങൾക്ക് ഊഹിക്കാമല്ലോ. അതിന് ഒരുപറ്റം ഉറുമ്പുകൾ തന്നെ വേണം. തന്നെയുമല്ല, മണ്ണിനടിയിലെ സുഖകരമായ ചൂടിൽ വിശക്കുന്ന ഒരു പറ്റം പിന്നെയുമുണ്ട്. അവരാണ് ഭാവിയുടെ വാഗ്ദാനങ്ങളായ കുട്ടികൾ അടങ്ങുന്ന കുടുംബങ്ങൾ. ഇടയ്ക്കു പറയട്ടെ, ഈ ഉറുമ്പുകളും പക്ഷികളെപ്പോലെ മുട്ടയിൽനിന്നാണ് പുറത്തുവരുന്നത്.”

“ഒരു ദിവസം,” എമിൽ ഇടക്കുകയറി പറഞ്ഞു, “ഞാനൊരു കല്ല് പൊക്കിയപ്പോൾ അതിന്റെ കീഴെ കുറേ വെളുത്ത അരിമണികൾ പോലെയുള്ള എന്തോ ഒന്ന് കണ്ടു. ഉറുമ്പുകൾ തിരക്കിട്ട് അവ ചുമന്നു കൊണ്ട് ഭൂമിക്കടിയിലേക്ക് പോകുന്നുണ്ടായിരുന്നു.”

“ആ വെളുത്ത സാധനം അതിന്റെ മുട്ടകളാണ്.” പോളമ്മാവൻ പറഞ്ഞു. “അവർ മുട്ടകൾ താഴെനിന്ന് പൊക്കിക്കൊണ്ടുവന്ന് കല്ലിന്റെ ചൂടുതട്ടിച്ച് അവയുടെ വിരിയൽ സുഗമമാക്കുകയാണ്. കല്ലുപൊക്കിയപ്പോൾ അവർ മുട്ടകളും കൊണ്ട് തിരക്കിട്ട് താഴെ സുരക്ഷിതസ്ഥാനത്തേക്ക് പോകുന്നതാണ് നീ കണ്ടത്.”

“മുട്ട വിരിഞ്ഞു പുറത്തുവരുന്ന ഉറുമ്പുകുഞ്ഞുങ്ങൾക്ക് നാമറിയുന്ന രൂപമല്ല ഉള്ളത്. അവ കാലുകളില്ലാത്ത, അനങ്ങുവാൻ പോലും കഴിയാത്ത ദുർബ്ബലരായ ഒരുജാതി വെളുത്ത പുഴുക്കളാണ്. ഒരു ഉറുമ്പിൻ പുറ്റിൽ ഇത്തരം ആയിരക്കണക്കിന് വെള്ള പുഴുക്കളുണ്ടാകും. പാലും കൊണ്ടുവരുന്ന ഉറുമ്പുകൾ ഒരു പുഴുവിൽനിന്ന് മറ്റൊന്നിലേക്കു അത് വിതരണം ചെയ്തുകൊണ്ട് നിർത്താതെ നീങ്ങിക്കൊണ്ടിരിക്കും. ഒറ്റദിവസം കൊണ്ട് പുഴുക്കൾ വളർച്ചയെത്തിയ ഉറുമ്പുകളാകുന്നു! ഇങ്ങിനെ ഉറുമ്പിൻ പുറ്റിലെ കുഞ്ഞുങ്ങളെവളർത്തിയെടുക്കുവാൻ ഇവർ എത്രമാത്രം അദ്ധ്വാനിക്കുന്നു എന്നും എത്ര ചെടിച്ചെള്ളുകളിൽ നിന്ന് പാൽ കറക്കുന്നു എന്നും ഒന്നാലോചിച്ചുനോക്കു.”

അദ്ധ്യായം 6

വില്ലി ഡെർവിഷ്

"ചെറുതും വലുതുമായ ഉറുമ്പിൻ പുറ്റുകൾ എല്ലായിടത്തുമുണ്ട്," ചാള്ളൾസ് നിരീക്ഷിച്ചു. നമ്മുടെ പൂന്തോട്ടത്തിൽത്തന്നെ എനിക്ക് ഒരു ഡസൻ കണ്ടെത്താൻ കഴിയും. അതിൽ ചില പുറ്റുകളിൽ നിന്ന് ഇറങ്ങിവരുന്ന ഉറുമ്പുകൾ ആ പാത മുഴുവൻ നിറഞ്ഞ് അതിന് ഒരു കറുത്ത നിറം തന്നെ കൊടുക്കും. അവറ്റകൾക്കെല്ലാം പാൽ കൊടുക്കാൻ ഒട്ടനേകം ചെടിച്ചെള്ളുകൾ വേണ്ടിവരും."

"അസഖ്യം ഉറുമ്പുകളുണ്ടായിരിക്കും, പക്ഷേ അതിൽ കൂടുതൽ ചെടിച്ചെള്ളുകളും ഉണ്ട്. അതുകൊണ്ട് അവക്ക് പാലുകിട്ടാതിരിക്കില്ല. വാസ്തവത്തിൽ, അവയുടെ ആധിക്യം കാരണം വിളവുകൾക്കുതന്നെ കനത്ത ഇടിവ് സംഭവിക്കുന്നുണ്ട്. ഈ ചെള്ളുകൾ നമുക്കെതിരെ യുദ്ധം പ്രഖ്യാപിച്ചിരിക്കുകയാണ്. അത് മനസ്സിലാക്കണമെങ്കിൽ ഈ കഥ കേട്ടോളൂ:"

"ഇന്ത്യയിൽ ഒരു കാലത്ത് നിരുത്സാഹനായി മുഷിഞ്ഞിരിക്കുന്ന ഒരു രാജാവുണ്ടായിരുന്നു. അദ്ദേഹത്തെ രസിപ്പിക്കുവാനായി ഒരു ഡെർവിഷ് ചെസ്സ് ഗെയിം കണ്ടുപിടിച്ചു. നിങ്ങൾക്ക് ഈ കളി അറിയാമോ? ഇല്ലെങ്കിൽ ശരി, പറഞ്ഞുതരാം. ചതുരക്കള്ളികളുള്ള ഒരു പലകയിൽ രണ്ട് എതിരാളികൾ ഏറ്റുമുട്ടുന്നു. കറുപ്പും വെളുപ്പുമായി വിവിധ മൂല്യങ്ങളുള്ള പടയാളികൾ പലകയിൽ അണിനിരക്കും: കാലാൾ പട, രാജാവ്, രാജ്ഞി, മന്ത്രി, ബിഷപ്പ്, രഥം, ആന, കുതിര എന്നിങ്ങനെയുള്ളവർ പലകയിൽ മുഖത്തോടുമുഖം നോക്കി നിരന്നു നിന്നാൽ യുദ്ധം തുടങ്ങുകയായി. എപ്പോഴത്തെയും പോലെ, കാലാളുകളാണ് യുദ്ധ ഭൂമിയിൽ മരണത്തിന് നേരെ അഭിമുഖമായി നിൽക്കുന്നവർ. രാജാവ് ദൂരെ അംഗരക്ഷകരാൽ പരിരക്ഷിക്കപ്പെട്ട്

അവയുടെ വീഴ്ച കണ്ടുകൊണ്ടിരിക്കുന്നുണ്ടാകും. വാളുകൊണ്ട് തലങ്ങും വിലങ്ങും വെട്ടിവീഴ്ത്തിക്കൊണ്ട് കുതിരപ്പട്ടാളവും ബിഷപ്പും ഒക്കെ വളരെ ഉത്സാഹത്തിൽ യുദ്ധത്തിൽ പങ്കുചേരും. ശത്രു സേനയുടെ ആക്രമണം പ്രതിരോധിച്ചുകൊണ്ട് ചതുരംഗക്കട്ടകൾ കള്ളികളിൽ ഓടിനടക്കും. ഒരു പടയിലെ രാജ്ഞി ബന്ധനസ്ഥയാകുന്നു; രാജാവിന് കോട്ട നഷ്ടപ്പെടുന്നു; ഒരു കുതിരയും ഒരു ബിഷപ്പും യുദ്ധവിജയത്തിനായി പരാക്രമങ്ങൾ കാണിക്കുന്നു. അവർ പരാജയപ്പെടുന്നു. രാജാവ് അനങ്ങുവാൻ പറ്റാത്ത വിധം ബന്ധനസ്ഥനാകുന്നു; കളിയിൽ തോൽക്കുന്നു. അങ്ങിനെ ഒടുക്കം ഒരു പടക്ക് വിജയം നിശ്ചിതമാകും."

"ഈ യുദ്ധ സങ്കൽപ്പത്തിൽ അധിഷ്ഠിതമായ കളി, മുഷിഞ്ഞിരിക്കുന്ന രാജാവിനെ സന്തോഷിപ്പിച്ചു. ഈ കളി കണ്ടുപിടിച്ചതിന് എന്ത് പാരിതോഷികമാണ് വേണ്ടത് എന്ന് അദ്ദേഹം ഡെർവിഷിനോട് ചോദിച്ചു."

'മഹാനായ തിരുമനസ്സേ,' ഡെർവിഷ് പറഞ്ഞു, 'ദരിദ്രനായ ഒരു ഡെർവിഷിനെ തൃപ്തിപ്പെടുത്തുക വളരെ എളുപ്പമാണ്. എനിക്ക് അങ്ങ് ചതുരംഗ പലകയിലെ ആദ്യത്തേ കള്ളിക്ക് ഒരുമണി ഗോതമ്പ് മണിയും രണ്ടാമത്തേതിന് രണ്ട് മണിയും മൂന്നാമത്തേതിന് നാലും നാലാമത്തേതിന് എട്ടും എന്ന കണക്കിൽ മണികൾ ഇരട്ടിപ്പിച്ച് അവസാനത്തെ കള്ളിക്ക് വരെ ഗോതമ്പ് മണികൾ നൽകണം. ഞാനതുകൊണ്ട് തൃപ്തനായിക്കൊള്ളാം. അത് എന്റെ നീല പ്രാവുകൾക്ക് കുറേ ദിവസത്തേക്കുള്ള ഗോതമ്പ് മണികളാകും.'

"ഇയാളൊരു വിഡ്ഢി തന്നെ," രാജാവ് സ്വയം പറഞ്ഞു. "ഇയാൾക്ക് നല്ല കനത്ത പാരിതോഷികം ചോദിക്കാമായിരുന്നു, എന്നാൽ അയാളിപ്പോൾ ഒരുപിടിധാന്യം മാത്രമാണ് ആവശ്യപ്പെട്ടിരിക്കുന്നത്."

രാജവ് മന്ത്രിയെ നോക്കി പറഞ്ഞു, "ഈ ആളിന് പത്ത് മടിശീല നിറച്ച ആയിരം സ്വർണത്തുട്ടുകളും ഒരുചാക്ക് നിറയെ ഗോതമ്പു മണികളും കൊടുക്കുക. അയാൾ എന്നോട് ആവശ്യപ്പെട്ടതിന്റെ നൂറു മടങ്ങ് കൂടുതൽ മണികൾ അയാൾക്ക് ലഭിക്കും." "മഹാരാജാവേ," ഡെർവിഷ് പറഞ്ഞു, "സ്വർണ്ണത്തുട്ടുകൾ അങ്ങ്തന്നെ വെച്ചുകൊള്ളുക. എന്റെ പ്രാവുകൾക്ക് അത് ഉപകാരപ്പെടില്ല. ഞാൻ ആവശ്യപ്പെട്ടതു പോലെ ഗോതമ്പു മണികൾ മാത്രം നൽകുക."

"ശരി. ഒരു ചാക്കിനു പകരം നൂറുചാക്ക് ധാന്യം ഞാൻ തരാം."

"മഹാനായ ന്യായാധിപൻ, അത് മതിയാവുകയില്ല."

"എങ്കിൽ ഒരായിരം ചാക്ക്." "അതും പോര, മഹാരാജൻ. അതുകൊണ്ട് എന്റെ ചതുരംഗപ്പലകയിലെ കള്ളികൾക്ക് കിട്ടാനുള്ളത്

തികയുകയില്ല.” അപ്പോഴേക്കും രാജ്യസഭാംഗങ്ങൾ പരസ്പരം നോക്കി അടക്കം പറയാൻ തുടങ്ങിയിരുന്നു. ആയിരം ചാക്ക് ഗോതമ്പ് മണികൾ തന്റെ ഒരുമണി ഗോതമ്പിന്റെ അറുപത്തിനാല് ഇരട്ടി ആവില്ല എന്ന ഡെർവിഷിന്റെ ഉറച്ച പ്രസ്താവന അവരെ ആശ്ചര്യപ്പെടുത്തി. ക്ഷമ നശിച്ച രാജാവ് കൃത്യമായി താൻ എത്ര ഗോതമ്പ് കൊടുക്കേണ്ടിവരുമെന്ന് കണക്കാക്കുവാൻ തന്റെ സദസ്സിലെ വിദ്വാന്മാരോട് ആവശ്യപ്പെട്ടു. ഡെർവിഷ് തന്റെ താടിയുടെ മറവിൽ വല്ലാത്ത ഒരു ചിരി ചിരിച്ചുകൊണ്ട് അവരുടെ കണക്കുകൂട്ടൽ തീരുവാനായി മാറിയിരുന്നു. അവർ കൂട്ടുന്തോറും സംഖ്യ വലുതായി വലുതായി വന്നുകൊണ്ടിരുന്നു. ഒടുക്കം ആ സംഘത്തിലെ തലവൻ എഴുന്നേറ്റു.

“മഹാരാജാവേ, കണക്കു തിട്ടപ്പെട്ടു. നമ്മുടെ കലവറയിൽ ഡാർവിഷിന്റെ ആവശ്യം നിറവേറ്റുന്നതിനുള്ള ഗോതമ്പ് ഇല്ല. നമ്മുടെപട്ടണത്തിലോ, രാജ്യത്തോ, ഈ മുഴുവൻ ഭൂമിയിലോ ഇല്ല. അതിന്, ഈ ഭൂമിയും, കടലുകളും മുഴുവൻ ഒരുവിരൽ താഴ്ചയിൽ മൂടുവാൻ വേണ്ടഅത്ര ഗോതമ്പ് വേണ്ടിവരും.”

കോപാകുലനായ രാജാവ് തോൽവി സമ്മതിച്ചു. അദ്ദേഹം ഡാർവിഷിനെ ചെസ്സിന്റെ വസീർ ആയി പ്രഖ്യാപിച്ചു. അതുതന്നെയാണ് കൗശലക്കാരനായ ഡാർവിഷിനു വേണ്ടിയിരുന്നത്. “ആ രാജാവിനെപ്പോലെ ഞാനും ഡെർവിഷിന്റെ വലയിൽ പെട്ടുപോയേനെ,” ജൂൾസ് പറഞ്ഞു. “ഒരു മണി ഗോതമ്പ് അറുപത്തിനാല് പ്രാവശ്യം ഇരട്ടിപ്പിച്ചാൽ ഒരു പിടി മണികളാകുമായിരിക്കും എന്നേ ഞാനും കരുതിയുള്ളൂ.”

“എന്നാൽ മനസ്സിലാക്കിക്കൊള്ളൂ,” പോളമ്മാവൻ പറഞ്ഞു, “എത്ര ചെറിയ സംഖ്യ ആയാലും അതിനെ പലപ്രാവശ്യം അതുകൊണ്ടുതന്നെ ഗുണിച്ചാൽ അത് ഉരുണ്ടുവരുന്ന ഒരു ഹിമഗോളം പോലെ വലുപ്പം വെച്ചുകൊണ്ടിരിക്കും. ഒടുക്കം നാമെത്ര ശ്രമിച്ചാലും നീക്കുവാൻ കഴിയാത്ത അത്രക്ക് വലിയ ഒരു ഗോളമായിത്തീരും.”

“പോളമ്മാവന്റെ ഡാർവിഷ് ഏതായാലും കേമൻ തന്നെ,” എമിൽ പറഞ്ഞു, “അയാളുടെ നീലപ്രാവുകൾക്കു വേണ്ടി ഓരോമണി ഗോതമ്പു മാത്രമാണ് ആദ്യം ചോദിച്ചത്. ഓരോ കള്ളിയിലും മണി വെക്കുമ്പോൾ അത് മുൻപ് വെച്ചതിന്റെ ഇരട്ടിയായിരിക്കണം എന്ന ഒരു നിബന്ധന മാത്രമേ വെച്ചുള്ളൂ. കേട്ടാൽ വളരെ നിസ്സാരമായ അളവ്. എന്നാൽ, യാഥാർത്ഥ്യത്തിൽ രാജാവിനുള്ളതിൽ കൂടുതൽ ആണ് അത്. ഡാർവിഷ് എന്നുവെച്ചാൽ ആരാണ് പോളമ്മാവാ?”

“ഈ ലോകത്തെ സുഖ സൗകര്യങ്ങളെല്ലാം ത്യജിച്ച് ഈശ്വരചിന്തയിൽ മാത്രം മുഴുകിയ ഒരു മത പുരോഹിതനെയാണ് പൗരസ്ത്യ

ലോകത്ത് ഡാർവിഷ് എന്ന് വിളിക്കുന്നത്."

"അങ്ങ് പറഞ്ഞു, രാജാവ് ഡാർവിഷിനെ വസീർ ആക്കി എന്ന്. അത് ഒരു വലിയ പദവിയാണോ?"

"വസീർ എന്നുവച്ചാൽ പ്രധാനമന്ത്രി.വസീർ ആണ് രാജാവ് കഴിഞ്ഞാൽ രാജ്യത്തെ അടുത്ത പ്രധാനപ്പെട്ട ആൾ."

"വെറുതെയല്ല ഡാർവിഷ് പതിനായിരം സ്വർണ്ണക്കഷണങ്ങളുള്ള പത്ത് കിഴികൾ വേണ്ട എന്ന് പറഞ്ഞത്. അദ്ദേഹം അതിലും വലിയ ഒന്നിനുവേണ്ടി കാത്തിരിക്കുകയായിരുന്നു. പത്ത് കിഴി തന്നെ വലിയൊരു തുകയാകുമായിരുന്നു, അല്ലെ?"

"ഒരു സ്വർണ്ണത്തുണ്ട് പന്ത്രണ്ട് ഫ്രാങ്കിന് തുല്യമാണ്. അങ്ങിനെ നോക്കുമ്പോൾ രാജാവ് ഒരു ലക്ഷത്തി ഇരുപതിനായിരം ഫ്രാങ്ക് ആണ് കൊടുക്കാൻ സമ്മതിച്ചത്, പിന്നെ, ഒരു ചാക്ക് ഗോതമ്പും. ഡാർവിഷിന് വേണ്ടിയിരുന്നത് ഒരു മണി അറുപത്തിനാല് പ്രാവശ്യം ഇരട്ടിച്ചതും."

"അങ്ങിനെ നോക്കുമ്പോൾ രാജാവിന്റെ പാരിതോഷികം ഒന്നുമല്ല."
"ചെടിച്ചെള്ളുകളുടെ കഥ?" ജൂൾസ് ചോദിച്ചു.

"ഡാർവിഷിന്റെ കഥയിൽനിന്ന് നാം അതിലേക്കാണ് വരുന്നത്," പോളമ്മാവൻ ഉറപ്പുനൽകി.

അദ്ധ്യായം 7

ഒരു വലിയ കുടുംബം

"ഒരു ചെടിച്ചെള്ള് ഒരു റോസ് ചെടിയുടെ ഇളം തണ്ടിൽ താമസമുറപ്പിച്ച എന്ന കരുതുക," പോളമ്മാവൻ തുടർന്നു. "അത് തനിച്ചാണ്, തികച്ചും ഏകാകി. കുറച്ച കഴിയുമ്പോൾ അതിനു ചുറ്റും കുറേ ചെള്ളുകുഞ്ഞുങ്ങളെ കാണാം. അവ അതിന്റെ കുഞ്ഞുങ്ങളാണ്. എത്ര എണ്ണമെന്നോ? പത്ത്? ഇരുപത്? നൂറ്? പത്ത് എന്ന് കരുതുക. ചെള്ളു വർഗ്ഗത്തിന്റെ നിലനിൽപ്പിന് അതുമതിയോ? എന്റെ ചോദ്യം കേട്ട് ചിരിക്കേണ്ട. ചെടിച്ചെള്ളുകൾ റോസിന്റെ തണ്ടിൽനിന്ന പോയാൽ പ്രകൃതിക്ക് ഒന്നും സംഭവിക്കില്ല എന്ന് എനിക്ക് നന്നായറിയാം."

എമിൽ പറഞ്ഞു, "അങ്ങിനെ സംഭവിച്ചാൽ ഉറുമ്പുകളായിരിക്കും ഏറ്റവും കൂടുതൽ ബുദ്ധിമുട്ടുക."

"അവസാനത്തെ ചെടിച്ചെള്ളും ഇലയിലിരുന്ന് ചത്തുപോയാലും ഭൂഗോളത്തിന്റെ തിരിയലിനു മാറ്റമൊന്നും സംഭവിക്കുകയില്ല; എന്നാൽ സത്യത്തിൽ, ചെടിച്ചെള്ളുകളുടെ വംശം നിലനിർത്തുവാൻ പത്ത് ചെള്ളുകൾ മതിയോ എന്നതല്ല ചോദ്യം. എങ്ങിനെ പ്രകൃതിയുടെ സന്തുലനാവസ്ഥ നിലനിർത്താമെന്നത് ശാസ്ത്രത്തിന്റെ ഏറ്റവും പ്രധാന അന്വേഷണമാണ്. വിനാശകരമായ കീടങ്ങളെ കണക്കാക്കിയില്ലെങ്കിൽ പത്ത് ചെള്ളുകൾ ഒട്ടനവധിതന്നെയാണ്. ഒന്നിന് പകരം ഒന്നായാൽ അംഗസംഖ്യയിൽ മാറ്റമൊന്നുമുണ്ടാകില്ല. എന്നാൽ, ഒന്നിന് പകരം പത്തെന്ന തോതിൽ വളർന്നാൽ അത് ചെറിയൊരു കാലത്തിനുള്ളിൽ കണക്കില്ലാത്ത വലിയൊരു സംഖ്യയായിത്തീരും. ഡെർവിഷിന്റെ ഒരു മണി ഗോതമ്പ് ഇരട്ടിച്ച അറുപത്തിനാല് മടങ്ങായപ്പോൾ എന്ത് സംഭവിച്ച എന്ന് ഓർത്തുനോക്കൂ - അത് ഒരുവിരൽ

ആഴത്തിൽ ഭൂമിമുഴവൻ മൂടാനുള്ളത്രയുമായി. എന്നാൽ, ഒരിക്കൽ ഇരട്ടിക്കുന്നതിനു പകരം പത്ത് തവണ ഇരട്ടിച്ചാലോ?! അതുപോലെ, ആദ്യത്തേ ചെടിച്ചെള്ളിന്റെ പിൻഗാമികളുടെ അംഗസംഖ്യ പത്തുമടങ്ങ് വലുതാവുകയാണെങ്കിൽ, അവയെ ഒരുവരിയിൽ നിർത്തിയാൽ ഈ ഭൂമിയുടെ ചുറ്റളവിന്റെ അത്രയും വരും! എന്നാൽ മരണമെന്ന സമകാരി, ചെള്ള് സംഖ്യ സ്ഫോടനത്തിനു തടയിടുന്നു. അതോടൊപ്പം, പ്രകൃതിയിൽ യുവത്വം നിലനിർത്തുകയും ചെയ്യുന്നു. വളരെ ശാന്തമായി കാണുന്ന ഓരോ റോസ് ചെടിയിലും ഒരൊമിനുട്ടിലും പല മരണങ്ങൾ സംഭവിക്കുന്നുണ്ട്. ചെറിയവരും ദുർബ്ബലരായവരുമാണ്, അവരെക്കാൾ ശക്തി കൂടുതലുള്ളവരുടെ സ്ഥിരമായ ഇരകൾ. യാതൊരു പ്രതിരോധവുമില്ലാത്ത ഈ ചെറിയ, ബലഹീനരായ ചെടിച്ചെള്ളിൻ കൂട്ടങ്ങൾ എന്തെല്ലാം അപകടങ്ങൾ അഭിമുഖീകരിക്കുന്നു! ഒരു കിളിക്കുഞ്ഞ് കൂട്ടിൽനിന്ന് പുറത്തുകടക്കുന്നതിനുമുൻപ് അതിന്റെ സൂക്ഷ്മമായ ദൃഷ്ടിയിൽ ചെടിച്ചെള്ളുകൾ നിറഞ്ഞ ഒരു കൊമ്പ് പെട്ടു എന്നിരിക്കട്ടെ. അത് ഒരു നൂറ് ചെള്ളുകളെ ഉടനെ അകത്താക്കും. അപ്പോൾ, അതിനേക്കാൾ അത്യാഗ്രഹിയായ ഒരു പുഴു ഇവയെ കണ്ടാലോ? പിന്നെ ഈ വർഗത്തെ പടച്ചുവിട്ട ദൈവം തന്നെ ഇവയെ രക്ഷിക്കേണ്ടിവരും!"

"പച്ച നിറത്തിൽ, പുറത്തു വെള്ള വരകളുള്ളവയാണ് ഈ ആർത്തിപ്പുഴുക്കൾ. വീർത്ത് ഇരട്ടി വലുപ്പം വെക്കുമ്പോൾ ഒരു വെള്ളത്തുള്ളിപോലെ ഇവയുടെ തല കൂർത്ത് വയറു വീർത്തിരിക്കും. അത് വരുത്തുന്ന കെടുതികൾ കണക്കിലെടുത്ത് അതിനെ ഉറുമ്പിന്റെ സിംഹം എന്നാണ് വിളിക്കാറുള്ളത്. അത് ചെള്ളിൻ പറ്റത്തിൽ കയറിക്കൂടിയാൽ ആദ്യം ഏറ്റവും വലിയതിനെത്തന്നെ ലക്ഷ്യമിടുന്നു. അതിനെ പിടിച്ചു തിന്നു കഴിഞ്ഞ് തോല് ഉപേക്ഷിക്കുന്നു. പിന്നെ അടുത്തതിനെ, അങ്ങിനെ ഒരു നൂറെണ്ണത്തിനെ കൊന്നു തിന്നുന്നു. വിഡ്ഢികളായ ചെള്ളിൻ പറ്റം അവയുടെ അംഗ സംഖ്യ കുറഞ്ഞുവരുന്നതുപോലും അറിയുന്നില്ല. കുടുക്കിൽ പെട്ട ചെടിച്ചെള്ളുകൾ സിംഹത്തിന്റെ കൂർത്ത പല്ലുകൾക്കിടയിൽ കിടന്ന് പിടയുമ്പോൾ മറ്റുള്ളവ ഒന്നും സംഭവിക്കാത്തതുപോലെ സ്വസ്ഥമായി അതിന്റെ തീറ്റ മെല്ലെ തിന്നുകൊണ്ടിരിക്കുന്നു. അവയുടെ വിശപ്പ് കെടുത്തുവാൻ സ്വന്തം വർഗ്ഗത്തിന്റെ വിനാശമൊരു കാരണമാകുന്നില്ല. സ്വയം ഇരകളാകുന്നതുവരെ അവ തങ്ങളുടെ ഭക്ഷണം ഭക്ഷിച്ചുകൊണ്ടിരിക്കും. സിംഹത്തിനു വയറുനിറഞ്ഞാൽ കഴിച്ചത് ദഹിക്കുന്നതുവരെ അത് ചെള്ളിൻ പറ്റത്തിന്റെ നടുക്കുതന്നെ കിടന്ന് വിശ്രമിക്കും. ദഹനം ക്ഷിപ്രനേരം കൊണ്ട് നടന്നുകഴിഞ്ഞാൽ അടുത്ത

ഇരയുടെ മേൽ കണ്ണ് വീണുകഴിയും. അങ്ങിനെ ഒരു രണ്ടാഴ്ചത്തെ സദ്യ ഉണ്ടുകഴിയുമ്പോൾ അവിടുത്തെ ചെടിച്ചെള്ളിൻ പറ്റം അവസാനിക്കുന്നു. അപ്പോഴേക്കും ആ പച്ചപ്പുഴ നല്ല ഭംഗിയുള്ള, സ്വർണ്ണക്കണ്ണുകളുള്ള ഒരു തുമ്പിയായി രൂപപ്പെട്ടിട്ടുണ്ടാകും. അത് മാത്രമാണോ? ഓ, അല്ല. അതാ വണ്ടുകൾ വേറെ - പുറത്തു കറുത്ത പുള്ളികളുള്ള ഉരുണ്ട ചുവന്ന വണ്ടുകൾ. കണ്ടാൽ പാവങ്ങളെപ്പോലെ തോന്നും. ആരുപറയും അവറ്റകൾ ചെടിച്ചെള്ളുകളെ ഇരയാക്കുന്നവരാണെന്ന്! റോസ് ചെടിയിൽ ഇരിക്കുന്ന അവറ്റയെ ശ്രദ്ധിക്കൂ. ചെള്ളുകളെ ആർത്തിയോടെ വിഴുങ്ങുന്നത് കണ്ടോ? കഴിഞ്ഞോ? ഇല്ല. ഈ പാവം ചെള്ളുകൾ പലതിന്റെയും മുഖ്യാഹാരമാണ്. കിളികൾ അവയെ ഭക്ഷിക്കുന്നു, തുമ്പികൾ, വണ്ടുകൾ എന്നുവേണ്ട, പലേ പ്രാണികൾക്കും അവ ഇഷ്ട ഭോജനമാണ്. ഇവിടെയാണ് സന്താനാഭിവൃദ്ധിക്കും ഉൻമൂലനാശത്തിനുമിടയിലുള്ള നിലനില്പിനുള്ള യുദ്ധത്തിൽ ദുർബ്ബലരായ ചെള്ളുകൾ ശക്തരായ പ്രതിയോഗികളെ വെല്ലുവിളിച്ചുകൊണ്ട് ജയിച്ചുനിൽക്കുന്നത്. നാലു വശത്തുനിന്നും പ്രാണികൾ ആർത്തിയോടെ ചെള്ളുകളുടെമേൽ ചാടി വീഴുന്നു. അപ്പോഴാകട്ടെ, ഒന്നിനെ സംരക്ഷിക്കുവാൻ ആയിരങ്ങൾ കുരുതികളാകുന്നു. ദുർബ്ബലരാണെങ്കിലും സന്താനോൽപ്പാദനത്തിന് അവ ഒട്ടും പുറകിലല്ല."

മത്തി, അയില, കോഡ് എന്നീ മത്സ്യങ്ങൾ കടലിലെയും കരയിലെയും ആകാശത്തെയും ജീവികൾക്ക് ഇരകളാകുന്ന നല്ല മേച്ചിൽപ്പുറങ്ങൾ തേടി അവ നീണ്ട യാത്രകൾക്ക് ഇറങ്ങിപ്പുറപ്പെട്ടു മ്പോൾ അവയുടെ നാശം ആസന്നമായി എന്നുറപ്പിക്കാം. കടലിൽ വിശന്നിരിക്കുന്നവർ അവയെ വന്ന് പൊതിയുന്നു; പട്ടിണിക്കാരായ ആകാശത്തെ പറവകൾ അവക്കുമേൽ തക്കം പാർത്ത് വട്ടമിട്ടു പറക്കുന്നു; കരയിൽ മീൻപിടിത്തക്കാർ കടലിന്റെ ഓഹരി പങ്കുവ യ്ക്കാൻ കാത്തുനിൽക്കുന്നു. സകലരാജ്യങ്ങളും കപ്പലുകളും വലകളും മത്സ്യങ്ങളെ പിടിക്കുവാൻ ഉപയോഗിക്കുന്നു. അവയെ വെയിലിൽ ഉണക്കുന്നു, ഉപ്പിലിടുന്നു, പുകകയറ്റുന്നു, പെട്ടികളിലാക്കുന്നു. എന്നിട്ടും മത്സ്യ സമ്പത്തിനു പ്രത്യക്ഷത്തിൽ ഇടിവു സംഭവിക്കുന്നില്ല. ദുർബ്ബലർ കണ്ടമാനം പെറ്റു പെരുകുന്നവരാകുന്നതിന് കാരണം ഇതാണ്. ഒരു കോഡ് മത്സ്യം ഒൻപതു മില്യൺ മുട്ടകളാണ് ഇടുന്നത്! അത്തരം ഒരു വർഗ്ഗത്തിന്റെ അന്ത്യം കാണാൻ ഏതു തീറ്റക്കൊതിയന്മാർക്കാകും?"

"ഒൻപത് ദശലക്ഷം മുട്ടകൾ! അത് എത്ര വലിയ സംഖ്യയാണ്?" എമിൽ ആശ്ചര്യപ്പെട്ടു. "അത് ഒന്നൊന്നായി എണ്ണിത്തീർക്കുവാൻ

ഓരോദിവസവും പത്ത് മണിക്കൂറുവെച്ച് ഒരു വർഷം എണ്ണേണ്ടി വരും." "അങ്ങിനെ ആരെങ്കിലും എണ്ണിയിട്ടുണ്ടെങ്കിൽ അയാൾക്ക് നല്ല ക്ഷമ ഉണ്ടായിരുന്നിരിക്കണം," എന്നായിരുന്നു എമിലിന്റെ കമ്മന്റ്.

"അങ്ങിനെ ആരും എണ്ണിയിട്ടില്ല. സംഖ്യ തിട്ടപ്പെടുത്തുവാൻ അളന്നുനോക്കുകയാണ് ചെയ്യാറ്. അത് എളുപ്പത്തിൽ ചെയ്യാമല്ലോ. തൂക്കത്തിൽനിന്ന് സംഖ്യ അനുമാനിക്കുന്നു."

"കടലിലെ കോഡ് മത്സ്യത്തെപ്പോലെ, റോസ് ചെടിയിലും മറ്റുമുള്ള ചെടികച്ചെള്ളുകൾ ഒരുപാട് അപകടങ്ങൾ അഭിമുഖീകരിക്കുന്നുണ്ട്. ഞാൻ പറഞ്ഞതുപൊലെ, അവ പലേ ജന്തുക്കളുടെയും നിത്യ ഭക്ഷണമാണ്. അതുകൊണ്ട് അവയുടെ വംശം നിലനിർത്തുന്നതിന് അവക്ക് മറ്റ് പ്രാണികളേക്കാൾ വളരെ വേഗത്തിലുള്ള സന്താനോൽപ്പാദന പ്രക്രിയയാണ് പ്രകൃതി നൽകിയിട്ടുള്ളത്. മുട്ട വിരിഞ്ഞു കുഞ്ഞുങ്ങളുണ്ടാകാൻ കാലതാമസം വരും. ചെള്ളുകൾ നേരിട്ട് കുഞ്ഞുങ്ങളെ പ്രസവിക്കുന്നു, അവ മിക്കവാറും എല്ലാംതന്നെ രണ്ടാഴ്ചകൊണ്ട് പ്രത്യുൽപ്പാദനത്തിനു തയ്യാറാകുന്നു. അങ്ങിനെ, ഒരു വർഷത്തിന്റെ പകുതികൊണ്ട് ഒരു തലമുറയെ ചുരുങ്ങിയത് പന്ത്രണ്ട് തലമുറകളാണ് പിന്തുടരുന്നത് എന്ന് കാണാം. ഒരു ചെടിച്ചെള്ള് ഏറ്റവും ചുരുങ്ങിയത് പത്തെണ്ണത്തിനെ ഉണ്ടാക്കി എന്ന് സങ്കൽപ്പിക്കുക. തീർച്ചയായും യഥാർത്ഥത്തിൽ അതിനേക്കാൾ വളരെ കൂടുതലായിരിക്കും സംഖ്യ. അങ്ങിനെ ഉണ്ടാകുന്ന ഈ പത്തിൽ ഓരോന്നും വീണ്ടും പത്തിനെ ഉത്പ്പാദിപ്പിക്കുന്നു. അപ്പോൾ അത് നൂറായി. ഈ നൂറിൽ ഓരോന്നും വീണ്ടും പത്തായി പെരുകിയാൽ സംഖ്യ ആയിരമാകും... അങ്ങിനെ അത് പിന്നെ പതിനായിരവും. ഡെർവിഷിന്റെ ഗോതമ്പ മണിയുടെ കണക്കുപോലെയാണ് ഇത്. അതിശയകരമായ വേഗത്തിലാണ് ചെറിയൊരു സംഖ്യ ഇരട്ടിയാക്കുമ്പോൾ പെരുകി വരുന്നത്. ചെടിച്ചെള്ളുകൾ ഒരു ഇരട്ടിയല്ല, പത്ത് ഇരട്ടിയായിട്ടാണ് പെറ്റുപെരുകുന്നത്. കണക്കു പന്ത്രണ്ടാകുമ്പോൾ തന്നെ നിർത്തേണ്ടിവരും, അറുപത്തിനാലുവരെ കൊണ്ടുപോകാൻ സാധ്യമല്ല. അപ്പോഴേക്കും അത് ഒരുലക്ഷം മില്യൺ കടക്കും! ഒരു കോഡ് മത്സ്യത്തിന്റെ മുട്ട ഓരോന്നായി എണ്ണുവാൻ പുറപ്പെട്ടാൽ ഒരുവർഷമെടുക്കുമെങ്കിൽ, ഒരു ചെടിച്ചെള്ളിന് ആറുമാസം കൊണ്ടുണ്ടാകുന്ന പിൻഗാമികളെ എണ്ണിത്തിട്ടപ്പെടുത്തുവാൻ പതിനായിരം വർഷങ്ങൾ എടുക്കും! അവരെ ഇരകളാക്കുന്ന ജീവികൾക്ക് ഈ കൊച്ചു ചെള്ളുകളുടെ വർഗ്ഗനാശം വരുത്തുവാൻ ഒരിക്കലും കഴിയുകയില്ല. എൽഡർ ചെടിയുടെ ഒരു തണ്ടിൽ കൂടിക്കിടക്കുന്ന ചെള്ളുകൾക്ക് നിരന്നിരിക്കണമെങ്കിൽ

എത്രസ്ഥലംവേണ്ടിവരുമെന്ന് ഒന്നു ഊഹിക്കാമോ?" "നമ്മുടെ തോട്ടം മുഴുവൻ?"

"അതിൽ കൂടുതൽ വേണം. തോട്ടത്തിനു നൂറുമീറ്റർ നീളവും വീതിയുമാണ്. ആ ഒരു എൽഡർ ചെടിയിലുള്ള ചെള്ളുകൾ തന്നെ അതിനേക്കാൾ പത്തിരട്ടി കൂടുതൽ സ്ഥലം അപഹരിക്കും, അതായത് പത്ത് ഹെക്ടർ. ഇപ്പോഴെന്തു തോന്നുന്നു? കുഞ്ഞിക്കിളികളും വണ്ടുകളും സ്വർണ്ണക്കണ്ണുകളുള്ള തുമ്പികളും ആഞ്ഞു ശ്രമിച്ചുനോക്കിയാലും ചെള്ളുകളുടെ ഉൻമൂല നാശം വരുത്തുവാൻ സാധ്യമല്ല. പക്ഷെ, അവയെ ആരും ഭക്ഷിക്കാതെ വെറുതെ പെറ്റുപെരുകുവാൻ വിട്ടാലോ? കുറച്ചു വർഷങ്ങൾകൊണ്ട് അവ ഈ ഭൂലോകം മുഴുവൻ കയ്യടക്കും!"

"ചെള്ളുകളെ പലരും ഇരയാക്കുന്നുണ്ടെങ്കിലും അവ മനുഷ്യന് ഒരു തലവേദനയായി തുടരുന്നു. ചിറകുള്ള ചെള്ളുകൾ മേഘപാളികൾ പോലെ വമ്പിച്ച കൂട്ടങ്ങളായി പറന്ന് സൂര്യപ്രകാശം മറയ്ക്കുന്നു. ഇവരിലെ കറുത്ത വർഗ്ഗക്കാർ കൂട്ടത്തോടെ ഒരിടത്ത് പറന്നുചെന്ന് ഫലവൃക്ഷങ്ങളിൽ ചേക്കേറി ഫലങ്ങൾ മുഴുവനും തിന്നുതീർക്കുന്നു. ഹാ! നമ്മെ പരീക്ഷിക്കുവാൻ പ്രകൃതി ലോഭമില്ലാതെ വഴികളൊരുക്കുന്നു. നമ്മുടെ അഹങ്കാരം ശമിപ്പിക്കുന്നതിനായി നിസ്സാരന്മാരായ പ്രാണികളെക്കൊണ്ടുപോലും സാധിക്കുമെന്ന് നമുക്ക് കാണിച്ചുതരുകയാണ് പ്രകൃതി. കണ്ണിൽപ്പെടാത്ത ചെറിയ പുല്ലുവെട്ടുകാരനായ ചെടിച്ചെള്ളിന്റെ വരവ് മനുഷ്യനെ ഭയചിത്തനാക്കുന്നു."

"ശക്തിമാനായ മനുഷ്യന് ഈ ചെറു പ്രാണിക്കൂട്ടങ്ങൾക്കു മുൻപിൽ തോറ്റുകൊടുക്കുകയല്ലാതെ വേറെ വഴിയില്ല."

അങ്ങിനെ പോളമ്മാവൻ ഉറുമ്പിന്റെയും പശുവിന്റെയും കഥ പറഞ്ഞു നിർത്തി. അതിനു ശേഷം എമിലും ജൂൾസും ക്ലെയറും പലപ്പോഴും ചെടികച്ചെള്ളുകളുടെ കാര്യങ്ങൾ സംസാരിക്കാറുണ്ട്. പക്ഷേ ലക്ഷങ്ങളും കോടികളുമായ അവയുടെ അംഗസംഖ്യ അവരെ എപ്പോഴും കുഴക്കുന്ന കണക്കുകളാണ്. ഏതായാലും, പോളമ്മാവൻ പറഞ്ഞത് ശരിയാണ്: അദ്ദേഹത്തിന്റെ കഥകളാണ് അംബ്രോയ്സിനിയമ്മ പറയുന്ന കഥകളെക്കാൾ അവർക്ക് ഇഷ്ടം.

അദ്ധ്യായം 8

കിഴവൻ പിയർ മരം

പോളങ്കിൾ അപ്പോൾ തോട്ടത്തിൽനിന്ന് ഒരു പിയർ മരം വെട്ടി ഇട്ടിട്ടേ ഉണ്ടായിരുന്നുള്ളൂ. വളരെ വയസ്സായ ഒരു മരമായിരുന്നു അത്. അതിന്റെ തടി മുഴുവൻ പുഴു തിന്ന് പോതുകളായിട്ടുണ്ടായിരുന്നു. കുറേ വർഷങ്ങളായി അതിൽ പഴങ്ങൾ ഉണ്ടാകാറില്ല. അത് വെട്ടിമാറ്റി പുതിയതൊന്ന് നടുവാനുള്ള സമയമായിട്ടുണ്ടായിരുന്നു. പോളമ്മാവൻ പിയർ മരത്തിന്റെ തടിയിൽ ഇരിക്കുന്നതാണ് കുട്ടികൾ കണ്ടത്. അദ്ദേഹം എന്തോ സൂക്ഷിച്ചു നോക്കുന്നു. മുറിച്ചിട്ട തായ് തടിയുടെ നടുഭാഗത്ത് വിരൽകൊണ്ട് കൊട്ടിക്കൊണ്ട്, ഒന്ന്, രണ്ട്, മൂന്ന്, നാല്, അഞ്ച്, എന്നിങ്ങനെ എണ്ണുകയാണ്. എന്താണ് അദ്ദേഹം എണ്ണുന്നത്?

"വേഗം വരൂ," പോളമ്മാവൻ അവരെ വിളിച്ചു. "ഈ പിയർ മരം നിങ്ങളോട് ഒരു കഥ പറയുവാൻ കാത്തിരിക്കുകയാണ്. അതിന് കുറേ രസകരമായ കാര്യങ്ങൾ പറയാനുണ്ട്." ഇതുകേട്ട് കുട്ടികൾ ഉറക്കെ ചിരിച്ചു.

"എന്താണാവോ കിഴവൻ പിയർ മരത്തിനു ഞങ്ങളോട് പറയാനുള്ളത്," ജൂൾസ് ചോദിച്ചു. "ഇവിടെ നോക്കൂ, ഞാൻ മഴു കൊണ്ട് ചെത്തി മിനുസപ്പെടുത്തിയ ഈ മുറിപ്പാട്. ഇവിടെ കുറേ റിങ്ങ് പോലെയുള്ള വൃത്തങ്ങൾ കാണുന്നില്ലേ? അകക്കാമ്പിൽ നിന്ന് ചെറിയ വട്ടമായി തുടങ്ങി പുറത്തെ തൊലി വരെ വലുതായിവരുന്നവ?" "ഉവ്വ്, ഞാൻ കണ്ടു," ജൂൾസ് പറഞ്ഞു, ഒന്നിന്റെ ഉള്ളിൽ മറ്റൊന്ന് എന്നപോലെയുള്ള വളയങ്ങൾ." "വെള്ളത്തിലേക്ക് ഒരു കല്ലെറിഞ്ഞാൽ ഉണ്ടാകുന്ന ഓളങ്ങൾ പോലെയുണ്ട്." "സൂക്ഷിച്ചു നോക്കുമ്പോൾ എനിക്കും കാണാൻ കഴിയുന്നുണ്ട്," എമിൽ പറഞ്ഞു.

പോളമ്മാവൻ തുടർന്നു, "അവയെ അനുവാർഷികം എന്ന് വിളിക്കാറുണ്ട്, കാരണം, ഓരോവർഷവും ഓരോ വട്ടങ്ങളാണ് ഉണ്ടാകുന്നത്, അതിൽ കൂടുതലുമില്ല, കുറവുമില്ല. ഇക്കാര്യത്തിൽ പണ്ഡിതന്മാരായ സസ്യ ശാസ്ത്രജ്ഞൻമാർക്ക്പോലും യാതൊരു സംശയവുമില്ല. വിത്തിൽനിന്ന് പുറത്തുവന്ന് ചെടിയാകുന്നതുമുതൽ കാലാർവധി കഴിഞ്ഞ ഉണങ്ങിയ പാഴ്വൃക്ഷമാകുന്നതുവരെ ഓരോ വർഷവും അതിന്റെ തടിയിൽ ഓരോ വൃത്തങ്ങൾ ഉണ്ടാകുന്നു. ഓരോ വൃത്തവും ഓരോ പുതിയപാളി മരമാണ്. ഇത് മനസ്സിലായെങ്കിൽ ഇനി നമുക്ക് നമ്മുടെ പിയർ മരത്തിന്റെ വൃത്തങ്ങൾ എണ്ണി നോക്കാം." ഇത്രയും പറഞ്ഞ് പോളമ്മാവൻ ഒരു സൂചി എടുത്ത് വട്ടങ്ങൾ തൊട്ട് എണ്ണാൻ തുടങ്ങി. എമിലും ജൂൾസും ക്ലെയറും ശ്രദ്ധിച്ചു നോക്കി നിന്നു. ഒന്ന്, രണ്ട്, മൂന്ന്... എന്നുതുടങ്ങി ഉൾക്കാമ്പു മുതൽ പുറത്തെ തൊലിവരെ അവർ നാൽപ്പത്തിഅഞ്ചു വട്ടങ്ങൾ എണ്ണി. "ഈ തടിക്ക് നാൽപ്പത്തിഅഞ്ച് വൃത്തങ്ങളുണ്ട്. അപ്പോൾ ഇതിന്റെ വയസ്സ് എത്രയായി എന്ന് ആർക്ക് പറയാൻ കഴിയും?" പോളമ്മാവൻ ചോദിച്ചു.

ജൂൾസ് ഉടനെ പറഞ്ഞു, "അതിനു ഒരു പ്രയാസവുമില്ല, നാൽപ്പത്തി അഞ്ചു വർഷം. കാരണം ഓരോ വർഷവും ഒരു വൃത്തം വെച്ച് വർദ്ധിക്കുമല്ലോ." "കണ്ടോ, ഇതാണ് ഞാൻ പറഞ്ഞത്. പിയർ മരം ഇപ്പോൾ സംസാരിക്കുവാൻ തുടങ്ങിയില്ലേ? അത് അതിന്റെ വയസ്സ് അറിയിച്ചുകൊണ്ട് ആത്മകഥ പറഞ്ഞു തുടങ്ങി. അതിനു നാൽപ്പത്തി അഞ്ചു വയസ്സായി." പോളമ്മാവൻ പറഞ്ഞു. "ഇത് കൊള്ളാമല്ലോ. നമുക്ക് ഒരു മരത്തിന്റെ ജനനം കണ്ടത് പോലെ വ്യക്തമായി അതിന്റെ വയസ്സ് പറയാൻ കഴിയും. എത്ര മരപ്പാളികൾ ഉണ്ടോ അത്രയുംവയസ്സ്. പോളമ്മാവന്റെ കൂടെ നടന്നാലേ ഇതൊക്കെ പഠിക്കാൻ പറ്റൂ. ഓക്കിനും മാവിനും പ്ലാർവിനുമൊക്കെ തടിയിൽ ഇത്തരം വട്ടങ്ങളുണ്ടോ?" "തീർച്ചയായും."

"ഓ! എനിക്കിതു നേരത്തെ അറിയാതെ പോയത് കഷ്ടമായി." എമിൽ പറഞ്ഞു, "കഴിഞ്ഞ ദിവസം അവർ റോഡിലേക്ക് ചാഞ്ഞു കിടന്നിരുന്ന ഓക്ക് വെട്ടിക്കളഞ്ഞു. അവിടെ മുഴവൻ തണൽ വിരിച്ചു നിൽക്കുന്ന എത്ര നല്ല മരമായിരുന്നു അത്. അതിന് കുറേ വയസ്സായിട്ടുണ്ടാകണം." "അത്രക്കൊന്നുമില്ല. ഞാനതിന്റെ വളയങ്ങൾ എണ്ണി നോക്കിയതാണ്. നൂറ്റി എഴുപതുണ്ടായിരുന്നു."

"പോളങ്കിൾ! നൂറ്റി എഴുപതോ? ശരിക്കും?"

"സത്യം, മക്കളേ, നൂറ്റി എഴുപതുതന്നെ."

ജൂൾസ് പറഞ്ഞു, "അപ്പോൾ ആ ഓക്ക് മരത്തിനു നൂറ്റി എഴുപത് വയസ്സായിരുന്നു. അത് സാദ്ധ്യമാണോ? ഒരു മരത്തിനു ഇത്രയും പ്രായമോ? ആ റോഡ് വെട്ടുന്നവർ അത് മുറിച്ചില്ലായിരുന്നെങ്കിൽ അത് ഇനിയും കുറേ വർഷങ്ങൾ കൂടി ജീവിച്ചേനെ എന്നുറപ്പാണ്."

"നമുക്ക് നൂറ്റിഎഴുപത് എന്നത് വലിയൊരു വയസ്സാണ്. നമ്മളാരും അത്രയും ജീവിക്കില്ല. എന്നാൽ ഒരു മരത്തിന് അത് ചെറുപ്പമാണ്. നമുക്ക് ആ തണലത്തേക്കു മാറി ഇരിക്കാം. മരങ്ങളുടെ വയസ്സിനെക്കുറിച്ച എനിക്ക് നിങ്ങളോട് ഇനിയും പറയുവാനുണ്ട്," പോളങ്കിൾ പറഞ്ഞു.

അദ്ധ്യായം 9

മരങ്ങളുടെ വയസ്സ്

സാൻസേർ എന്ന സ്ഥലത്ത് നാല് മീറ്റർ ചുറ്റളവുള്ള ഒരു ചെസ്റ്ററ്റ്നട്ട് വൃക്ഷത്തെക്കുറിച്ച് ആളുകൾ പറയുമായിരുന്നു. അതിന് ഏറ്റവും ചുരുങ്ങിയത് മൂന്നുനാല് നൂറ്റാണ്ട് പഴക്കമുണ്ടായിരുന്നു. ഈ ചെസ്റ്ററ്റ്നട്ട് മരത്തെപ്പറ്റിയല്ല ഞാനിപ്പോൾ പറയുവാൻ പോകുന്നത്. ഞാൻ എന്റെ കഥ പറയുവാൻ തുടങ്ങുന്നതേ ഉള്ളൂ. നല്ലൊരു കാഥികൻ എന്ന നിലയിൽ ഏറ്റവും രസകരമായത് ഞാൻ അവസാനത്തേക്ക് വെക്കും എന്ന് നിങ്ങൾക്കറിയാമല്ലോ.

"ജനീവ ലേക്കിന്റെ അതിരിലുള്ള നോവ് സല്ല യിലും മോൺറ്റെലേമേയുടെ അയൽപക്കത്തുള്ള ഈസോ യിലും ഇതിലും വലിയ ചെസ്റ്ററ്റ്നട്ട് മരങ്ങളുണ്ട്. ഇതിൽ ആദ്യം പറഞ്ഞതിന്റെ തടിയുടെ താഴ് ഭാഗത്തിന് പതിമൂന്നുമീറ്റർ ചുറ്റളവാണ്. 1408 മുതൽ ഇതിന്റെ ചുവട്ടിൽ ഒരാശ്രമമുണ്ടായിരുന്നു എന്നതിന് തെളിവുകളുണ്ട്. അതിനുശേഷം നാലര നൂറ്റാണ്ടുകൾ കടന്നുപോയി. അനവധി തവണ ഇടിവെട്ടേറ്റിട്ടും അത് ഇപ്പോഴും സുലഭമായ ഇലകളും കൊമ്പുകളുമായി നിലനിൽക്കുന്നു. രണ്ടാമത് പറഞ്ഞ മരം ഒരു രാജകീയമായ പതനത്തിന്റെ വക്കിലാണ് ഇപ്പോൾ. അതിന്റെ മുകളറ്റത്തുള്ള കൊമ്പുകൾ ദ്രവിച്ചു; പതിനൊന്നു മീറ്റർ ചുറ്റളവുള്ള അതിന്റെ തടിയിൽ നിറയെ പോതുകളാണ്. തൊലി വല്ലാതെ ചുളിഞ്ഞുവിള്ളൽ വന്നിരിക്കുന്നു. ഈ രണ്ട് രാക്ഷസീയ വലുപ്പമുള്ള മരങ്ങളുടെ വയസ്സ് പറയുക എളുപ്പമല്ല. ഒരുപക്ഷേ, ഒരായിരമായിരിക്കാം! എന്നാൽ, ഇപ്പോഴും അവ രണ്ടും പഴങ്ങൾ തരുന്നു, ചിരഞ്ജീവികളെപ്പോലെ!

"ആയിരം വർഷം! പോളമ്മാവൻ പറഞ്ഞതുകൊണ്ട് മാത്രമാണ് ഞാനിതു വിശ്വസിക്കുന്നത്," ജൂൾസ് ആണ് അത് പറഞ്ഞത്.

"ശ്! മിണ്ടാതിരുന്ന് അവസാനം വരെ കേൾക്കു," പോളമ്മാവൻ തുടർന്നു.

"ഏറ്റവും വലിയ ഓക്ക് മരം ഉള്ളത് സിസിലി യിലെ എറ്റ്ന എന്ന സ്ഥലത്താണ്. മാപ്പ് നോക്കു: ഇറ്റലിയുടെ ഏറ്റവും ചുവട്ടിൽ, ബൂട്ടിന്റെ ആകൃതിയിലുള്ള ആ സുന്ദര രാജ്യത്തിന്റെതള്ളവിരൽ ഭാഗത്ത് മൂന്നു കോണുകളുള്ള ഒരു ദ്വീപ് കാണുന്നില്ലേ, അതാണ് സിസിലി. ആ ദ്വീപിൽ ചൂടു ലാർവ പുറത്തേക്ക് വമിച്ചുകൊണ്ടിരിക്കുന്ന ഒരു അഗ്നിപർവ്വതമുണ്ട്. അതിന്റെ പേരാണ് എറ്റ്ന.. നമ്മുടെ ചെസ്റ്റ്നട്ട് മരത്തിന്റെ കഥയിലേക്ക് മടങ്ങിവരാം. അവിടുത്തുകാർ അതിനെ 'നൂറുകുതിരകളുടെ ചെസ്റ്റ്നട്ട് മരം' എന്നാണ് വിളിക്കുന്നത്. കാരണം, അരഗോൺ രാജ്ഞി ജെയ്ൻ ഒരിക്കൽ ഈ അഗ്നിപർവ്വതം കാണുവാൻ നൂറു കുതിരപ്പട്ടാളക്കാരുടെ അകമ്പടിയോടെ ചെന്നിരുന്നുവത്രെ. അവർ ഒരു കൊടുങ്കാറ്റിൽ അകപ്പെടുകയും ആ ചെസ്റ്റ് നട്ട് മരത്തിനു കീഴിൽ എല്ലാർവരും അഭയം പ്രാപിക്കുകയും ചെയ്തു. ആ നൂറുപേർക്കും അഭയം നൽകുവാൻ തക്ക വലുപ്പം അതിനുണ്ടായിരുന്നു എന്ന് സാരം. മുപ്പതു പേർ വട്ടത്തിൽ കൈ വിരിച്ചുനിന്നാൽ പോലും അതിന്റെ തടി ചുറ്റിപ്പിടിക്കുവാൻ കഴിയില്ല. തായ് തടിക്കു അമ്പതു മീറ്ററിൽ കൂടുതൽ ചുറ്റളവുണ്ട്. അതിനെ ഒരു മരമെന്നല്ല, കോട്ട എന്നുതന്നെയാണ് വിളിക്കേണ്ടത്, അല്ലെങ്കിൽ ഒരു ടവർ! രണ്ട് കുതിര വണ്ടികൾ ഒപ്പത്തിനൊപ്പം കടന്നു പോകാനുള്ള ഒരു പോത് അതിന്റെ തടിയിലുണ്ട്. ചെസ്റ്റ് നട്ടുകൾ സംഭരിക്കുവാൻ പോകുന്നവർക്ക് അതിന്റെ ഉൾഭാഗത്ത് കടക്കുവാൻ സൗകര്യമുണ്ട്. ഇപ്പോഴും അതിൽ നിന്ന് കറവരും, കായ്കളുണ്ടാകും. അതിന്റെ വയസ്സ് നിർണ്ണയിക്കുക അസാദ്ധ്യമാണ്. അടുത്തടുത്ത് നിൽക്കുന്ന പലേ ചെസ്റ്റ് നട്ട് മരങ്ങളും കാലക്രമേണ ഒന്നായിത്തീർന്നതായിരിക്കാമിതെന്നാണ് ആളുകൾ കരുതുന്നത്. "വേറ്റംബാഗിലെ ന്യൂസ്റ്റാറ്റിളിൽ ഒരു നാരകമരമുണ്ടായിരുന്നു. 130 മീറ്റർ വിസ്തീർണ്ണം വരുന്ന അതിന്റെ വയസ്സായ ശിഖിരങ്ങൾ, ഒരു നൂറു കൽത്തൂണുകൾ കൊണ്ട് താങ്ങി നിർത്തിയിരിക്കുകയാണ്. 1229 ൽ ത്തന്നെ ഇത് വളരെ വയസ്സൻ മരമായിക്കഴിഞ്ഞിരുന്നു; കാരണം, അന്നത്തെ എഴുത്തുകാർ ഇതിനെ അങ്ങിനെയാണ് വിളിച്ചിരുന്നത്. അന്നതിന് ഒരു എഴുന്നൂറോ എണ്ണൂറോ വയസ്സുകാണും."

"ന്യൂസ്റ്റാറ്റിളിൽ ഉള്ളതിനേക്കാൾ പ്രായമുള്ള ഒരു മരം ഈ നൂറ്റാണ്ടിന്റെ ആദ്യം ഫ്രാൻസിൽ ഉണ്ടായിരുന്നു. ഡു സേവഹർ ലെ ഷാലിയ കൊട്ടാരത്തിൽ 1804 ൽ 15 മീറ്റർ വിസ്തീർണ്ണമുള്ള ഒരു

നാരകമരമുണ്ടായിരുന്നു. പലേ കൽ തുണ്ടുകളാണ് അതിന്റെ 6 ശാഖകൾ പൊക്കിനിർത്തിയിരുന്നത്. അതിപ്പോഴും അവിടെ ഉണ്ടെങ്കിൽ അതിന് 11 നൂറ്റാണ്ടിന്റെ പഴക്കമുണ്ടാകും."

"നോർമൻഡിയിലെ അല്ലിവേലിന്റെ ശിമിത്തേരിയിലാണ് ഫ്രാൻസിലെ ഏറ്റവും പഴക്കമുള്ള ഓക്ക് വൃക്ഷം തണൽ വിരിച്ച നിൽക്കുന്നത്. മരണപ്പെട്ടവരുടെ അവശിഷ്ടങ്ങളിൽ വേരാഴ്ത്തി നിൽക്കുന്ന ഇതിന് ഒരു പ്രത്യേക ഓജസ്സുണ്ട്. അതിന്റെ തായ്ത്തടിയുടെ കീഴ്ഭാഗത്തിന് 10 മീറ്റർ ചുറ്റളവുണ്ടാകും. ഭീമാകാരമായ കൊമ്പുകൾക്കു താഴെ നടുവിലായി ഒരു സന്യാസാശ്രമം നിലനിൽക്കുന്നു. തടിയുടെ കീഴ്ഭാഗത്തെ വലിയ പോതിന്റെ ഒരുഭാഗത്ത് കന്യാമറിയത്തിന്റെ പ്രതിഷ്ഠയുള്ള ഒരു അൾത്താര നിർമ്മിച്ചിട്ടുണ്ട്. അനേകം കല്ലറകൾ തുറക്കുന്നതിനും അടക്കുന്നതിനും സാക്ഷ്യം വഹിച്ച വൃക്ഷമാണ് അത്. ആ മരത്തിന്റെ ചുവട്ടിൽ സ്ഥിതി ചെയ്യുന്ന അൾത്താരയിൽ പോയി പ്രാർത്ഥിക്കുന്നതും അതിന്റെ തണലിൽ കുറച്ചുനേരം ധ്യാനത്തിലിരിക്കുന്നതും വളരെ വിശിഷ്ടമാണ് എന്ന് പണ്ഡിതർ സാക്ഷ്യപ്പെടുത്തുന്നു. ഈ ഓക് മരത്തിന്റെ വിസ്തീർണ്ണം വെച്ച് കണക്കാക്കുമ്പോൾ ഇതിന് തൊള്ളായിരം വർഷങ്ങൾ പഴക്കമുണ്ട്. അങ്ങിനെ നോക്കുമ്പോൾ, അതിന് ജീവൻ നൽകിയ വിത്ത് 1000ാം ആണ്ടിൽ ഉണ്ടായതായിരിക്കണം. ഇപ്പോഴും ഈ മരം അതിന്റെ വമ്പൻ കൊമ്പുകൾ അനായാസമായി ചുമക്കുന്നു. ഇടിവെട്ടിനാൽ മുറിവേൽപ്പിക്കപ്പെട്ടും ഈ മരം കാലത്തിന്റെ ഒഴുക്കിൽ മനുഷ്യരാൽ വാഴ്ത്തപ്പെട്ട് പിന്നിട്ട ഇത്രയും കാലം കൂടി ഇനിയും കടന്നുപോയേക്കാം!"

"ഇതിലും വയസ്സായ ഓക് മരങ്ങൾ ഉണ്ട്. അർഡെന്നൽ എന്ന സ്ഥലത്ത് 1824 ൽ ഒരു മരം വെട്ടുകാരൻ മുറിച്ചിട്ട ഭീമാകാരൻ ഓക് വൃക്ഷത്തിന്റെ തടിയിൽനിന്ന് യാഗോചിതമായ പാത്രങ്ങളും പുരാതന നാണ്യങ്ങളും കണ്ടുകിട്ടിയിട്ടുണ്ട്. അത് പതിനഞ്ചോ പതിനാറോ നൂറ്റാണ്ട് പഴക്കമുള്ളതായിരുന്നു."

"അല്ലിവേലിലെ ഓക് മരത്തിന്റെ മരണത്തിന് തുല്യമായ മറ്റ് ചില മരണങ്ങളെക്കുറിച്ച പറയാം; കാരണം ഇവ മനുഷ്യന്റെ ദ്രോഹങ്ങളെ അതിജീവിക്കുവാൻ ആ മണ്ണിന്റെ പവിത്രത സഹായിച്ചവയാണ്. ഏ - ഡി - റീഡോയുടെ ശെമിത്തേരിയിലെ യൂഹ വകുപ്പിൽ രണ്ട് യേ വൃക്ഷങ്ങൾ മറ്റെല്ലാത്തിലും ഉപരി നമ്മുടെ ശ്രദ്ധ അർഹിക്കുന്നു. 1832 ൽ ആ ശ്മശാനം മുഴുവനും, പോരാത്തതിന് പള്ളിയുടെ ഒരു ഭാഗവും കൂടി, ഈ വൃക്ഷങ്ങളുടെ തണലിലായിരുന്നു. അതിഭയങ്കരമായ ഒരു കൊടുംകാറ്റ്

അതിന്റെ വലിയൊരു കൊമ്പൊടിച്ചു കളഞ്ഞെങ്കിലും ആ വൃക്ഷങ്ങൾക്ക് കാര്യമായ കേടുപാടുകൾ സംഭവിച്ചില്ല! ഇന്നും അവ തങ്ങളുടെ രാജകീയമായ അന്തസ്സോടെതന്നെ തലയുയർത്തി നിലകൊള്ളുന്നു. മുഴുവനും പോളുവന്ന അവയുടെ തടിക്ക് ഓരോന്നിനും ഒൻപത് മീറ്റർ ചുറ്റളവുണ്ട്. അവയുടെ വയസ്സ് പതിനാല് നൂറ്റാണ്ടെന്നാണ് കണക്കാക്കിയിരിക്കുന്നത്. "അത് മറ്റ് പല വൃക്ഷങ്ങളുടെയും പകുതി വയസ്സേ ആകുന്നുള്ളൂ. ഒരു സ്കോട്ടിഷ് ശെമിത്തേരിയിലെ യേ വൃക്ഷത്തിന് ഇരുപത്തൊൻപതു മീറ്റർ ആണ് ചുറ്റളവ്. അതിന്റെ വയസ്സ് രണ്ടായിരത്തി അഞ്ഞൂറു വർഷവും! അതേ രാജ്യത്തുള്ള മറ്റൊരു ശെമിത്തേരിയിലെ യേ വൃക്ഷത്തിന് 1660ൽ രണ്ടായിരത്തി എണ്ണൂറ്റി ഇരുപത്തഞ്ചു വയസ്സാണ് കണക്കാക്കിയിരുന്നത്. അന്നാട്ടുകാർക്കുതന്നെ അതൊരു അത്ഭുത വൃക്ഷമായിരുന്നു. ഇന്നും അത് നിലനിൽക്കുന്നുണ്ടെങ്കിൽ അതിന്റെ തടി മുപ്പതു നൂറ്റാണ്ടിന്റെ ഭാരം ചുമക്കുന്നുണ്ടാകണം."

"ഇപ്പോഴത്തേക്കു ഇത്രയും മതി. ഇനി നിങ്ങൾ സംസാരിക്കൂ."

"എനിക്കു ശ്രോതാവാകാനാണിഷ്ടം, പോളങ്കിൾ," ജൂൾസ് പറഞ്ഞു. അങ്കിൾ മരിക്കാത്ത മരങ്ങളുടെ കഥ പറഞ്ഞ് എന്റെ മനസ്സാകെ കുഴപ്പത്തിലാക്കിയിരിക്കയാണ്.

"ആ സ്കോട്ടിഷ് ശ്മശാനത്തിലെ യേ വൃക്ഷത്തിന് മൂവ്വായിരം വർഷം പഴക്കമുണ്ട് എന്നാണോ പറഞ്ഞത്?" ക്ലെയർ ചോദിച്ചു.

"അതെ, കുഞ്ഞേ, മൂവ്വായിരം കൊല്ലം. മറ്റ് ചില പ്രദേശത്തുള്ള മരങ്ങളുടെ കഥ ഞാൻ പറഞ്ഞില്ല, ഈ ഭൂമിയുടെ അത്രയും പ്രായമുള്ള മരങ്ങളുണ്ട് ചിലയിടങ്ങളിൽ."

അദ്ധ്യായം 10

മൃഗങ്ങളുടെ ആയുർ ദൈർഘ്യം

മനുഷ്യന് വർഷങ്ങൾ എങ്ങിനെയാണോ, അതുപോലെയാണ്, അല്ലെങ്കിൽ അതിനേക്കാൾ ഹ്രസ്വമാണ് ചില വൃക്ഷങ്ങൾക്ക് നൂറ്റാണ്ടുകൾ എന്ന് പോളമ്മാവന്റെ കഥകളിൽ നിന്ന് കേട്ട് അത്ഭുതം കൂറി ഇരിക്കുകയായിരുന്നു ജൂൾസും ക്ലെയറും. സ്വതവേ അസ്വസ്ഥ സ്വഭാവക്കാരനായ, ചുറുചുറുക്കുള്ള എമിൽ, മറ്റൊരു വിഷയത്തിലേക്ക് സംഭാഷണം തിരിച്ചുവിട്ടു:

“അപ്പോൾ മൃഗങ്ങളോ, അമ്മാവാ?അവർ എത്രകാലം ജീവിച്ചിരിക്കും?” “വളർത്തു മൃഗങ്ങൾ പ്രകൃതി അവക്ക് നൽകിയിട്ടുള്ള ആയുസ്സ് മുഴുവൻ തീരുന്നതുവരെ ജീവിച്ചിരിക്കാറില്ല. അവക്ക് ചിലപ്പോൾ പോഷകാഹാരകുറവുണ്ടാകാം, വിശ്രമം കിട്ടുന്നുണ്ടാവില്ല, വേണ്ട വിധം പാർപ്പിട സൗകര്യം ഉണ്ടാകില്ല. പിന്നെ മനുഷ്യൻ അവയുടെ പാലെടുക്കുന്നു, രോമമെടുക്കുന്നു, തൊലി എടുക്കുന്നു, മൊത്തത്തിൽ അവയുടെ എല്ലാം എടുക്കുന്നു. അവയെ കാത്ത് ഒരു ഇറച്ചിവെട്ടുകാരൻ കത്തിയുമായി വാതിൽക്കൽ നിൽക്കുമ്പോൾ അവ എങ്ങിനെ അധികകാലം ജീവിക്കും? മനുഷ്യന് ദീർഘായുസ്സ് നൽകുവാനായി ഈ പാവം മൃഗങ്ങൾ ആയുസ്സെത്തുന്നതിനു മുൻപായി ബലികഴിക്കപ്പെടുന്നു. ഒരു മൃഗം നന്നായി പരിരക്ഷിക്കപ്പെടുന്നു എന്ന് കരുതുക. അത് തണുപ്പോ വിശപ്പോ അറിയുന്നില്ല, അതിനെ ആരും അമിതാദ്ധ്വാനം കൊണ്ട് ക്ഷീണിപ്പിക്കുന്നില്ല, കശാപ്പുകാരന്റെ കത്തി അതിനായി മൂർച്ച കൂട്ടി കാത്തുനിൽക്കുന്നില്ല എന്ന് കരുതുക. അങ്ങിനെ ആണെങ്കിൽ അത് എത്രകാലം ജീവിക്കും?

“നമുക്കു ഈ തടിയൻ കാളയിൽനിന്നു തുടങ്ങാം. എന്താ അതിന്റെ ഒരു നെഞ്ചും ചുമലുകളും! ചതുര വടിവാർന്ന നെറ്റി, നുകം ചുറ്റിയിരിക്കുന്ന ലക്ഷണമൊത്ത കൊമ്പുകൾ, ശക്തി ഉത്ഘോഷിക്കുന്ന ശാന്തമായ കണ്ണുകൾ. ഇതൊക്കെയാണ് ആയുസ്സിന്റെ മാനദണ്ഡം എന്നുണ്ടെങ്കിൽ ഈ കാള നൂറ്റാണ്ടുകൾ ജീവിക്കണം.” “അതാണ് ഞാനും ചിന്തിച്ചത്,” ജൂൾസ് പറഞ്ഞു.

“എന്നാൽ അത് തെറ്റാണ് കൂട്ടരേ, ഈ വലിയ ശക്തനായ കാള ഇരുപതോ മുപ്പതോ വർഷമാകുമ്പോഴേക്കും വയസ്സനായിക്കഴിഞ്ഞു. അതായത്, നമ്മുടെ ചുറുചുറുക്കുള്ള യൗവനദിശ അവർക്ക് ജീർണ്ണിച്ച വാർദ്ധക്യകാലമാണ്. ഇനി നമുക്ക് കുതിരയെ നോക്കാം. കണ്ടോ, ഞാനെന്റെ ഉദാഹരണങ്ങൾ ദുർബ്ബലരിൽ നിന്നല്ല എടുക്കുന്നത്, ഏറ്റവും ശക്തിമാന്മാരിൽ നിന്നാണ്. ഈ കുതിരയും അതിന്റെ വർഗ്ഗത്തിൽ പെട്ട കഴുതയും മുപ്പതു മുപ്പത്തഞ്ചു വർഷത്തിൽ കൂടുതൽ ജീവിച്ചിരിക്കില്ല.”

“ഓ! ഞാൻ കരുതിയത് കുതിരയും കാളയും ഒരു നൂറ്റാണ്ടെങ്കിലും ജീവിക്കുമെന്നാണ്. അവ വലിയ തൊഴുത്തുകളിൽ ജീവിക്കുന്നു, അവക്ക് വലിയ ശരീരവുമുണ്ട്! എന്നിട്ടും..” ജൂൾസ് അത്ഭുതപ്പെട്ടു.

“എന്റെ കുട്ടികളേ, ഞാൻ പറയുന്നത് നിങ്ങൾക്ക് മനസ്സിലാകുമോ എന്നെനിക്കറിയില്ല, എങ്കിലും പറയുകയാണ്: ഈ ലോകത്ത് വലിയതൊന്നും ഉണ്ടായിട്ടോ, ഒരുപാട് സ്ഥലം സ്വന്തമാക്കിയിട്ടൊ ഒന്നും വലിയ കാര്യമില്ല, അത് നമുക്ക് സമാധാനവും സന്തോഷവും ദീർഘായുസ്സും ഒന്നും തരുന്നില്ല. ചില മനുഷ്യർ ബാഹ്യാഡംബരങ്ങളിലും കപട ഭാവങ്ങളിലും രമിച്ചു ജീവിക്കുന്നു. അവർക്ക് സമാധാനമുണ്ടോ? നല്ലൊരു വാർദ്ധക്യ ജീവിതത്തിന് അവർ തയ്യാറാകുന്നുണ്ടോ? സംശയമാണ്. ദൈവം തന്നിട്ടുള്ളത് കൊണ്ട് തൃപ്തിപ്പെട്ടു ജീവിക്കുവാൻ നമുക്ക് ശ്രമിക്കാം. അതിമോഹങ്ങൾ വേണ്ട. അസൂയയും അഹങ്കാരവും പിടികൂടാതെ ഇരിക്കുവാൻ നമുക്ക് എപ്പോഴും ജാഗ്രത വേണം. കർമ്മം ചെയ്യുകയാണ് നമ്മുടെ ധർമ്മം, ആ ധർമ്മം പാലിച്ചു ജീവിക്കുക. എങ്കിൽ മാത്രമേ ജീവിത ദൈർഘ്യം ലഭിക്കുകയുള്ളൂ.”

“നമുക്ക് നമ്മുടെ മൃഗങ്ങളിലേക്കു തിരിച്ചുപോകാം. മറ്റ് വളർത്തു മൃഗങ്ങൾ ഇതിലും കുറച്ചു കാലം മാത്രമേ ജീവിച്ചിരിക്കുന്നുള്ളൂ. നായ് ഇരുപതോ ഇരുപത്തഞ്ചോ. അതിനപ്പുറം ഇല്ല. പന്നി ഇരുപതാകുമ്പോഴേക്ക് കിഴവനായി. പതിനഞ്ചു വയസ്സുകഴിഞ്ഞാൽ പൂച്ചക്ക് പിന്നെ എലിയെ പിടിക്കുവാൻ കഴിയില്ല, അത് പുരപ്പുറത്തുള്ള

അതിന്റെ അഭ്യാസങ്ങൾക്ക് വിടപറഞ്ഞ് സ്വസ്ഥമായി ഏതെങ്കിലും ചാരം മൂടിയ മുക്കിൽ മരിക്കാൻതയ്യാറായി പോയിക്കഴിഞ്ഞിട്ടുണ്ടാകും. ആടിന്റെ വർഗ്ഗങ്ങൾ പത്തോ പതിനഞ്ചോ ആകുമ്പോൾ വൃദ്ധരായി. മുയലിനു എട്ടോ പത്തോ വയസ്സും എലിക്ക് നാലുവയസ്സും ഒക്കെയാണ് വിധിച്ചിട്ടുള്ളത്."

"ഇനി, പക്ഷികളുടെ കാര്യം കേൾക്കണോ? പ്രാവുകൾ ആറ് മുതൽ പത്ത് വയസ്സുവരെ ജീവിക്കും, ഗിനിക്കോഴി, പിടക്കോഴി, ടർക്കി കോഴി എന്നിവ പന്ത്രണ്ട് വർഷം. എന്നാൽ ഹംസങ്ങൾ ഇരുപത്തഞ്ചും അതിലധികവും കാലം ജീവിക്കുന്നു. പൊന്മാൻ, കുരുവി എന്നിവയുടെ കാര്യം രസകരമാണ്. പാട്ടും പാടി, പാടത്തെ പാഴ് മണി കൊത്തി ത്തിന്ന്, ആകാശത്തിൽ സ്വതന്ത്രമായി പാറിപ്പറന്ന് നടക്കുന്ന അവ ഹംസങ്ങളുടെ അത്രയും തന്നെ, അതായത് ടർക്കിക്കോഴികളേക്കാൾ കൂടുതൽ കാലം ജീവിക്കുന്നു. ഈ സന്തോഷപ്പറവകൾ ഇരുപത് ഇരുപത്തഞ്ചു വർഷങ്ങളാണ് പറന്നുനടക്കുന്നത്. അതായത് ഒരു കാളയുടെ ആയുസ്സാണ് അവർക്കും ഉള്ളത്. ഞാൻ പറഞ്ഞില്ലേ, കുറേ വലുപ്പമുള്ളതുകൊണ്ട് നീണ്ട ജീവിതകാലം ഉറപ്പാകുന്നില്ല."

"മനുഷ്യനെ സംബന്ധിച്ച് പറയുകയാണെങ്കിൽ, ചിട്ടയായി ജീവിക്കു ന്ന ഒരുത്തന് എൺപതോ തൊണ്ണൂറു വയസ്സുവരെ ജീവിക്കാം. അപൂർവ്വം ചിലപ്പോൾ നൂറൊ അതിൽ കൂടുതലോ കാലം വരും. എന്നാൽ മനു ഷ്യന്റെ ശരാശരി വയസ്സായ നാൽപ്പതെത്തിയാൽ അയാൾ സ്വയം ഭാഗ്യവാനായി കണക്കാക്കണം എന്ന് കണക്കുകൾ പറയുന്നു. പിന്നെ കുട്ടികളെ, മനുഷ്യന്റെ ആയുസ്സ് ശരിക്കും കൊല്ലങ്ങളുടെ കണക്കിലല്ല തിട്ടപ്പെടുത്തുന്നത്. നന്നായി അദ്ധ്വാനിക്കുന്നവൻ നന്നായി ജീവിക്കുന്നു. ദൈവം നമ്മെ തിരിച്ചു വിളിക്കുമ്പോൾ മറ്റുള്ളവരോടുള്ള ആത്മാർത്ഥ മായ ബഹുമാനവും, ഒടുക്കംവരെ സ്വന്തം കടമകൾ നന്നായി നിർവ്വഹി ച്ചു എന്ന സംതൃപ്തിയും നമ്മോടൊപ്പം കൊണ്ടുപോകാൻ കഴിയണം. എങ്കിൽ ഏതു വയസ്സിലും ദീർഘായുസ്സായിരുന്നു എന്ന് പറയുവാൻ കഴിയും."

അദ്ധ്യായം 11

ലോഹപ്പാത്രങ്ങൾ

അംബ്രോയ്സിനിയമ്മ അന്ന് വളരെ ക്ഷീണിതയായിരുന്നു. ചുവരലമാറയിൽനിന്ന് കെറ്റിലും സോസ്പാനുകളും നിലവിളക്കുകളും മെഴുകുതിരി സ്റ്റാൻഡുകളും അടപ്പ പാത്രങ്ങളും മറ്റും മറ്റും പുറത്തെടുത്ത്, നനുത്ത മണലും ചാരവും കൂട്ടി അമർത്തി തേച്ച് വെളുപ്പിച്ച്, കഴുകി ഉണക്കാൻ വെയിലിൽ വെച്ചിരിക്കുകയാണ്. അവ കണ്ണാടി പോലെയാണ് വെട്ടിത്തിളങ്ങിയിരുന്നത്. പ്രത്യേകിച്ച്, കെറ്റിലിൽ നിന്ന് ഒരു ചുവപ്പുരാശിയോടെ വെയിൽ പ്രതിഫലിക്കുന്നത് കാണുമ്പോൾ, അതിനുള്ളിലെ അഗ്നിനാളങ്ങൾ പുറത്തേക്ക് കാണുന്നതാണെന്ന് തോന്നും. മെഴുകുതിരി സ്റ്റാൻഡിന് കത്തുന്ന മഞ്ഞ നിറം. എമിലിനും ജൂൾസിനും അവ കണ്ട് കണ്ണഞ്ചിപ്പോയി.

"ഇവർ ഈ കെറ്റിൽ എന്തുകൊണ്ടായിരിക്കും ഉണ്ടാക്കുന്നത്; എന്തൊരു തിളക്കം." എമിൽ ആത്മഗതം പോലെ പറഞ്ഞു.

"അടിഭാഗം കരിപിടിച്ച് കറുത്തുതന്നെ, പക്ഷേ ബാക്കി ഭാഗങ്ങൾ എന്തൊരു ഭംഗി." "നമുക്ക് പോളമ്മാവനോട് ചോദിക്കാം," അവർ ഒരു തീരുമാനത്തിലെത്തി. പറഞ്ഞു തീർന്നതും, അവർ പോളമ്മാവനെ തിരഞ്ഞു നടന്നു തുടങ്ങി. അവരുടെ സംശയങ്ങൾ തീർക്കുവാൻ പോളമ്മാവന് എപ്പോഴും സന്തോഷം തന്നെ.

അദ്ദേഹം പറഞ്ഞു തുടങ്ങി, "കെറ്റിലുകൾ ചെമ്പ് കൊണ്ടാണ് ഉണ്ടാക്കുന്നത്..." "ചെമ്പ് എന്നുവച്ചാൽ? അത് എങ്ങിനെയാണ് ഉണ്ടാക്കുന്നത്?" ജൂൾസിന് സംശയം. "അതു നമ്മൾ ഉണ്ടാക്കുന്ന ഒന്നല്ല. ചില സ്ഥലങ്ങളിൽ അത് കല്ലിൽപറ്റിച്ചേർന്ന് കിടക്കുന്നതുകാണാം.

മനുഷ്യന് നിർമ്മിക്കുവാൻ കഴിയുന്ന ഒന്നല്ല ചെമ്പ് എന്ന ലോഹം. അത് ദൈവം ഭൂമിയുടെ മടിത്തട്ടിൽ ഇട്ടുവെച്ചിട്ടുള്ളതാണ്. മനുഷ്യൻ അവന്റെആവശ്യത്തിനായി അത് കുഴിച്ചെടുക്കുന്നു എന്ന് മാത്രം. അല്ലാതെ, മനുഷ്യന്റെ പഠിപ്പോ അറിവോ കൗശലമോ ഒന്നും കൊണ്ട് ചെമ്പ് ഉണ്ടാക്കാൻ സാധിക്കില്ല. "ചെമ്പ് ഒളിഞ്ഞുകിടക്കുന്ന മലകളുടെ അടിവാരങ്ങൾ തുരന്ന് അവർ ഭൂമിക്കടിയിലേക്ക് ചെല്ലുന്നു. അവിടെ ഖനിത്തൊഴിലാളികൾ ശക്തിയുള്ള ടോർച്ച് വെളിച്ചത്തിൽ കുന്താലി കൊണ്ട് ചെമ്പ് അടങ്ങിയിട്ടുള്ള പാറയിൽ ആഞ്ഞു വെട്ടി കഷണങ്ങൾ അടർത്തി എടുക്കുന്നു. മറ്റ് പണിക്കാർ ഈ പാറക്കഷണങ്ങൾ ചുമന്ന് പുറത്തെത്തിക്കുന്നു. ഇങ്ങിനെ ചെമ്പ് കലർന്നിട്ടുള്ള കല്ലുകളെയാണ് അയിര് എന്ന് വിളിക്കുന്നത്. പ്രത്യേകംതയ്യാറാക്കിയ, വളരെ ഉയർന്ന താപനിലയിലുള്ള ചൂളകളിൽ ഇട്ട് ഇവ ചൂടാക്കുന്നു. നമ്മുടെ അടുപ്പിന്റെ ചൂട് ഈ ചൂളകൾ ചുട്ടുപഴുക്കുമ്പോൾ ഉണ്ടാകുന്ന ചൂടിനോട് താരതമ്യം ചെയ്യുമ്പോൾ ഒന്നുമല്ല. ചെമ്പു ഉരുകി ഒലിച്ച്കല്ലിൽനിന്നു വേർ പെടുന്നു. വെള്ളത്തിന്റെ ശക്തിയിൽ പ്രവർത്തിക്കുന്ന, വളരെ അധികം ഘനമുള്ള ഇടിക്കുട്ടകൊണ്ട് ചെമ്പ് ദ്രാവകത്തെ ഇടിച്ച് പതുക്കെപ്പതു ക്കെ നേർപ്പിച്ച് വലിയൊരു സംഭരണിയിൽ നിറക്കുന്നു. "ചെമ്പോട്ടി എന്ന ചെമ്പ് പണിക്കാരൻ അയാളുടെ പണി തുടങ്ങുകയായി; അയാൾ ഈ സംഭരണിയുടെ ആകൃതി കൈവന്ന ചെമ്പുപാളി മെല്ലെ ഇടിച്ച് വേണ്ട രൂപത്തിൽ പരത്തി എടുക്കുന്നു." "അതാണ് ഈ ചെമ്പുപണി ക്കാർ എപ്പോഴും ഇടിക്കുട്ടകൊണ്ട് കൊട്ടിക്കൊണ്ടിരിക്കുന്നത്, അല്ലേ?" ജൂൾസ് ചോദിച്ചു.

"ഇവരെന്താണ് ദിവസം മുഴുവൻ ഇങ്ങിനെ നിർത്താതെ കൊട്ടി ക്കൊണ്ടിരിക്കുന്നത് എന്ന് അവരുടെ കടകളുടെ മുൻപിൽക്കൂടി പോകുമ്പോൾ എല്ലാം ഞാൻ ചിന്തിക്കാറുണ്ട്. അവർ ഇടിച്ചിടിച്ചു ചെമ്പു പാളികൾ കെറ്റിലും സോസ്പാനുകളും ഒക്കെ ആക്കുകയാണ്." അപ്പോ ഴേക്കും എമിൽ ചോദിച്ചു, "ഈ പാത്രങ്ങൾ പഴയതായി അവയിൽ തുള വീണ് ഉപയോഗശൂന്യമായാൽ എന്ത്ചെയ്യും? എംബ്രോയ്സിനി യമ്മ ഒരു പഴയ കെറ്റിൽ വിൽക്കുന്നതിനെക്കുറിച്ചു പറയുന്നത് കേട്ടു." "അത് ഉരുക്കി ആ ചെമ്പുകൊണ്ട് പുതിയൊരു കെറ്റിൽ ഉണ്ടാക്കും," പോളമ്മാവൻ പറഞ്ഞുകൊടുത്തു.

"അപ്പോൾ ചെമ്പ് ജീർണ്ണിക്കുന്നില്ലേ?"

"ഉവ്വല്ലോ! വളരെയധികം: മണലുകൊണ്ട് ഉരച്ചുമിനുക്കുമ്പോൾ കുറേ

തേഞ്ഞു പോകും; തീച്ചൂളയിൽ വെച്ചെട്ടുക്കുമ്പോഴും കുറേ നഷ്ടപ്പെടും. എങ്കിലും അവശേഷിക്കുന്ന ലോഹം നല്ലതുതന്നെയാണ്." "കാലുപോയ ഒരു വിളക്ക് മാറ്റിവാങ്ങുന്നകാര്യം അംബ്രോയ്സിനിയമ്മ പറയുന്നുണ്ടായിരുന്നു. വിളക്കുകൾ എന്തുകൊണ്ടാണ് ഉണ്ടാക്കുന്നത്?"

"ആ വിളക്ക് പിച്ചള കൊണ്ടാണ് ഉണ്ടാക്കിയിരിക്കുന്നത്. ഭൂമിയുടെ അടിയിൽ പ്രകൃതി കുഴിച്ചിട്ടിട്ടുള്ള മറ്റൊരു ലോഹം. ചെമ്പിന്റെ കാര്യം പറഞ്ഞതുപോലെ, ഇതിന്റെ നിർമ്മാണത്തിലും മനുഷ്യന് ഒരു പങ്കുമില്ല."

അദ്ധ്യായം 12

ലോഹങ്ങൾ

"ചെമ്പും പിച്ചളയും ലോഹങ്ങളാണ്," പോളമ്മാവൻ തുടർന്നു. "എത്ര ഇടിച്ചാലും പൊട്ടിപ്പോകാത്ത കട്ടിയുള്ള തിളങ്ങുന്ന ലോഹം. ഇടിക്കുംതോറും അവ പരന്നു വരും, പൊട്ടുകയില്ല. ഇതുപോലെയുള്ള മറ്റ് പദാർത്ഥങ്ങളുണ്ട്. ഇവക്കെല്ലാം കൂടിയുള്ള പേരാണ് ലോഹങ്ങൾ."

"അപ്പൊൾ ഘനമുള്ള ഈയവും ഒരു ലോഹമാണ്, അല്ലേ?" എമിൽ ചോദിച്ചു. ജൂൾസ് ഉറപ്പിച്ചു, "ഇരുമ്പും വെള്ളിയും സ്വർണ്ണവും എല്ലാം ലോഹങ്ങൾ ആണ്."

"അതെ, ഇവ മാത്രമല്ല മറ്റു പല ലോഹങ്ങളും ഉണ്ട്. പിച്ചളക്ക് ചുവപ്പും സ്വർണത്തിനു മഞ്ഞയും വെള്ളിക്കും തകരത്തിനും ഈയത്തിനും വെള്ളയുമാണ് നിറം. ഓരോന്നിനും അൽപ്പസ്വൽപ്പം നിറഭേദങ്ങളുണ്ടാകുമെന്ന് മാത്രം."

"എംബ്രോയ്സിനിയമ്മ വെയിലത്തുവെച്ച ഉണക്കുന്ന മെഴുകുതിരി സ്റ്റാൻഡിനു നല്ല വെട്ടിത്തിളങ്ങുന്ന മഞ്ഞ നിറമാണ്. അത് സ്വർണമാണോ?"

"അല്ല, മക്കളെ. നിങ്ങളുടെ അമ്മാവൻ അത്രക്കു ധനവാനൊന്നുമല്ല. ആ സ്റ്റാൻഡ് പിച്ചളയാണ്. ചിലപ്പോൾ നിറവും മറ്റും മാറ്റുവാനായി അവർ ഒന്നിൽകൂടുതൽ കൂട്ടുകൾ ചേർക്കും. ഇതെല്ലം കൂടി ഉരുക്കുമ്പോൾ മറ്റൊരു പുതിയ ലോഹം പോലെ ഒന്നാണ് ഉണ്ടാവുക. ഉദാഹരണത്തിന്, ചെമ്പും സിങ്ക് എന്ന വെളുത്ത ഒരു ധാതുവും ഉരുക്കി ചേർക്കുമ്പോൾ പിച്ചള കിട്ടുന്നു. അതിനാകട്ടെ, ചെമ്പിന്റെ ചുവപ്പ നിറമോ സിങ്കിന്റെ വെളുത്ത നിറമോ അല്ല, സ്വർണ്ണത്തിന്റെ മഞ്ഞ നിറമാണ്.

ചുരുക്കത്തിൽ, സ്വർണ്ണത്തിന്റെ മഞ്ഞ നിറമുണ്ടെങ്കിലും, മെഴുകുതിരി സ്റ്റാൻഡ് ചെമ്പും സിങ്കും ചേരുമ്പോൾ ഉണ്ടാകുന്ന പിച്ചള എന്ന ലോഹം കൊണ്ടാണ് ഉണ്ടാക്കുന്നത്. കഴിഞ്ഞ ഉത്സവത്തിനു കടയിൽ നിന്ന് വാങ്ങിയ മോതിരത്തിന്റെ പളപളപ്പ് കണ്ട് നിങ്ങൾ അത് സ്വർണ്ണമാണെന്ന് തെറ്റിദ്ധരിച്ചതോർമ്മയുണ്ടോ? സ്വർണ്ണമായിരുന്നെങ്കിൽ നമ്മൾ കൊടുത്ത വിലയുടെ എത്രയോ ഇരട്ടി കാശ് കൊടുക്കേണ്ടിവരുമായിരുന്നു എന്നറിയാമോ? അത് ചെമ്പായിരുന്നു." "സ്വർണ്ണമോ പിച്ചളയോ എന്ന് എങ്ങിനെ തിരിച്ചറിയും? അവയുടെ നിറവും തിളക്കവും ഒരുപോലെയാണ്," ജൂൾസ് പറഞ്ഞു."അത് മുഖ്യമായും തൂക്കം നോക്കിയാണ് അറിയുന്നത്. സ്വർണ്ണം പിച്ചളയെക്കാൾ ഭാരം കൂടുതലുള്ള ലോഹമാണ്. മനുഷ്യൻ സാധാരണ ഉപയോഗിക്കുന്ന ലോഹങ്ങളിൽ വെച്ച് ഏറ്റവും ഭാരമുള്ളത് സ്വർണ്ണത്തിനാണ്. അതിനു ശേഷം ഈയം, വെള്ളി, ചെമ്പ്, ഇരുമ്പ്, പിച്ചള, ഏറ്റവും ഘനം കുറഞ്ഞത് സിങ്ക് എന്ന ക്രമത്തിലാണ് ഈ ലോഹങ്ങളുടെ തൂക്കം." "ചെമ്പ് ഉരുക്കുവാൻ നമ്മുടെ അടുപ്പിനേക്കാൾ ചൂടുള്ള ചൂള വേണമെന്ന് പറഞ്ഞില്ലേ? പക്ഷേ എല്ലാ ലോഹങ്ങളും അത്രയും ചൂട് താങ്ങുകയില്ല. ഈയത്തിന്റെ പട്ടാളക്കാർ ഉരുകി വികൃതമായത് എനിക്കോർമ്മയുണ്ട്. കഴിഞ്ഞ ശീതകാലത്ത് അവയെ ഇളം ചൂടുള്ള അടുപ്പിനു മുകളിൽ ഞാൻ നിരത്തി വെച്ചിരുന്നു. എന്റെ കണ്ണുതെറ്റിയപ്പോൾ അവ കൊച്ച് ഈയപ്പുഴകളായി ഉരുകിയൊലിച്ചു. എനിക്ക് അഞ്ചാറെണ്ണം മാത്രമേ രക്ഷിക്കാൻ കഴിഞ്ഞുള്ളു, പക്ഷേ അവയുടെ കാലുകൾ ഉരുകിപ്പോയിരുന്നു." "മുൻപൊരിക്കൽ അംബ്രോയ്സിനിയമ്മ അശ്രദ്ധമായി ഒരു വിളക്ക് അടുപ്പിന്റെ മുകളിൽ വെച്ചപ്പോൾ ഒരു വിരലിന്റെ അത്രയും പിച്ചള അതിൽനിന്ന് ഉരുകിപ്പോയി," ജൂൾസ് ഓർത്തു. "പിച്ചളയും ഈയവും വേഗം ഉരുകും. നമ്മുടെ നെരിപ്പോടിന്റെ ചൂടുമതി അവക്ക് ഉരുകാൻ. സിങ്കും അതുപോലെത്തന്നെയാണ്. എന്നാൽ, ചെമ്പ്, ഇരുമ്പ്, വെള്ളി, സ്വർണം എന്നിവ ഉരുകുവാൻ നമ്മുടെ വീട്ടിൽ കത്തിക്കുന്ന തീയുടെ ചൂടൊന്നും പോരാ; ഇരുമ്പിനു പ്രത്യേകിച്ചും. അതുകൊണ്ടാണ് അത് മനുഷ്യന് ഇത്രയധികം പ്രയോജനപ്പെടുന്നത്. മമ്മട്ടി, കുന്താലി, കൊടിൽ, ചിരവ എന്നിവ ഇരുമ്പാണ്. ഈ വസ്തുക്കൾ എപ്പോഴും തീയുമായി ഇടപെടുന്നുണ്ടെങ്കിലും അവ ഉരുകുകയോ ഒന്ന് മയപ്പെടുകപോലുമോ ചെയ്യുന്നില്ല. ഒരു കൊല്ലന് അയാളുടെ ചൂളയിലെ ഏറ്റവും കൂടിയ താപനിലയിലേ ഇരുമ്പ് മയപ്പെടുത്തി അടിച്ചു വേണ്ട രൂപത്തിലാക്കുവാൻ കഴിയൂ. കരി കത്തിച്ച ചൂടിൽ അത് ഉരുകുകയില്ല. മനുഷ്യന് സൃഷ്ടിക്കുവാൻ കഴിയുന്ന ഏറ്റവും കൂടിയ താപത്തിൽ മാത്രമേ ഇരുമ്പിനെ ഉരുക്കുവാൻ കഴിയൂ."

അദ്ധ്യായം 13

ലോഹം പൂശൽ

അന്ന രാവിലെ അതിലെ നടന്നുപോവുകയായിരുന്ന, ചെമ്പോട്ടികൾ എന്ന് വിളിക്കുന്ന ചില ചെമ്പുപണിക്കാർക്ക് അംബ്രോയ്സിനിയമ്മ പഴയ കെറ്റിൽ വിറ്റു. അതിനുപുറമെ, അവരോടു സ്ററൗവിന്റെ മുകളിലിരുന്ന് ഉരുകി കാലുപോയ വിളക്ക് കേടുപാടുകൾ തീർത്തുതരാനും ഏൽപ്പിച്ചു; പിന്നെ, രണ്ട് സോസ്പാനുകൾ ലോഹം പൂശാനും. ചെമ്പോട്ടി തുറന്ന സ്ഥലത്ത് തീ കൂട്ടി, തന്റെ ഉല തറയിൽ സ്ഥാപിച്ച് അതിനു മുകളിൽ വലിയൊരു ഇരുമ്പ് കരണ്ടിയിൽ വെച്ച് പഴയ വിളക്ക് ഉരുക്കി. കൂടെ നഷ്ടപ്പെട്ടുപോകുന്ന ഇരുമ്പിന് പകരമായി ചെറിയ തോതിൽ പിച്ചള ചേർത്തു. അടുപ്പിൽ നിന്ന് ഉരുകി ഒലിക്കുന്ന ദ്രാവകം ഒരു അച്ചിൽ നിറച്ച് അതിനെ വിളക്കിന്റെ ആകൃതിയിലാക്കി. വലുപ്പം വേണ്ടത്ര കുറയ്ക്കുവാനായി ഒരു കടച്ചിൽ യന്ത്രത്തിൽ ഘടിപ്പിച്ചു. അത് തിരിഞ്ഞു തുടങ്ങിയപ്പോൾ ചെമ്പോട്ടി ഒരു സ്റ്റീൽ ആയുധത്തിന്റെ തുമ്പുകൊണ്ട് അതിനെ രാകിക്കൊണ്ടിരുന്നു. ഇങ്ങിനെ രാകി വീഴുന്ന നേർത്ത ലോഹപാളികൾ കടലാസ് പോലെ ചുരുണ്ടു നിലത്തു വീണു കുമിഞ്ഞു കൂടി. അങ്ങിനെ കുറച്ചു സമയത്തിനു ശേഷം വിളക്ക് അതിന്റെ ഭംഗിയുള്ള തിളങ്ങുന്ന രൂപം കൈക്കൊണ്ടു.

അതിനു ശേഷം ചെമ്പോട്ടികൾ സോസ്പാൻ ലോഹം പൂശാൻ ആരംഭിച്ചു. ആദ്യം അതിന്റെ ഉൾഭാഗം മണലിട്ട് തേച്ചു വൃത്തിയാക്കി, തീയിൽ വെച്ച് ചുട്ടുപഴുപ്പിച്ചശേഷം ഒരു കട്ടിത്തുണി ഉപയോഗിച്ച് അതിനു മുകളിൽ കുറച്ച് ഉരുകിയ ഈയം തേച്ചു പിടിപ്പിച്ചു. തുണി തേച്ച സ്ഥലത്തെല്ലാം ഈയം ചെമ്പിനോട് പറ്റിച്ചേർന്നു. കുറച്ചു സമയത്തിനുള്ളിൽ ചുവന്നിരുന്ന സോസ്പാനിന്റെ ഉൾവശം തിളങ്ങുന്ന വെള്ള

നിറമായി. അമിലും ജൂൾസും തങ്ങളുടെ ഉച്ച ഭക്ഷണമായ ആപ്പിളും റൊട്ടിയും കഴിച്ചുകൊണ്ട് നിശ്ശബ്ദരായി ഈ പ്രക്രിയ കണ്ടുകൊണ്ടിരിക്കു കയായിരുന്നു. ചെമ്പ് സോസ്പാനിന്റെ ഉൾവശം എന്തിനാണ് ഈയം പൂശി വെളുപ്പിക്കുന്നതു എന്ന് പോളമ്മാവനോട് ചോദിച്ചറിയണമെന്ന് അപ്പോഴേ തീരുമാനിച്ചതിൻപ്രകാരം വൈകീട്ട് അവർ പോളമ്മാവനെ സമീപിച്ചു.

"നല്ലപോലെ വൃത്തിയാക്കി പോളിഷ് ചെയ്ത ഇരുമ്പിന് നല്ല തിളക്കമാണ്. പുതിയ കത്തിയുടെ വായ്ത്തല, ഉറയിലിട്ട ക്ലയറിന്റെ കത്രിക എന്നിവ കണ്ടിട്ടില്ലേ? എന്ത് തിളക്കമാണ്! പക്ഷേ നനഞ്ഞ വായുവുമായി സംസർഗ്ഗത്തിൽ വന്നാൽ ഇരുമ്പിൽ പെട്ടെന്ന് ചുവന്ന ഒരു സാധാനംവന്നു പൊതിയും. അതിന്റെ പേരാണ് - "തുരുമ്പ്," ക്ലെയർ ഇടക്കുകയറി പറഞ്ഞു.

"അതെ. അതാണ് തുരുമ്പ്."

"നമ്മുടെ തോട്ടത്തിൽ കുടമുല്ലവള്ളിക്ക് പടർന്നുകയറുവാൻ കെട്ടി യിട്ടുള്ള വല മതിലിൽ തറച്ചിരിക്കുന്ന വലിയ ആണിയിൽ ഒരു ചുവന്ന പാളി വന്ന് മൂടിയിട്ടില്ലേ? അതാണല്ലേ തുരുമ്പ്?" ജൂൾസ് പറഞ്ഞു.

"എനിക്ക് ഇന്നാള് മണ്ണിൽകിടന്നു കിട്ടിയ ഇരുമ്പുകത്തിയിലും അതുണ്ടായിരുന്നു." എമിൽ കൂട്ടിച്ചേർത്തു.

"ആ മതിലിലെ ആണിയും മണ്ണിൽ കിടന്ന കത്തിയും കുറേ കാലം ഈർപ്പ മുള്ള വായുവുമായി സമ്പർക്കം ഉണ്ടായതുകൊണ്ടാണ് തുരുമ്പെടുത്തത്. ഈർപ്പമുള്ള വായു ഇരുമ്പിനെ ദ്രവിപ്പിച്ച് അതിനെ തുരുമ്പാക്കി അതിന്റെ രൂപം കണ്ടാൽ അറിയാത്ത വിധം തന്നെ മാറ്റുന്നു. അതിന്റെ ലോഹസ്വഭാവം നഷ്ടപ്പെടുന്നതുകൊണ്ട് പിന്നെ അതിനെക്കൊണ്ട് ഒരു പ്രയോജനവുമില്ല. അത് പിന്നെ ചുവന്നതോ മഞ്ഞയോ നിറമുള്ള മണ്ണുപോലെയാണ്. ഒരിക്കൽ ഇരുമ്പായിരുന്നു എന്നു പറയുവാൻ തന്നെ പ്രയാസമായിരിക്കും." "ശരിയാണ്. തുരുമ്പെടുത്ത സാധനങ്ങൾ ഞാൻ കണ്ടിട്ടുണ്ട്. അവ ഒരുകാലത്ത് തിളങ്ങുന്ന ലോഹമായിരുന്നു എന്ന് വിശ്വസിക്കുവാൻ ബുദ്ധിമുട്ടാണ്." ജൂൾസ് പറഞ്ഞു. "ഇരുമ്പുപോലെത്തന്നെ മറ്റ് പല ലോഹങ്ങളും ഈർപ്പമുള്ള വായുവുമായി സമ്പർക്കത്തിലായാൽ തുരുമ്പിക്കും; തുരുമ്പിന്റെ നിറം ലോഹത്തിനനുസരി ച്ച് വ്യത്യാസം വരും. ഇരുമ്പാണെങ്കിൽ മഞ്ഞ അല്ലെങ്കിൽ ചുവപ്പ്, ചെമ്പ് പച്ച നിറം, ഈയ്യവും സിങ്കും വെള്ള."

"അപ്പോൾ, പഴയ പെന്നി നാണ്യത്തിൽ കാണുന്ന പച്ച നിറം ചെമ്പിന്റെ തുരുമ്പാണ്, അല്ലേ?" ജൂൾസ് ചോദിച്ചു.

“പമ്പിന്റെ അറ്റത്തു കാണുന്ന വെള്ള സാധനം ഈയത്തിന്റെ തുരുമ്പായിരിക്കണം.” ക്ലയർ സ്വയംപറഞ്ഞു. “അത് തന്നെ! തുരുമ്പിന്റെ ഏറ്റവും വലിയ പ്രശ്നം എന്തെന്നാൽ, അത് ലോഹത്തിനെ വൃത്തികേടാക്കുന്നു, അതിന്റെ തിളക്കവും ആകൃതിയും നശിപ്പിക്കുന്നു. അത് മാത്രമല്ല. നമ്മുടെ ഭക്ഷണവുമായി കലർന്നാൽ കുഴപ്പമില്ലാത്ത തുരുമ്പുണ്ട് - ഇരുമ്പിന്റേതു പോലെ. എന്നാൽ ചെമ്പ്, ഈയം എന്നിവയുടെ തുരുമ്പ്, അല്ലെങ്കിൽ ക്ലാർവ്, കടുത്ത വിഷമാണ്.

അവ എങ്ങിനെയെങ്കിലും നമ്മുടെ ഭക്ഷണത്തിൽ കലർന്നാൽ മരണം വരെ സംഭവിക്കാം. നമുക്ക് ചെമ്പിനെക്കുറിച്ച് മാത്രം ഇപ്പോൾ പറയാം. കാരണം, ഈയം പെട്ടെന്ന് ഉരുകുന്ന ലോഹമായതുകൊണ്ട് അടുപ്പിൽ വെച്ച് ഭക്ഷണം പാകം ചെയ്യുവാൻ ഉപയോഗിക്കുന്നില്ല. എന്നാൽ ചെമ്പിന്റെ ക്ലാർവിൽ അത്യന്തം അപകടകാരിയായ വിഷമുണ്ട്; എന്നിട്ടും ചെമ്പ് പാത്രത്തിൽ ഭക്ഷണം പാകംചെയ്യുന്നു. അങ്ങിനെ അല്ലേ എന്ന് അംബ്രോയ്സിനിയമ്മയോട് ചോദിച്ചുനോക്കു.”

“ശരിയാണ്. എന്നാൽ സോസ്പാനിന്റെ ഉള്ളിൽ എപ്പോഴും എന്റെ കണ്ണുണ്ടാകും. ഞാനതു വളരെ വൃത്തിയാക്കി വെക്കും. മാത്രമല്ല, ഉൾഭാഗം അടിക്കടി ലോഹം പൂശാനും കൊടുക്കും,” അംബ്രോയ്സിനിയമ്മ പറഞ്ഞു.

ജൂൾസ് ചോദിച്ചു, “എനിക്ക് മനസ്സിലാകാത്തത്, ഇന്ന് രാവിലെ ചെമ്പോട്ടി ചെയ്ത കാര്യം എങ്ങിനെയാണ് ചെമ്പിന്റെ തുരുമ്പിനെ അപകടകാരി അല്ലാതാക്കുന്നത് എന്നാണ്.”

“ഇല്ല. അയാൾ ചെയ്ത ജോലി ചെമ്പിന്റെ ക്ലാർവിനെ അപകടകാരിയല്ലാതാക്കുന്നില്ല. തുരുമ്പ് വരാതിരിക്കാനാണ് അത്. ഈയമാണ് തുരുമ്പെടുക്കുവാൻ ഏറ്റവും സാധ്യത കുറവുള്ള ലോഹം. എത്ര കാലം വായുവുമായി സമ്പർക്കത്തിലിരുന്നാലും അതിന്റെ നിറം മാറുന്നില്ല. ചെറിയ തോതിൽ ഉണ്ടാകുന്ന തുരുമ്പ് അപകടകാരിയല്ല താനും. ചെമ്പ് തുരുമ്പെടുക്കാതിരിക്കുവാൻ, അല്ലെങ്കിൽ ക്ലാർവെടുക്കാതിരിക്കുവാൻ, അതായത് അതിൽ പച്ച നിറത്തിലുള്ള വിഷം നിറഞ്ഞ രൂപങ്ങൾ പ്രത്യക്ഷപ്പെടാതിരിക്കുവാൻ, അതിനെ ഈർപ്പമുള്ള വായുവിൽനിന്നും എന്നതുപൊലെ, വിനിഗർ, എണ്ണ എന്നിവയിൽ നിന്നും സംരക്ഷിക്കണം. ഇവയാണ് ക്ലാർവുണ്ടാക്കുന്ന വസ്തുക്കൾ. അതിനുവേണ്ടിയാണ് അകത്ത് ഈയം പൂശുന്നത്. ആ നേർത്ത ഈയ പാളിക്കുള്ളിൽ ചെമ്പ് ക്ലാർവ് പിടിക്കുകയില്ല, കാരണം അത്

വായുവുമായി കൂട്ടിമുട്ടുന്നില്ല. അങ്ങിനെ, ചെമ്പ്‌വിഷം ഭക്ഷണത്തിൽ കലരാനുള്ള സാധ്യത ഇല്ലാതാകുന്നു. "ഇതുപൊലെ അവർ ഇരുമ്പിനെയും ഈയപാളികൊണ്ട് പൊതിയാറുണ്ട്. ഇരുമ്പിന്റെ തുരുമ്പ് വിഷമായതുകൊണ്ടല്ല, അതിന്റെ ഭംഗി കെടുത്തുന്നതുകൊണ്ടാണ് അങ്ങിനെ ചെയ്യുന്നത്. ഇങ്ങിനെ ഈയം പൂശിയ ഇരുമ്പിനെ ഈയംപൂശൽ എന്ന് വിളിക്കുന്നു. അടപ്പുകൾ, കാപ്പി പാത്രങ്ങൾ, വിളക്കുകൾ എന്നിത്യാദി ഒട്ടനേകം സാധനങ്ങൾ ഈയം പൂശിയവയാണ്.

അദ്ധ്യായം 14

സ്വർണ്ണവും ഇരുമ്പും

"ചില ലോഹങ്ങൾ ഒരിക്കലും തുരുമ്പെടുക്കുകയില്ല. അങ്ങിനെ ഒന്നാണ് സ്വർണ്ണം. മണ്ണിൽനിന്ന് കുഴിച്ചെടുത്ത നൂറ്റാണ്ടുകൾ പഴക്കമുള്ള സ്വർണ്ണ നാണയങ്ങൾ പുതിയതുപോലെ തിളക്കമുള്ളവ യായിരുന്നു. അവയുടെ രൂപത്തിൽ മാറ്റമോ മങ്ങലോ ഏറ്റിരുന്നില്ല. കാലത്തിനോ തീയ്യിനോ ഈർപ്പത്തിനോ വായുവിനോ ഇതിന്റെ തിളക്കത്തിന് മങ്ങലേൽപ്പിക്കുവാൻ കഴിയില്ല. അതുകൊണ്ടാണ് ഈ ലോഹം ആഭരണങ്ങളും നാണ്യങ്ങളും ഉണ്ടാക്കുവാൻ ഉപയോഗിക്കുന്നത്."

"മാത്രമല്ല, മനുഷ്യൻ ആദ്യമായി ഇടപഴകിയ ലോഹം സ്വർണ്ണ മാണ്. ഇരുമ്പിനേക്കാളും തകരത്തെക്കാളും ചെമ്പിനേക്കാളും എല്ലാം മുൻപ് സ്വർണ്ണത്തിൽ മനുഷ്യന്റെ ശ്രദ്ധ പതിഞ്ഞതിൽ അത്ഭുതമില്ല. കാരണം സ്വർണ്ണം തുരുമ്പെടുക്കില്ല, എന്നാൽ നമ്മൾ ശ്രദ്ധിച്ചില്ലെങ്കിൽ ഇരുമ്പും മറ്റും വേഗത്തിൽ തുരുമ്പുവന്നുമൂടി ഉപയോഗശൂന്യമാകും. ഇനി ഞാൻ ജൂൾസിനോട് ഒരു ചോദ്യം ചോദിക്കട്ടെ: ഭൂമിക്കടിയിൽനിന്ന് കുഴിച്ചെടുക്കുന്ന ഇരുമ്പ് അയിര് നമ്മൾ ഉപയോഗിക്കുന്നതുപോലെ ശുദ്ധമായതാണോ?"

"അല്ല എന്നാണ് എനിക്ക് തോന്നുന്നത്, പോളമ്മാവാ. ആയിരു ന്നെങ്കിൽ അത് എപ്പോൾ വേണമെങ്കിലും തുരുമ്പെടുക്കണമായിരുന്നു, പറമ്പിൽ നിന്ന് കിട്ടിയ കത്തിപോലെ."

"ചേട്ടൻ പറഞ്ഞത് ശരിയാണ്, ഞാൻ അതിനോട് യോജിക്കുന്നു," ക്ലെയർ പറഞ്ഞു.

"അപ്പോൾ സ്വർണ്ണം?" പോളമ്മാവൻ ചോദിച്ചു.

"സ്വർണ്ണം വ്യത്യാസമുണ്ട്. അത് കാറ്റും ഈർപ്പവും തട്ടി

തുരുമ്പിക്കുകയോ രൂപം മാറുകയോ ചെയ്യുന്നില്ല," ക്ലെയർ പറഞ്ഞു.

"അതെ, ശരിയാണ്. പാറയിൽ അലിഞ്ഞിരിക്കുന്ന അവസ്ഥയിലും സ്വർണ്ണം ആഭരണപ്പെട്ടിയിൽ ഇരിക്കുന്നതുപോലെ തിളക്കമാർന്ന താണ്. ക്ലെയറിന്റെ കമ്മലുകൾക്കും പ്രകൃതി പാറയിൽ പറ്റിപ്പിടിപ്പിച്ചിട്ടു ള്ള സ്വർണ്ണത്തരികൾക്കും ഒരേ തിളക്കമാണ്. എന്നാൽ പറയിൽനിന്ന് കിട്ടുന്ന ഇരുമ്പിന്റെ ആയിരിന് എന്ത് വൃത്തികെട്ട രൂപമാണ്! അവിടുന്ന് കിട്ടുന്ന തുരുമ്പ് പോലെയുള്ള ചുവപ്പ് രാശിയുള്ള കല്ല് വളരെനേരം സൂക്ഷ്മ മായി പരിശോധിച്ചാൽ മാത്രമേ അതിൽ ലോഹത്തിന്റെ സാന്നിദ്ധ്യം തിരിച്ചറിയുവാൻ കഴിയൂ. അത് വാസ്തവത്തിൽ പല പദാർത്ഥങ്ങളും കൂടി ച്ചേർന്ന തുരുമ്പാണ്. ഈ കല്ലിൽ ലോഹമുണ്ട് എന്ന് തിരിച്ചറിഞ്ഞാൽ മാത്രം പോരാ, അതിൽനിന്ന് ഇരുമ്പ് വേർതിരിച്ചെടുക്കാനുള്ള വഴി കണ്ടെത്തുകകൂടി വേണം. അത് ഒട്ടും തന്നെ എളുപ്പമല്ല. എത്ര പാഴ് വേലകൾ, എത്ര ബുദ്ധിമുട്ടുള്ള പരീക്ഷണങ്ങൾ കഴിഞ്ഞു വേണം ഫലം കിട്ടുവാൻ! സ്വർണ്ണവും ചെമ്പും വെള്ളിയും ഒന്നും അത്രയും ബുദ്ധിമുട്ടില്ല മെരുങ്ങിക്കിട്ടുവാൻ. എന്നാൽ ഇങ്ങിനെ ലഭിക്കുന്ന ഇരുമ്പിന്റെ കണ്ടു പിടുത്തത്തോടെയാണ് മനുഷ്യൻ ഭൂമിയുടെ അധിപനായത്!"

"ഏറ്റവും കൂടുതൽ സമ്മർദ്ദം ചെറുക്കാൻ കഴിയുന്ന ലോഹമായി ഇരുമ്പിനെ കണക്കാക്കണം; അതുകൊണ്ടുതന്നെയാണ് അത് നമുക്ക് പ്രിയപ്പെട്ടതായത്. സ്വർണ്ണമോ ചെമ്പോ മാർബിളോ വെറും കല്ലോ ഇരുമ്പിനെപ്പോലെ ഒരു കൊല്ലന്റെ കൂടം കൊണ്ടുള്ള അടി താങ്ങു കയില്ല. ചുറ്റിക പോലും ഇരുമ്പുകൊണ്ടല്ലാതെ മറ്റെന്തുകൊണ്ടാണ് ഉണ്ടാക്കിയിരിക്കുന്നത്? നേരെമറിച്ച്, ചെമ്പോ വെള്ളിയോ സ്വർണ്ണമോ കൊണ്ടായിരുന്നെങ്കിൽ ചുരുങ്ങിയ സമയം കൊണ്ട് ചുറ്റിക തന്നെ ചതഞ്ഞു പരന്ന് ഉപയോഗശൂന്യമായേനെ, കാരണം അവക്ക് കാഠിന്യം കുറവാണ്. കല്ലാണെങ്കിൽ, ആദ്യത്തെ ഊക്കോടെ ഉള്ള അടിക്കുതന്നെ പിളർന്നുപോകും. അതിനർത്ഥം ഇരുമ്പിന് പകരം വെക്കാൻ മറ്റൊരു ലോഹമില്ല എന്നുതന്നെ. ശക്തമായ അടി കൊടുക്കുകയും വാങ്ങുകയും ചെയ്യുന്ന, മുറിക്കുകയും തുളക്കുകയും ചെത്തുകയും രാകുകയും ചീവുകയും ചെയ്യുന്ന, മഴു, അറക്കവാൾ, കത്തി, ഉളി, ഖനി തൊഴിലാളിയുടെ കട്ട പ്പാര എന്നിവ ഇരുമ്പുകൊണ്ടല്ലാതെ മറ്റൊരു ലോഹംകൊണ്ടും നിർ മ്മിക്കുകയില്ല. മറ്റുള്ളവയെ മുറിക്കാനും സ്വയം മുറിയാതിരിക്കാനുമുള്ള കാഠിന്യം ഇരുമ്പിനെ ഉള്ളൂ. പ്രകൃതി മനുഷ്യന് നല്കിയിട്ടുള്ള ഏറ്റവും ഉപകാരപ്രദമായ വസ്തു ഇരുമ്പാണെന്നു പറയുന്നതിൽ തെറ്റില്ല."

ശിലാ യുഗത്തിലെ വെണ്മഴ

ജൂൾസ് പറഞ്ഞു, “സപാനിഷ് വംശജർ അമേരിക്ക കണ്ടെത്തിയപ്പോൾ, ആ രാജ്യത്തെ ആദിവാസികൾക്ക് സ്വർണ്ണ മഴവാണുണ്ടായിരുന്നത് എന്നും, അവർക്ക് അത് ഇരുമ്പ് മഴവുമായി കൈമാറ്റം ചെയ്യുവാൻ സമ്മതമായിരുന്നു എന്നും ക്ലയറും ഞാനും വായിച്ചിട്ടുണ്ട്. ഇത്ര വിലകൂടിയ ഒരു സാധനം നിസ്സാരമായ ഒന്നിനുവേണ്ടി കൈമാറുവാൻ തയ്യാറായ അവരുടെ നിഷ്കളങ്കത ഓർത്ത് അന്ന് എനിക്ക് ചിരിവന്നു. ഇന്ന് എനിക്ക് മനസ്സിലാകുന്നു, അവരത് ചെയ്തത് അവരുടെ ഗുണത്തിനുവേണ്ടിത്തന്നെയാണ് എന്ന്.”

“അതെ, തീർച്ചയായും അവർക്ക് അത് ഗുണം ചെയ്തു.”

“തീർച്ചയായും; കാരണം, ഇരുമ്പ് കോടലികൊണ്ട് ചെറു വള്ളങ്ങൾ തുരന്നുണ്ടാക്കാനും കുടിലുകൾ കെട്ടാനും അവർക്ക് സാധിച്ചു; മൃഗങ്ങളിൽ നിന്ന് രക്ഷനേടാനുള്ള ആയുധങ്ങൾ ഉണ്ടാക്കി, അവയെ വേട്ടയാടി കീഴടക്കി. ഈ ഇരുമ്പിൻ തുണ്ട് അവർക്ക് ഭക്ഷണം ഉറപ്പ് നല്കി, യാത്ര ചെയ്യുവാൻ വഞ്ചി നല്കി, ചൂടുള്ള വാസസ്ഥലം നല്കി, സ്വരക്ഷക്ക് ആയുധം നല്കി. അതുമായി താരതമ്യം ചെയ്യുമ്പോൾ സ്വർണ്ണ കോടാലി വെറും ഒരു അലങ്കാര വസ്തു മാത്രമാകുമായിരുന്നു.”

ജൂൾസിന് ഒരു സംശയം, “ഇരുമ്പ് കണ്ടുപിടിക്കുന്നതിന് മുൻപ് മനുഷ്യർ എങ്ങിനെയാണ് ജീവിച്ചിരുന്നത്?”

“അതിനുമുൻപ് അവർ ചെമ്പുകൊണ്ടാണ് ആയുധങ്ങൾ നിർമ്മിച്ചിരുന്നത്. കാരണം, സ്വർണ്ണം പോലെ അതും പരിശുദ്ധ രൂപത്തിൽ പ്രകൃതിയിൽനിന്ന് നേരിട്ട് ലഭിച്ചിരുന്നു. എങ്കിലും ചെമ്പ് ഉപകരണങ്ങൾ ഉറപ്പ് കുറവായവ ആയതുകൊണ്ട് ഇരുമ്പിന്റെ അത്ര തന്നെ ഉപകാരപ്രദമല്ല. മനുഷ്യൻ അക്കാലങ്ങളിൽ വളരെ ബുദ്ധിമുട്ടുകൾ അനുഭവിച്ചു. “ചെമ്പ് പോലും ഉപയോഗിച്ചുതുടങ്ങുന്നതിന് മുൻപ് അവൻ മരക്കൊമ്പുകൾ മുറിച്ച് ചെത്തി കൂർപ്പിച്ച് ആയുധമാക്കി; അല്ലെങ്കിൽ, കല്ല് പിളർന്ന് നീളത്തിലുള്ള മരക്കമ്പിൽ കെട്ടി ഉറപ്പിച്ച് അത് ഒരു കുന്തം പോലെ ഉപയോഗിച്ചു. അത് മാത്രമായിരുന്നു അവരുടെ ആയുധം. “ആ കല്ല് കെട്ടിയ കമ്പ് ഉപയോഗിച്ച് അവന് അവന്റെ ഭക്ഷണം, വസ്ത്രം, വീട് എന്നിവ കണ്ടെത്തണം, മാത്രമല്ല, സ്വയം രക്ഷിക്കുകയും വേണം. അവന്റെ വസ്ത്രം മൃഗത്തോലായിരുന്നു, പിരിച്ചെടുത്ത മരക്കൊമ്പുകളും മണ്ണും ഉപയോഗിച്ചുണ്ടാക്കിയ വീടുകൾ, ഭക്ഷണം ഒരുതുണ്ടം ഇറച്ചി.

വളർത്തു മൃഗങ്ങളേക്കുറിച്ച് കേട്ടിട്ടുതന്നെ ഇല്ല, മണ്ണ് കൃഷി ചെയ്യാനു ള്ളതാണെന്നറിയില്ല, വ്യവസായങ്ങളില്ല."

"ഇത്തരം മനുഷ്യർ എവിടെയായിരുന്നു?" ക്ലെയർ ചോദിച്ചു.

"എല്ലായിടത്തും, മക്കളേ! ഇവിടെ, ഇന്ന് കാണുന്ന ഈ ഏറ്റവും പരിഷ്കൃത നഗരം നിൽക്കുന്ന ഇടത്തു പോലും അവരായിരുന്നു. ഇരുമ്പ് കണ്ടുപിടിച്ചുകഴിഞ്ഞ് ഇന്ന് നാമെത്ര ഭാഗ്യവാന്മാർ!"

പോളമ്മാവൻ ഇത്രയും പറഞ്ഞു നിർത്തിയപ്പോൾ ജാക്വസ് മെല്ലെ കതകിൽ മുട്ടിവിളിച്ചു. ജൂൾസ് കതകുതുറക്കാൻ ഓടി. അവർ രണ്ടുപേരും എന്തോ കുശുകുശുത്തു. അത് പിറ്റേന്നേക്കുള്ള പരിപാടിയെക്കുറിച്ചായി രുന്നു.

അദ്ധ്യായം 15

കമ്പിളിത്തോൽ

നൂൽ നൂൽക്കുന്ന ചർക്ക

തലേന്നാൾ പറഞ്ഞുറപ്പിച്ചതുപോലെ ജാക്വസ് തന്റെ ജോലിനിർവ്വഹണത്തിന് തയ്യാറായി. തന്റെ മുന്നിലെ ജീവി അനങ്ങാതിരിക്കുവാനായി കാലുകൾ കൂട്ടിക്കെട്ടി മര അഴിക്കുള്ളിലെ രണ്ട് പലകൾക്ക് മുകളിൽ ബന്ധനസ്ഥനാക്കി. താഴെ സ്റ്റീൽ കത്തികൾ കിടന്നു തിളങ്ങി. നിസ്സഹായരായി, നിസ്സംഗരായി ആ ജീവികൾ തങ്ങളുടെ വിധി കാത്തു കിടന്നു. ഇവരെ കുരുതികൊടുക്കുവാൻ പോകുകയാണോ? ഓ, അല്ല: അവയുടെ നീണ്ട രോമം മുറിക്കുക മാത്രമാണ് ചെയ്യാൻ പോകുന്നത്: ജാക്വസ് ഒരു ചെമ്മരിയാടിനെ കാലിൽ തൂക്കിഎടുത്ത് പലകകൾക്ക് നടുവിൽ വെച്ചു. വലിയൊരു കത്രിക ഉപയോഗിച്ച് ക്രൃ ക്രൃ ക്രൃ എന്ന് രോമം മുറിക്കുവാൻ തുടങ്ങി. പതുക്കെ രോമം മുഴുവൻ ഒറ്റ കെട്ടായി താഴെ വീണു. മുഴുവൻ രോമവും ഇറക്കിക്കഴിഞ്ഞപ്പോൾ തണുത്ത്, നഗ്നനായി നാണിച്ചു കൊണ്ട് അത് ചാടി ഇറങ്ങി ഒരു വശത്തേക്ക് ഓടിപ്പോയി. സ്വന്തം വസ്ത്രം മനുഷ്യന് വസ്ത്രമുണ്ടാക്കുവാൻ വേണ്ടി അത് ത്യജിച്ചു എന്ന് പറയാം. ജാക്വസ് മറ്റൊരു ചെമ്മരിയാടിനെ പലകമേൽ കിടത്തി, കത്രിക അനങ്ങി തുടങ്ങി.

"പറയൂ, ജാക്വസ്, രോമം പോയിക്കഴിഞ്ഞാൽ ആടുകൾക്ക് വല്ലാതെ തണുക്കില്ലേ? നിങ്ങൾ ഇപ്പോൾ രോമം വടിച്ചു വിട്ട ആട് തണുത്തു വിറക്കുന്നത് കണ്ടോ?" ജൂൾസ് ചോദിച്ചു.

"അത് സാരമില്ല: ഇന്ന് നല്ലൊരു ദിവസമാണ്. വെയിലുണ്ട്. നാളേക്ക് അവർ ശരിയായിക്കോളും. തന്നെയുമല്ല, നമുക്ക് ചൂടുനല്കാൻ ആടുകൾ ഇത്തിരി വിഷമം അനുഭവിച്ചാലും കുഴപ്പമൊന്നുമില്ല."

"നമുക്ക് ചൂടോ? അതെങ്ങിനെ?"

"നീ എന്നെ അതിശയിപ്പിക്കുന്നു! ഇത്രയധികം പുസ്തകങ്ങൾ വായിച്ചിട്ടും നിനക്ക് ഇതൊന്നുമറിഞ്ഞുകൂടെ? ഈ രോമം കൊണ്ടാണ് നമുക്ക് തണുപ്പകാലത്തിടുവാൻ ചൂടുവസ്ത്രങ്ങൾ നിർമ്മിക്കുന്നത്."

"അയ്യേ! ഈ വൃത്തികെട്ട രോമം കൊണ്ടാണോ സോക്സും സ്വെറ്ററും മറ്റും ഉണ്ടാക്കുന്നത്?" ജൂൾസ് ചോദിച്ചു.

"ഇപ്പോൾ വൃത്തികെട്ടതാണ്. പക്ഷേ അത് പുഴയിൽ കൊണ്ടുപോയി കഴുകി വെളുപ്പിച്ച ശേഷം അമ്പ്രോയിസിനിയമ്മ ചർക്കയിലിട്ട് നെയ്ത്ത് നൂലാക്കും. ആ നൂല് സൂചി ഉപയോഗിച്ച് തുന്നിയിട്ടാണ് നിങ്ങൾ മഞ്ഞിൽ ഓടിക്കളിക്കുമ്പോൾ ഇടുന്ന സ്റ്റോകിങ്സ്, സ്വെറ്റർ എന്നിവ ഉണ്ടാക്കുന്നത്."

"ഞാനിതുവരെ പച്ച, ചുവപ്പ്, നീല എന്നീ നിറങ്ങളുള്ള ആടുകളെ കണ്ടിട്ടില്ല. എന്നാൽ ആ നിറങ്ങളിലൊക്കെ എനിക്ക് സ്വെറ്റർ ഉണ്ട്," എമിൽ പറഞ്ഞു.

"ചെമ്മരി ആടുകൾ തരുന്ന രോമം വെളുപ്പിച്ച ശേഷം ചായം മുക്കുന്നതിനായി ചില ഡ്രഗ്ഗുകളും നിറക്കൂട്ടുകളും ചേർത്ത തിളച്ച വെള്ളത്തിൽ മുക്കുന്നു. അതിൽ നിന്ന് പുറത്തെടുക്കുമ്പോൾ രോമനൂല് നിറഭംഗി ഉള്ളതായിരിക്കും."

"അപ്പോൾ അതുകൊണ്ടുണ്ടാക്കുന്ന തുണി?"

"രോമ നൂലുകൊണ്ട് നമുക്ക് വീടുകളിൽ തുണി ഉണ്ടാക്കുവാൻ കഴിയില്ല. അതിന് സങ്കീർണ്ണമായ നെയ്ത്ത് യന്ത്രങ്ങൾ വേണം. അത്തരം യന്ത്രങ്ങൾ വലിയ ഫാക്ടറികളിൽ മാത്രമേ ഉണ്ടാവുകയുള്ളൂ."

"അപ്പോൾ ഞാനീ ഇട്ടിരിക്കുന്ന ട്രൌസറും വെസ്റ്റും സ്റ്റോക്കിങ്ങ്സുകളും എല്ലാം ചെമ്മരിയാടുകളുടെ രോമം കൊണ്ട് ഉണ്ടാക്കിയതാണോ?" ജൂൾസിന് വീണ്ടും സംശയം.

"അതെ. തണുപ്പിൽനിന്നു രക്ഷനേടുവാൻ നാം ചെമ്മരിയാടുകളുടെ രോമം ഉപയോഗിക്കുന്നു. പാവം മൃഗം! അത് അതിന്റെ രോമം നമുക്ക് കുപ്പായം തുന്നുവാനും, പാലും ഇറച്ചിയും നമ്മുടെ പോഷകത്തിനും തോല് കയ്യുറ ഉണ്ടാക്കുവാനും ദാനം ചെയ്യുന്നു. ജീവിതം സുഗമമാക്കുവാൻ നാം നമ്മുടെ വളർത്തുമൃഗങ്ങളെ ആശ്രയിക്കുന്നു. കാള അതിന്റെ ഊർജ്ജവും ഇറച്ചിയും രോമവും തരുമ്പോൾ പശു ഇതിനു പുറമേ പാലും തരുന്നു. കഴുതയും കോവർ കഴുതയും കുതിരയും നമുക്കുവേണ്ടി ജോലിചെയ്യുന്നു. ചത്തു കഴിഞ്ഞാൽ അതിന്റെ തൊലി ഉപയോഗിച്ച്

നാം ലെതർ ഷൂസുണ്ടാക്കുന്നു. കോഴി മുട്ട നല്കുമ്പോൾ പട്ടി നമുക്ക് സുരക്ഷ ഒരുക്കുന്നു. എന്നിട്ടും, ഒരുകാരണവുമില്ലാതെ ഇവറ്റയെ ഉപദ്ര വിക്കുന്ന, പട്ടിണിക്കിടുന്ന, അടിക്കുന്ന, മനുഷ്യരുണ്ട്. നിങ്ങൾ ഒരിക്കലും അങ്ങിനെ ചെയ്യരുത്; അത് ദൈവത്തോടു കാണിക്കുന്ന നന്ദികേടായി രിക്കും. അവർ ജീവൻ തന്നും നമുക്ക് വേണ്ടി സേവനം അനുഷ്ഠിക്കുന്നു എന്നോർക്കുമ്പോൾ അവർക്കുവേണ്ടി എന്തുംചെയ്യുവാൻ എനിക്ക് മടി തോന്നില്ല." ഈ സമയം മുഴുവൻ ക്രാ ക്രാ ക്രാ എന്ന ശബ്ദത്തോടുകൂടി രോമം വടിക്കുന്ന യന്ത്രം പ്രവർത്തിച്ചുകൊണ്ടിരിക്കുകയായിരുന്നു.

അദ്ധ്യായം 16

ചണ നാരും നൂലും

ജാക്വസ് കമ്പിളിയെക്കുറിച്ച് പറയുമ്പോൾ എമിൽ തന്റെ തുവാലപരിശോധിക്കുകയായിരുന്നു. അവൻ അത് തിരിച്ചും മറിച്ചും നോക്കി, ഉയർത്തിപ്പിടിച്ച് അതിനുള്ളിൽക്കൂടി നോക്കി, വിരലുകള ക്കിടയിൽ വെച്ച് തിരുമ്മി നോക്കി. ഇതെല്ലാം കണ്ടപ്പോൾ ജാക്വസിന് വരാൻ പോകുന്ന ചോദ്യം എന്തെന്ന് മനസ്സിലായി. അദ്ദേഹം പറഞ്ഞു:

"തുവ്വാലയും തോർത്തും ഒന്നും കമ്പിളിയല്ല. ചില ചെടികൾ, പരുത്തി, ചണനാര് എന്നിവയിൽ നിന്നാണ് അവ ഉണ്ടാക്കുന്നത്. ഈ വസ്തുക്ക ളെകുറിച്ച് എനിക്കുതന്നെ വലിയ അറിവില്ല. പരുത്തിച്ചെടിയെക്കുറിച്ച് പറഞ്ഞു കേട്ടിട്ടുണ്ടെന്നല്ലാതെ, കണ്ടിട്ടില്ല. തന്നെയുമല്ല, നിങ്ങളോട് സംസാരിച്ചുകൊണ്ട് ജോലിചെയ്താൽ ആടിന്റെ തോല് അറിയാതെ എന്റെ കൈകൊണ്ട് മുറിയും."

വൈകീട്ട് ജൂൾസിന്റെ അഭ്യർത്ഥന പ്രകാരം അവർ പോളമ്മാവന്റെ അരികിൽ തുണിയെക്കുറിച്ചുള്ള തങ്ങളുടെ സംശയങ്ങളും കൊണ്ട് പോയി.

"ചണ നാരും മുള നാരും നല്ല മിനുസവും വഴക്കവുമുള്ള നാരുകളാണ്. അതുകൊണ്ട് തുണി നെയ്തെടുക്കാം. രോമ വസ്ത്രങ്ങൾ പോലെതന്നെ ഉപയോഗിക്കാവുന്നവയാണ് അവ. ചണകൊണ്ട് ഉറപ്പുള്ള പരുക്ക നായ ചാക്ക് പോലെയുള്ളവ നെയ്യുമ്പോൾ, ആഡംബര തുണിത്തരങ്ങ ളായ ലിനൻ, പട്ട്, ലേസ് എന്നിവ മറ്റ് ചെടികളുടെ നാരുകൊണ്ടാണ് ഉണ്ടാക്കുന്നത്. പരുത്തിത്തുണി ഉണ്ടാക്കുന്നത് പരുത്തിക്കായയിൽ നിന്നാണ്."

"ചെറിയ നീല പൂക്കളുണ്ടാകുന്ന ലോലമായ ഒന്നാണ് ചണച്ചെടി.

വർഷം മുഴുവൻ അത് ഉൽപ്പാദിപ്പിക്കുവാൻ കഴിയും. വടക്കേ ഫ്രാൻസിലും ബെൽജിയത്തിലും ഹോളണ്ടിലും അത് കൃഷി ചെയ്യുന്നു. മനുഷ്യർ തുണി ഉണ്ടാക്കുവാനായി ആദ്യം ഉപയോഗിച്ചത് ആ ചെടിയാണ്."

"ലിനൻ തുണിയുടെ അനേക പാളികളിൽ പൊതിഞ്ഞാണ് ഈജിപ്തിലെ മോസസ്സിനെയും മമ്മിമാരെയും ഒരു കേട്ടും കൂടാതെ നാലായിരം വർഷങ്ങളോളം ഭൂമിക്കടിയിൽ അടക്കം ചെയ്തിരുന്നത്."

ജൂൾസ് ഇടപെട്ടു: "മമ്മികളോ? അതെന്താണെന്ന് എനിക്കറിയില്ല."

"പറഞ്ഞുതരാം. ദൈവത്തിന്റെ പ്രതിരൂപത്തിൽ ആത്മാവിന്റെ ആസ്ഥാനമായി സൃഷ്ടിക്കപ്പെട്ടിട്ടുള്ള ദേഹത്തിനെ മനുഷ്യൻ ഏറ്റവും പാവനമായിട്ടാണ് കണക്കാക്കിയിട്ടുള്ളത്: അവന്റെ സ്ഥലകാലങ്ങൾക്കും സംസ്കാരത്തിനും അനുസൃതമായി അവൻ മരണപ്പെട്ടവരെ ആദരിക്കുന്നു. മൃതദേഹം അടക്കം ചെയ്ത സ്ഥലം കൊത്തുപണി ചെയ്ത ഒരു കല്ലറകൊണ്ടോ വെറും ഒരു കരിശുകൊണ്ടോ അനശ്വരമായ ദിവ്യത്വത്തിനെ സാക്ഷ്യപ്പെടുത്തുന്നു. പ്രാചീന കാലത്ത് മൃതദേഹം കത്തിക്കുകയാണ് ചെയ്തിരുന്നത്. അഗ്നി ശുദ്ധി വന്ന എല്ലിൻ കഷണങ്ങൾ ഒരു കലത്തിൽ ശേഖരിച്ച് സൂക്ഷിച്ചിരുന്നു. ഈജിപ്തുകാർ ശവശരീരം സുഗന്ധതൈലങ്ങൾ പൂശി അഴുകിപ്പോകാതെ ലിനൻ തുണിയിൽ പൊതിഞ്ഞു സൂക്ഷിച്ചു. എംബാം ചെയ്യുക എന്നാണ് അതിന് പറയുന്നത്. അതീവ ശ്രദ്ധയോടെയാണ് അവര് അത് ചെയ്തിരുന്നത് എന്ന് കാണാം. അനേക നൂറ്റാണ്ടുകൾക്ക് ശേഷവും ഇങ്ങിനെ എംബാം ചെയ്ത ശവശരീങ്ങൾ ഈജിപ്തിൽ പലയിടത്തുനിന്നും കുഴിച്ചെടുത്തിട്ടുണ്ട്. ഈജിപ്തിലെ രാജാക്കന്മാരെയും ഫാരോകളെയും ഉണങ്ങി നിറം മാറിയവയെങ്കിലും സുഗന്ധം വമിക്കുന്ന മരക്കൂട്ടുകളിൽ ദ്രവിച്ചുപോകാത്ത നിലയിലാണ് കണ്ടെത്തിയിരുന്നത്. ഇങ്ങിനെ അടക്കം ചെയ്ത ശരീരങ്ങളെയാണ് മമ്മികൾ എന്നു വിളിക്കുന്നത്."

"നൂറ്റാണ്ടുകളായി ചണച്ചെടി യൂറോപ്പിൽ പലയിടത്തും കൃഷിചെയ്യുന്നുണ്ട്. രണ്ട് മീറ്ററോളം ഉയരത്തിൽ വളരുന്ന, തൂവൽത്തണ്ടിന്റെ വണ്ണത്തിലുള്ള ഉറപ്പുള്ള തണ്ടോടുകൂടിയുള്ള ഈ ചെടിയിൽ, മങ്ങിയ പച്ച നിറത്തിലുള്ള ചെറിയ പൂക്കളുണ്ടാകും. ഫ്ലക്സ് പോലെത്തന്നെ, ഇതും കൃഷി ചെയ്യുന്നത് അതിന്റെ തണ്ടിനും ധാന്യത്തിനും വേണ്ടിയാണ്."

"നമ്മൾ ഗോൾഡ് ഫിഷിന് കൊടുക്കുന്ന ആഹാരമാണ് അത്, അല്ലേ? ആ മണികൾ അവർ വാകൊണ്ട് കുത്തിപ്പൊട്ടിച്ച് ഉള്ളിലെ പരിപ്പെടുക്കുന്നത് കണ്ടിട്ടുണ്ട്."

"അതെ. അത് കുഞ്ഞു പക്ഷികളുടെയും ഇഷ്ടഭോജനമാണ്."

"അതിന്റെ തണ്ടിന് ഫ്ളാക്സ് ചെടിയുടെ അത്രയും മാർദ്ദവമില്ല. 25 ഗ്രാം ഫ്ളാക്സ് നാര് കൊണ്ട് മൂന്ന മയിൽ നീളത്തിലുള്ള നൂല് നൂൽക്കാം! ചിലന്തി വലപ്പോലെ നേർത്തതാണ് അത്."

"ചണയും ഫ്ലക്സും മൂപ്പെത്തുമ്പോൾ കൊയ്ത് മെതിച്ച് വിത്ത് വേർതിരിക്കുന്നു. അതിനു ശേഷം തണ്ടിൽ നിന്ന് എളുപ്പത്തിൽ നാരെടുക്കുന്നതിനായി വെള്ളത്തിൽ ചീയാനിടുന്നു. കാരണം, നാരുകൾ പശപോലെ ഉള്ള ഒരു വസ്തുവിനാൽ തണ്ടോട് ഒട്ടിയാണ് ഇരിക്കുന്നത്. തണ്ട് ചീഞ്ഞാൽ മാത്രമേ അതിനെ വേർപ്പെടുത്തുവാൻ കഴിയൂ. അവർ ചിലപ്പോൾ പാടത്തുതന്നെ ചെടി ചീയാനായി രണ്ട് ആഴ്ചയോളം നിരത്തി ഇടയ്ക്കിടെ തിരിച്ചും മറിച്ചും ഇട്ടുകൊണ്ടിരിക്കും. ഒടുക്കം തണ്ടിൽ നിന്ന് നാര് വേർപ്പെട്ട് വരും. എങ്കിലും ഏറ്റവും എളുപ്പ വഴി ചെടികൾ കറ്റ കളാക്കി കെട്ടി ആറ്റിൽ മുക്കി വെക്കുന്നതാണ്. അത് ചീഞ്ഞു വരുമ്പോൾ വല്ലാത്ത ദുർഗന്ധമായിരിക്കും."

"പിന്നീട് ഈ കറ്റകൾ ഉണക്കി ബ്രേക്ക് എന്ന് പേരുള്ള ഒരു യന്ത്രത്തിൽ ഇട്ട് ചെറിയ കഷ്ണങ്ങളാക്കി നാര് വേർപ്പെടുത്തുന്നു. അവസാനമായി തണ്ടിന്റെ ഒട്ടിപ്പിടിച്ച അവശേഷിച്ച ഭാഗങ്ങൾ നാരിൽ നിന്ന് നീക്കം ചെയ്യുവാനായി ഇരുമ്പ് കൊണ്ടുണ്ടാക്കിയ ചണച്ചീർപ്പ് യന്ത്രത്തിൽ കൂടി കടത്തിവിടുന്നു. ഈ ഘട്ടത്തിൽ നാരുകൾ കൈ കൊണ്ടോ മെഷീൻ കൊണ്ടോ നൂൽ നൂൽക്കുന്നു. ഇങ്ങിനെ കിട്ടുന്ന നൂല് നെയ്താണ് തുണിയാക്കുന്നത്."

"നെയ്ത്ത് യന്ത്രത്തിൽ അനേകം ഇഴകളിലായി ഈ നൂല് ഒന്നിനൊന്ന് തൊടാതെ നിരത്തി വെക്കും. നെയത്ത് യന്ത്രത്തിൽ നെയ്ത്തുകാരന്റെ കാലിന്റെ ചലനമനുസരിച്ച് പാതി ഇഴകൾ മുകളിലേക്കും പാതി താഴേക്കും ചലിക്കുന്നു. അതേ സമയം അയാൾ തൻെറ കൈകൊണ്ട് രണ്ട് പാളികൾക്ക് ഇടയ്ക്ക് ഒരു ഇഴ നൂല് വലത്തുനിന്ന് ഇടത്തോട്ടും ഒരു ഇഴ ഇടത്തുനിന്ന് വലത്തോട്ടും വിലങ്ങനെ കടത്തി വിടുന്നു. ഇങ്ങിനെ ഇഴ ചേർത്താണ് തുണി നെയ്യുന്നത്. എല്ലാം കഴിയുമ്പോൾ, ചണത്തണ്ട് പരുക്കൻ തുണിയായി തീരുമ്പോൾ, ഫ്ലാക്സ് ഒരു ചെറിയ തുണ്ടത്തിന് നൂറ് ഫ്രാങ്ക്സ് വരെ വിലയുള്ള ലേസ് ആയി രൂപാന്തരപ്പെടുന്നു."

അദ്ധ്യായം 17

പരുത്തി

"തുണി നെയ്യുവാൻ നാം ഏറ്റവും കൂടുതൽ ഉപയോഗിക്കുന്നത് പരുത്തി ച്ചെടിയിൽ നിന്ന് കിട്ടുന്ന പഞ്ഞിയാണ്. ഒന്നോ രണ്ടോ മീറ്റർ ഉയരത്തിൽ വളരുന്ന ഒരു ചെടിയാണ് പരുത്തിച്ചെടി. അതിന് ഉരുണ്ട് പന്തുപോലെയുള്ള കായകളുണ്ടാകും. ഓരോ കായയുടെയും ഉള്ളിൽ വെളുത്ത, അല്ലെങ്കിൽ ഇളം മഞ്ഞ നിറമുള്ള നനുനനുത്ത പഞ്ഞി ഉണ്ടാകും. ഈ കായയുടെ നടുവിലാണ് അതിന്റെ കുരു ഉണ്ടാകുക."

"പോപ്ലാറിന്റെയും വില്ലോ മരത്തിന്റെയും മുകളിൽ നിന്ന് വേനൽ ക്കാലത്ത് ഇത്തരത്തിലുള്ള ഒരു വെളുത്ത സാധനം പറന്ന് വീഴുന്നത് ഞാൻ കണ്ടിട്ടുണ്ട്," ക്ലെയർ പറഞ്ഞു.

"ഉപമ കൊള്ളാം. അത് പക്ഷേ, 'അപ്പൂപ്പൻ താടി' എന്ന് നമ്മൾ വിളിക്കുന്ന വെളുത്ത രോമങ്ങളോടുകൂടിയ കുഞ്ഞു വിത്തുകളാണ്. പരുത്തിക്കായകൾ മെയ് മാസത്തിലാണ് മൂപ്പെത്തുന്നത്. ആ സമയത്ത് അത് തനിയെ പൊട്ടിത്തുറന്ന് വെളുത്ത പഞ്ഞി പുറത്തേക്ക് വരും. കറുത്ത വിത്തുകൾ അതിനുള്ളിലുണ്ടാകും. കാറ്റില്ലാത്ത അവസ്ഥയിൽ അവ ചെടിയുടെ താഴെ വീണ് അവിടെ കൂടിക്കിടക്കുമ്പോൾ മഞ്ഞുപോലെയുള്ള പതുപതുത്ത വെള്ള മെത്ത വിരിച്ചതുപോലെ ഉണ്ടാകും. ഒരു കുഞ്ഞു കാറ്റടിച്ചാൽ മതി, ഈ പഞ്ഞിത്തുണ്ടുകൾ അതിൽ പറ്റിപ്പിടിച്ചിരിക്കുന്ന വിത്തുകുരുവിനോടൊപ്പം പറന്നുയർന്ന് ദൂര സ്ഥലങ്ങളിൽ പോയിവീണ് അവിടെ കിളിർത്തു വരും, മരമാകും. ഇതുപോലെ വിത്ത് കാറ്റിൽ ദൂരസ്ഥലങ്ങളിലേക്ക് പറന്നു ചെന്ന് അവിടെവീണു മുളയ്ക്കുന്ന മറ്റ് പലേ ചെടികളുമുണ്ട്. ഞെരിഞ്ഞിലിനെയും ജമന്തിയെയും പറ്റി

കേൾക്കാത്തവരുണ്ടാകില്ല. പട്ടുപോലെയുള്ള അവയുടെ വിത്തുതുങ്ങിക്കിടക്കുന്ന ഇതളുകൾ ഊതി പറപ്പിച്ചു നമ്മളൊക്കെ കളിച്ചിട്ടുണ്ട്."

ജൂൾസ് ചോദിച്ചു, "പൈൻ മരത്തിന്റെപഞ്ഞിയും ഇതുപോലെ തുണി നെയ്യാൻ ഉപയോഗിക്കാമോ?"

"ഇല്ല. അതിൽ വളരെക്കുറച്ച് പഞ്ഞിയെ ഉള്ളൂ. അത് സംഭരിക്കുവാൻ വിഷമമായിരിക്കും. പിന്നെ, അത് തീരെ നീട്ടം കുറഞ്ഞവയായതുകൊണ്ട് നെയ്യുവാനും വിഷമമാണ്. എങ്കിലും മറ്റ് ചിലർക്ക് അതിനെക്കൊണ്ട് ആവശ്യമുണ്ട്. പക്ഷികൾ ഇത് കൊത്തിക്കൊണ്ടുപോയി അവയുടെ കൂട്ടിൽ വിരിച്ചിടുന്നു. മൈനകളുടെ പഞ്ഞിക്കൂട് മറ്റുള്ളവയെക്കാൾ വളരെ വിശേഷപ്പെട്ടതാണ്. നല്ല ഉറപ്പും ഭംഗിയുമുണ്ട് അവക്ക്. ചില്ലകളുടെ ഇടയിൽ, ആരളിയുടെയും പൈനിന്റെയും പഞ്ഞിയും ആടുകളുടെ ദേഹത്തുനിന്നു കൊത്തിയെടുത്ത കുറച്ചു രോമവും കുട്ടി മുൾച്ചെടിയുടെ തുവൽ പോലെയുള്ള വിത്തുഭാഗവും ചേർത്ത് ഒരു കപ്പിന്റെ ആകൃതിയിൽ അവർ തങ്ങളുടെ കുഞ്ഞുങ്ങൾക്ക് വേണ്ടി ഉണ്ടാക്കുന്ന കൂട് പോലെ ഒന്ന് രാജകുമാരന്മാർക്കുപോലും ഉണ്ടാവുകയില്ല."

"കൂടുകൂട്ടുവാൻ പക്ഷികൾ അവരുടെ ചുറ്റുമുള്ള സാധനങ്ങളാണ് ഉപയോഗിക്കുക; സാധനങ്ങൾ സംഭരിച്ചുകഴിഞ്ഞാൽ മൈനകൾ ജോലി തുടങ്ങുകയായി. വസന്തകാലം വന്നാൽ പിന്നെ അവർക്ക് കൂടുകെട്ടാനുള്ള വസ്തുക്കളെക്കുറിച്ച് ചിന്തിക്കേണ്ട കാര്യം ഇല്ല; പുല്ലും മുൾച്ചെടികളും വേലിക്കലുള്ള കുറ്റിച്ചെടികളും എല്ലാം അവർക്ക് വേണ്ട സാമഗ്രികൾ യഥേഷ്ടം നല്കിക്കോളും. അത് അവക്ക് ഒരനുഗ്രഹമാണ്, കാരണം, മുൻകൂട്ടി ചിന്തിച്ചു ആസൂത്രണം ചെയ്യുനും സംഭരിച്ചു വെക്കുവാനുമൊന്നുമുള്ള ബുദ്ധിശക്തി അവയ്ക്കില്ലല്ലോ. മനുഷ്യർ അവനവന് ആവശ്യമുള്ളവ അദ്ധ്വാനിച്ചും അലോചിച്ചും, അന്യരാജ്യങ്ങളിൽ നിന്നുപോലും വരുത്തി സമാഹരിക്കുമ്പോൾ, പക്ഷികൾ അവർക്കു ചുറ്റുമുള്ള തോട്ടങ്ങളിൽ നിന്ന് തങ്ങൾക്ക് വേണ്ട പഞ്ഞി കണ്ടെത്തുന്നു."

കൈകൊണ്ടുള്ള കുരുക്കുത്തൽ

"പാകമാകുമ്പോൾ പഞ്ഞിക്കായ തനിയെ പൊട്ടി പുറത്തുവരുന്ന പഞ്ഞി കൈകൊണ്ട് ഉരുട്ടി ശേഖരിക്കുന്നു. ഇത് പായയിലിട്ട് നന്നായി ഉണക്കിഎടുത്ത് കൊട്ടുവടികൊണ്ട് തല്ലി ഒരു പ്രത്യേക മെഷീനിൽ ഇടുന്നു. അങ്ങിനെ കുരുവും തോടും മുഴുവനായി നീക്കം ചെയ്യപ്പെടുന്ന ഈ പഞ്ഞി വേറെ ഒന്നും ചെയ്യാതെതന്നെ വലിയ കെട്ടുകളാക്കി തുണിയാക്കി മാറ്റുന്നതിനായി നെയ്ത്തു ശാലയിലേക്ക് അയക്കുന്നു. ഇന്ത്യ,

ഏജിപ്ത്, ബ്രസീൽ അമേരിക്ക എന്നിവിടങ്ങളിലാണ് വലിയ നെയ്ത്തുശാലകളുള്ളത്."

"ഒറ്റ വർഷം കൊണ്ട് എണ്ണൂറ് മില്ല്യൺ കിലോ പഞ്ഞിയാണ് യൂറോപ്പിൽ ഉൽപ്പാദിപ്പിക്കുന്നത്. ലോകത്തിന് മുഴുവൻ പരുത്തിത്തുണി നല്കുവാനായി ഇത് അധികമാണെന്ന് പറഞ്ഞുകൂടാ. പഞ്ഞി വ്യവഹാരമാണ് മനുഷ്യന്റെ ഏറ്റവും ക്രിയാത്മകമായ വ്യാപാര മേഘല. എത്ര തൊഴിലാളികൾ, എത്ര സങ്കീർണ്ണമായ പ്രവർത്തന രീതികൾ, എത്ര നീണ്ട യാത്രകൾ, എല്ലാം തുച്ഛ വിലക്ക് കിട്ടുന്ന ഒരു തുണ്ട് പരുത്തിത്തുണിക്കുവേണ്ടി! ഇവിടെനിന്ന് ആയിരം കാതം ദൂരെയുള്ള ഒരിടത്ത് ഒരുപിടി പഞ്ഞി സംഭരിച്ചു എന്ന് സങ്കൽപ്പിക്കുക. ഇത് കടൽ കടന്ന്, ഭൂമിയുടെ കാൽഭാഗം താണ്ടി, ഫ്രാൻസിലോ ഇംഗ്ലണ്ടിലോ ഉള്ള നിർമ്മാണ ശാലയിൽ എത്തുന്നു. അവിടെ അത് നൂൽനൂറ്റ്, നെയ്ത്, നിറമുള്ള ചിത്രപ്പണികൾ ചെയ്ത തുണിയാക്കി, വീണ്ടും കടൽകടന്ന്, ഭൂമിയുടെ മറ്റേ അറ്റം വരെ യാത്രചെയ്ത്, ചിലപ്പോൾ ഒരു ചുരുണ്ടമുടിക്കാരൻ നീഗ്രോയുടെ തലേക്കെട്ടായി മാറുന്നു. എന്തെല്ലാം ഘടകങ്ങൾ ചേർന്ന താല്പര്യങ്ങൾ ഇവിടെ സഫലമാകുന്നുണ്ട്! ആദ്യം വിത്ത് വിതച്ച് കൃഷിചെയ്യണം. പാതിവർഷത്തെ ശുശ്രൂഷക്ക് ശേഷം വിളവെടുത്ത് അതിൽനിന്ന് കർഷകർക്ക് കൂലികൊടുക്കുവാനുള്ള പണം കണ്ടെത്തണം. വ്യാപരിയെയും ദൂരസ്ഥലങ്ങളിലേക്ക് കടത്താനുള്ള ഏർപ്പാടുകളും കണ്ടുപിടിച്ച് കച്ചവടം ഉറപ്പിക്കണം. ഇതിനു ഇടയിൽ വരുന്ന ഓരോരുത്തർക്കും ഈ പഞ്ഞിയിൽ നിന്നുള്ള വരായ്കകൊണ്ട് കൂലി കൊടുക്കണം. അതിനുശേഷമാണ് നൂൽനൂൽക്കുന്ന ആളിനെയും നെയ്ത്തുകാരനെയും ചായം മുക്കുന്നവനെയും ജോലി ഏൽപ്പിക്കുന്നത്. അവർക്ക് ഓരോരുത്തർക്കും ഇതിൽ നിന്ന് കിട്ടുന്ന ആദായം കൊണ്ടുവേണം കൂലി കൊടുക്കുവാൻ. എന്നാലും തീരുന്നില്ല. തുണി വാങ്ങുവാനും, ദൂരെ ഇടങ്ങളിലേക്ക് കൊണ്ടുപോകുവാനും ഇടപാടുകാർ ഭൂമിയുടെ എല്ലാ ഭാഗത്തുനിന്നും വരവായി. എങ്ങിനെയാണ് നിസ്സാര വിലയുള്ള ഈ ഒരുപിടി പഞ്ഞി കൊണ്ട് ഇക്കണ്ട ആളുകൾക്ക് മുഴുവൻ കൂലി കൊടുക്കുക?"

"അതാണ് രസം. ഈ അത്ഭുതം നടപ്പാക്കുവാൻ രണ്ട് വ്യാവസായിക ഘടകങ്ങൾ ഇടപെടുന്നു: വലിയ തോതിൽ പ്രവർത്തിക്കുക, യന്ത്രങ്ങളുടെ ഉപയോഗം ലഭ്യമാക്കുക. അംബ്രോയിസിനിയമ്മ എങ്ങിനെയാണ് ചർക്കയിൽ നൂല് നൂൽക്കുന്നത് എന്ന് നിങ്ങൾ കണ്ടതാണല്ലോ. പെട്ടിയിലുള്ള പഞ്ഞി ആദ്യം നീണ്ട ചുരുളുകളായി മാറ്റുന്നു. അതിൽ

ഒരു ചുരുൾ വളരെ വേഗം തിരിയുന്ന ഒരു കൊളുത്തിൽ കുരുക്കുന്നു. കൈ വിരലുകളുടെയും കൊളുത്തിന്റെയും ചലനത്തിനോടൊത്ത് ആ ചുരുൾ നൂലായി നീണ്ടു വരുന്നു. അത് ഒരു ക്ലിപ്തമായ നീളമെത്തുമ്പോൾ അംബ്രോയിസിനിയമ്മ ചർക്കയുടെ ചലനം ക്രമപ്പെടുത്തി അതൊരു തക്ലിയിലേക്ക് മാറ്റിയ ശേഷം വീണ്ടും നൂൽ നൂൽക്കുന്നു."

"ചുരുക്കി പറഞ്ഞാൽ, ഇങ്ങിനെ നൂൽ നൂറ്റ് തുണി ഉണ്ടാക്കാമെങ്കിലും അംwബ്രോയിസിനിയമ്മയുടെ അദ്ധ്വാനവും സമയവും കണക്കിലെടുത്താൽ ആ തുണിക്ക് വലിയ വില കൊടുക്കേണ്ടിവരും. അപ്പോൾ, എന്തുചെയ്യും? നൂൽ നൂൽക്കുവാൻ ഒരു മെഷീൻ ഉണ്ടാക്കി. വളരെ വലിയ മുറികളിൽ ആയിരക്കണക്കിന് ഇത്തരം മെഷീനുകൾ സ്ഥാപിച്ചു. അവയിൽ കൊളുത്തുകളും തക്ലികളും നൂല് ചുറ്റിവെക്കുന്ന റോളർ ചക്രങ്ങളും എല്ലാം ഉണ്ടാകും. കണ്ണഞ്ചിപ്പിക്കുന്ന വേഗതയിലാണ് ഈ യന്ത്രം പ്രവർത്തിക്കുക. കാതടപ്പിക്കുന്ന ശബ്ദവും ഉണ്ടാകും. ആയിരക്കണക്കിന് കൊളുത്തുകളിൽ കൊരുത്തിയിട്ട പഞ്ഞിക്കെട്ടുകൾ, ഒരു തക്ലിയിൽനിന്നു മറ്റൊന്നിലേക്ക് മിന്നൽ വേഗത്തിൽ ചുറ്റുന്ന നൂല്, ചർക്കയിൽ തനിയേ ചുറ്റുന്ന ചുരുളുകൾ - ഇതെല്ലാം ചേർന്നതാണ് ആ യന്ത്രം. കുറച്ചു മണിക്കൂറുകൾ കൊണ്ട് ഒരു കുന്ന് പഞ്ഞി, ഈ ഭൂമി പലവട്ടം ചുറ്റാനുള്ളത്ര നീളമുള്ള നൂലായി മാറിയിട്ടുണ്ടാകും! അംബ്രോയിസിനിയമ്മയുടെ അത്രയും മിടുക്കുള്ള എത്ര പേരുടെ എത്ര മണിക്കൂറുകൾ അതിനായി ചിലവാകുമായിരുന്നു! എന്നാൽ ഇവിടെ ആകെ ചിലവാകുന്നത് വെള്ളം തിളപ്പിച്ച് ആവിയാക്കുവാനുള്ള കൽക്കരി മാത്രം. ആ ആവിയാണ് യന്ത്രം പ്രവർത്തിപ്പിക്കുന്നത്. ഇത്തരത്തിൽ വളരെ കാര്യമാത്ര പ്രസക്തമായിട്ടാണ്, നെയ്ത്തും ചായം മുക്കലും എല്ലാം നടത്തുന്നത്. അങ്ങിനെ വെറും നാലു കാശിന് കിട്ടുന്ന ഒരുപിടി പഞ്ഞി കൊണ്ട് കർഷകനും മദ്ധ്യസ്ഥനായ ഇടപാടുകാരനും നാവികനും നൂൽനൂൽക്കുന്നവനും നെയ്ത്തുകാരനും ചായം മുക്കുന്നവനും തുണിക്കച്ചവടക്കാരനും അവരുടേതായ ലാഭ വിഹിതം ലഭിക്കുന്നു."

അദ്ധ്യായം 18

കടലാസ്

അംബ്രോയിസിനിയമ്മ ക്ലെയറിനെ വിളിച്ചു. ക്ലെയറിന്റെ ഒരു കൂട്ടുകാരിക്ക് അവർ ചെയ്യുന്ന ചിത്രത്തുന്നലിനെപ്പറ്റി എന്തോ സംശയങ്ങൾ തീർക്കുവാനുണ്ട്. എങ്കിലും ജൂൾസിന്റെയും എമിലിന്റെയും അഭ്യർത്ഥന പ്രകാരം പോളമ്മാവൻ സംഭാഷണം തുടർന്നു. ജൂൾസ് തന്റെ പെങ്ങളോട് അവിടെ പറഞ്ഞ കാര്യങ്ങൾ എല്ലാം കിറു കൃത്യമായി കൈമാറുമെന്ന് അദ്ദേഹത്തിന് അറിയാമായിരുന്നു.

"ചണയും പഞ്ഞിയും കൊണ്ട് മറ്റൊരു പ്രധാന ഉപകാരം കൂടിയുണ്ട്. ആദ്യം അവ നമുക്ക് വസ്ത്രം നല്കുന്നു. നാരുകൾ കൂടുതൽ പിഞ്ചി പഴയതാകുമ്പോൾ അതുകൊണ്ട് കടലാസുണ്ടാക്കാം."

"കടലാസോ!?" എമിലിന് അത്ഭുതമായി.

"അതെ. സാക്ഷാൽ കടലാസുതന്നെ. നമ്മൾ എഴുതുന്ന, പുസ്തകമുണ്ടാക്കുന്ന, കടലാസ്. നിങ്ങളുടെ കോപ്പി പുസ്തകത്തിലെ നല്ല വെളുവെളുത്ത കടലാസും, ടെക്സ്റ്റ് ബുക്കിലെ കടലാസും, വിലകൂടിയ സ്വർണ്ണ അരികുകളുള്ള ക്ഷണ പത്രവും എല്ലാം പിഞ്ചിപ്പോയ തുണിനാരുകൊണ്ട് ഉണ്ടാക്കിയതാണ്."

"കേവലം പഴയതും ജുഗുപ്സാവഹവുമായ തുണിനാരുകൾ വഴി വക്കിൽ നിന്നും കൂടി സംഭരിച്ച്, നേർമ്മയായ കടലാസിന്, പരുക്കൻ കടലാസിന് എന്ന് വേർത്തിരിച്ച ശേഷം നന്നായി കഴുകി വൃത്തിയാക്കുന്നു. അതിന് ശേഷം മെഷീനുകൾ അവ ഏറ്റെടുക്കുകയായി. ഇരുമ്പ് പല്ലുകൾ അവ മുറിച്ചു ചെറിയ തുണ്ടങ്ങളാക്കുന്നു; യന്ത്ര ചക്രങ്ങൾ അതിനെ പൾപ്പാക്കുന്നു. അതിനെ അരകല്ലിൽ ഇട്ട് വീണ്ടും അരച്ച് വെള്ളത്തിൽ കലക്കി സൂപ്പ് പരുവമാക്കുന്നു. ഇതിനു ചാരനിറമായിരിക്കും, ചില തീവ്ര ശക്തിയുള്ള രാസവസ്തുക്കൾ ഉപയോഗിച്ച് അത് മഞ്ഞുപോലെ വെളുപ്പിക്കുന്നു. ഇങ്ങിനെ ശുദ്ധീകരിച്ച പൾപ്പ് മെഷീൻ

ഉപയോഗിച്ച് ഘനംകുറഞ്ഞ പാളികളായി ദ്വാരങ്ങളുള്ള ഷെൽഫുകളിൽ നിരത്തുന്നു. അവിടെ കിടന്ന് വെള്ളം മുഴുവൻ വാർന്നുപോയി ശേഷിക്കുന്ന സാധനം യന്ത്ര റോളറുകൾക്കിടയിൽ വെച്ച് അമക്കി, ഉണക്കി, പോളിഷ് ചെയ്തെടുക്കുന്നു. അങ്ങിനെ പേപ്പർ റെഡിയായി!"

"കടലാസാകുന്നതിന് മുൻപ് അത് ഉപയോഗ ശൂന്യമായ ഒരു കീറ തുണിയായിരുന്നു. എത്രപേർ എങ്ങിനെയൊക്കെ ഉപയോഗിച്ച ശേഷമായിരിക്കും അതിനെ പാഴ് വസ്തുവായി വലിച്ചെറിഞ്ഞിട്ടുണ്ടാവുക. കാർന്നു തിന്നുവാൻ ശക്തിയുള്ള വെണ്ണീറിൽ കിടന്ന്, തീഷ്ണ ശക്തിയുള്ള സോപ്പുമായുള്ള സമ്പർക്കവും കഴിഞ്ഞ് കൊട്ടുവടി കൊണ്ടുള്ള തല്ലുംകൊണ്ട് വെയിലത്തും മഴയത്തും കിടന്ന വസ്തുവാണ് അത്. ഇത്രയൊക്കെ കഠിനമായ സാഹചര്യങ്ങൾ അതിജീവിച്ച്, ചീഞ്ഞഴുകിയ മാലിന്യ വസ്തുക്കളുടെ അടിയിൽ കിടന്ന ശേഷം മെഷീനുകളുടെയും രാസവസ്തുക്കളുടെയും പ്രയോഗങ്ങൾക്ക് മുൻപിൽ തളരാതെ അവയിൽ നിന്നും വെളുത്ത് പരിശുദ്ധമായ, സുതാര്യതയോടെ നമ്മുടെ ചിന്തകൾ കുറിച്ചുവെക്കുവാനുള്ള, കടലാസായി പുറത്തുവരുന്ന ഈ അത്ഭുത വസ്തു എന്താണ്? എന്റെ പ്രിയപ്പെട്ട കുട്ടികളെ, നിങ്ങൾക്കിപ്പോൾ മനസ്സിലായിട്ടുണ്ടാകും, ആ അത്ഭുത വസ്തു പഞ്ഞിച്ചെടിയിൽ നിന്നും ചണച്ചെടിയുടെ തണ്ടിൽ നിന്നും ആണ് ഉണ്ടാകുന്നത് എന്ന്."

"ഞാൻ ക്ലെയറിനെഅത്ഭുതപ്പെടുത്താൻ പോവുകയാണ്. അവളുടെ പ്രിയപ്പെട്ട സ്വർണ്ണ ക്ലിപ്പുള്ള പ്രാർത്ഥനാ പുസ്തകം കീറിപ്പറഞ്ഞ, വൃത്തികെട്ട, വഴിയിൽ കിടന്ന വല്ല തുവാലയോ മറ്റൊ കൊണ്ടാണ് ഉണ്ടാക്കിയത് എന്നറിയുമ്പോൾ അവളുടെ മുഖം എങ്ങിനെയിരിക്കുമെന്നറിയുവാൻ എനിക്ക് തിടുക്കമായി."

"കടലാസ് ഉണ്ടാകുന്നത് എങ്ങിനെ എന്നറിയുവാൻ ക്ലെയറിന് താൽപ്പര്യമുണ്ടാകും. പക്ഷേ ഇതുകൊണ്ടൊന്നും അവളുടെ പ്രാർത്ഥനാ പുസ്തകത്തോടുള്ള ഇഷ്ടം ഇല്ലാതാകില്ല. വിദഗ്ധമായ കൈകളിൽ ആർക്കും വേണ്ടാത്ത പാഴ് വസ്തു ശ്രേഷ്ഠമായ ചിന്തകളടങ്ങിയ പുസ്തകമായി മാറുന്നു. ദൈവം പ്രകൃതിയിൽ അവിശ്വസനീയമായ ജാലവിദ്യകൾ കാണിക്കുന്നു. ചാണകക്കുന്ന് മണ്ണിൽ കുഴിച്ചു താഴ്ത്തിയാൽ അതിൽനിന്നാണ് ഏറ്റവും ഭംഗിയുള്ള റോസും ലില്ലിയും വിടരുന്നത്. നമുക്ക് ക്ലെയറിന്റെ പുസ്തകത്തെപ്പോലെയോ ദൈവത്തിന്റെ പുഷ്പങ്ങളെ പോലെയോ ആകാൻ ശ്രമിക്കാം: മൂല്യബോധമുള്ളവരാകുക എന്നതാണ് കാര്യം, ഇല്ലായ്മകളിൽ ലജ്ജിതരാകാതിരിക്കുക. ഒരു കാര്യത്തിലേ മഹാത്മ്യമുള്ളൂ, ഒന്നിലേ ഔന്നത്യമുള്ളൂ: അത് ആത്മാവിന്റെ മഹാത്മ്യവും ഔന്നത്യവുമാണ്. അത് നേടിക്കഴിഞ്ഞാൽ നമ്മുടെ ഇല്ലായ്മകളും പോരായ്മകളും പുറംതള്ളപ്പെടും."

അദ്ധ്യായം 19

പുസ്തകം

ജൂൾസ് പറഞ്ഞു, "കടലാസ് ഉണ്ടാക്കുന്നതെങ്ങിനെ എന്നറിഞ്ഞ സ്ഥിതിക്ക് ഇനി അത് പുസ്തകമാക്കുന്നതെങ്ങിനെ എന്നറിയണം."

"പമ്പരവും തകര പട്ടാളക്കാരെയും ഒക്കെ ഉപേക്ഷിച്ച് എനിക്ക് വേണമെങ്കിൽ ദിവസം മുഴുവനും പോളങ്കിളിന്റെ കഥകൾ കേട്ടുകൊണ്ടിരിക്കാം," എമിൽ പറഞ്ഞു.

"പുസ്തകമുണ്ടാക്കുവാൻ ഇരട്ടി പണി ചെയ്യണം, കുട്ടികളെ: ആദ്യം സ്വന്തം ചിന്തകളെ വാക്കുകളായി കുറിച്ചിടുന്നു, പിന്നെ അത് അച്ചടിക്കുന്നു. സ്വയം ചിന്തിച്ച മനസ്സിൽ വരുന്ന കാര്യങ്ങൾക്ക് വാക്കുനല്കി അത് കടലാസിൽ കുറിച്ചിടുക എന്നത് ചെറിയ ജോലിയല്ല. അയാളുടെ മനസ്സും ആത്മാവും നല്കി ചെയ്യുന്ന ആ ജോലി, ഒരു കായിക ജോലി ചെയ്യുന്ന ആളിനെക്കാൾ അയാളെ ക്ഷീണിതനാക്കുന്നു. ഗ്രന്ഥകാരൻമാരോട് നാം എത്ര കടപ്പെട്ടിരിക്കുന്നു എന്നോർമ്മിപ്പിക്കാനാണ് ഞാനിതു പറഞ്ഞത്. സ്വയം ചിന്തിക്കുവാൻ പ്രാപ്തരാക്കി അജ്ഞതയുടെ ദുരിതത്തിൽ നിന്ന് നിങ്ങൾക്ക് മോചനം നല്കുവാൻ, നിങ്ങളുടെ ഭാവി ശോഭനമാക്കുവാൻ വേണ്ടി അവർ ചെയ്യുന്ന ഈ സേവനം നാം മറന്നുകൂടാ."

"സ്വയം മനസ്സിൽ ഉരുത്തിരിയുന്ന ആശയങ്ങൾ പുസ്തക രൂപത്തിലാക്കുവാൻ ഗ്രന്ഥ കർത്താവ് എത്രമാത്രം ബുദ്ധിമുട്ടുകൾ അനുഭവിക്കുന്നു എന്ന് എനിക്ക് ബോദ്ധ്യമായി. പോളമ്മാവാന് പുതുവത്സര ആശംസകൾ അറിയിക്കുവാൻ ഒരു കത്ത് എഴുതാനിരുന്നാൽ, ആദ്യത്തെ വാക്കെഴുതിക്കഴിഞ്ഞ് പിന്നെ ഒന്നും മനസ്സിൽ വരില്ല. തല പെരുക്കും, മുഖം വിളറും, കണ്ണിൽ ഒന്നും കാണില്ല. വ്യാകരണം നന്നായി

അറിയാമെങ്കിൽ കാര്യങ്ങൾ കുറച്ച് എളുപ്പമായേനെ."

"അത് ശരിയല്ല, മോനേ. വ്യാകരണം അറിഞ്ഞതുകൊണ്ട് എഴുതുവാൻ കഴിയണമെന്നില്ല. വ്യാകരണം നമ്മെ നാമവും ക്രിയയും അലങ്കാരവും ഒക്കെ പഠിപ്പിക്കുമായിരിക്കും. തീർച്ചയായും, അത് വളരെ പ്രയോജനം ചെയ്യും. വ്യാകരണ നിയമങ്ങൾ തെറ്റിക്കുന്നത് അക്ഷന്തവ്യ മണ്, എങ്കിലും അത് ഒരാളിനെ എഴുത്തുകാരനാക്കുന്നില്ല. വ്യാകരണ നിയമങ്ങൾ മാത്രം തലയിൽ നിറച്ചിരിക്കുന്ന ഒരാൾ ജൂൾസിനെ പോലെ ആദ്യത്തെ വാക്കിൽ ഉടക്കി കിടക്കും."

"ഭാഷ നമ്മുടെ ചിന്തകളുടെ ആടയാണ് എന്നു പറയാം. ഇല്ലാത്ത ഒന്നിനെ ഉടുപ്പണിയിക്കുവാൻ കഴിയില്ലല്ലോ. നമ്മുടെ മനസ്സിൽ ഉള്ളതി നുമാത്രമേ വാക്കുകൾ നല്കുവാൻ കഴിയൂ. ചിന്തകൾ കൽപ്പിക്കുന്നു, പേന അനുസരിക്കുന്നു. അതായത്, തലക്കുള്ളിൽ ആശയങ്ങൾ വേണം, ഭാഷാ പ്രയോഗങ്ങളെക്കുറിച്ചും വ്യാകരണത്തെക്കുറിച്ചും അറിവുണ്ടാ കണം, എങ്കിൽ ശരിയായ രീതിയിൽ ഭംഗിയായി എഴുതുവാൻ കഴിയും. ആശയങ്ങൾ എങ്ങിനെ ഉണ്ടാകുന്നു? വായിച്ചും പഠിച്ചും അറിവുള്ളവരു മായി സംസാരിച്ചും മാത്രമേ അതുണ്ടാകൂ."

"അപ്പോൾ, പോളമ്മാവൻ പറയുന്ന കാര്യങ്ങൾ കേട്ടു പഠിച്ച് ഞാൻ ഒരു എഴുത്തുകാരനാകും" ജൂൾസ് പറഞ്ഞു.

"തീർച്ചയായും. ഉദാഹരണത്തിന്, ഒരു രണ്ട് ദിവസം മുൻപ് നിന്നോട് കടലാസിന്റെ ഉത്ഭവത്തെ കുറിച്ച് രണ്ട് വരി എഴുതുവാൻ പറഞ്ഞാൽ നിനക്ക് കഴിയുമായിരുന്നോ? എന്തുകൊണ്ട്? ആശയങ്ങ ളാണ് വേണ്ടത്, വ്യാകരണമല്ല. അല്ല, അതേക്കുറിച്ച് ഇപ്പോഴും നിനക്ക് വലിയ ഗ്രാഹ്യമില്ലല്ലോ."

"ശരിയാണ്. കടലാസ് എങ്ങിനെ ഉണ്ടാക്കുന്നു എന്നതിനെപ്പ റ്റി എന്നിക്കൊന്നുമറിയില്ലായിരുന്നു. പരുത്തിച്ചെടിയിൽ പഞ്ഞി ഉണ്ടെന്നും അതുകൊണ്ട് നൂലുണ്ടാക്കാമെന്നും ആ നൂലുകൊണ്ട് തുണി നെയ്യാമെന്നും ഇന്നെനിക്കറിയാം. ആ തുണി പഴയതാകുമ്പോൾ മെഷീനിലിട്ട് കുഴമ്പാക്കി, നേർമ്മയിൽ ഇടിച്ചു പരത്തി കടലാസാക്കുന്നു എന്നും അറിയാം. എങ്കിലും എഴുതാൻ കഴിയുമെന്ന് തോന്നുന്നില്ല."

"അത് ശരിയല്ല. നിനക്ക് തെറ്റി. ഇപ്പോൾ എന്നോട് പറഞ്ഞത് അങ്ങിനെത്തന്നെ എഴുതിയാൽ മതി."

"അമ്മാവൻ അങ്ങിനെയാണോ ചെയ്യുന്നത്? പറയുന്നത് പോലെ തന്നെ എഴുതുകയാണോ?" വിശ്വാസിക്കാനാകാതെ ആ കുട്ടി ചോദിച്ചു.

"അതെ. ചിലപ്പോൾ ചില മാറ്റങ്ങൾ വരുത്തേണ്ടിവരും. സംസാ രിക്കുമ്പോൾ ലഭിക്കാത്ത സാവകാശം എഴുതുമ്പോൾ ലഭ്യമാണ്.

ആലോചിച്ച് എഴുതാം."

"എങ്കിൽ ഞാൻ എന്റെ നാലക്ഷരം ഇപ്പോൾ തന്നെ എഴുതാം:

'പരുത്തിച്ചെടി എന്ന ചെടിയിൽ കാണുന്ന ഒരു കായയിൽ നിന്നാണ് പഞ്ഞി ഉണ്ടാകുന്നത്. ആ പഞ്ഞിയിൽ നിന്ന് നൂലുണ്ടാകുന്നു, ആ നൂലിൽനിന്ന് തുണിയും. തുണി പഴകുമ്പോൾ മെഷീനിൽ ഇട്ട് അതിനെതുണ്ടുകളാക്കി മുറിക്കുന്നു. അത് വെള്ളം ചേർത്ത് അരച്ച് പൾപ്പാക്കും. ഈ പൾപ്പ് ഘനം കുറഞ്ഞ പാളി കളാക്കി ഇടിച്ചു പരത്തി ഉണക്കി എടുത്താൽ കടലാസ്സായി.' എങ്ങിനെയുണ്ട് പോളമ്മവൻ? ഇത്രയുമല്ലേ ഉള്ളൂ?"

"അതെ. നിന്റെ പ്രായത്തിലുള്ള ഒരാൾ ഇത്രയും എഴുതിയാൽ മതി, ധാരാളമായി," പോളമ്മാവൻ ഉറപ്പ് നല്കി.

"പക്ഷേ ഇതൊന്നും പുസ്തകത്തിൽ എഴുതാൻ കഴിയില്ല."

"എന്തുകൊണ്ട്? ഇത് എന്നെങ്കിലും ഒരു പുസ്തകത്തിൽ വരുമെന്ന് എനിക്ക് ഉറപ്പുണ്ട്. നിന്നെപ്പോലെ ജിജ്ഞാസുക്കളായ കുട്ടികൾ വേറെയുമുണ്ട്. നമ്മുടെ സംഭാഷണം ക്രോഡീകരിച്ച് ഒരു പുസ്തകമാക്കിയൽ അവർക്ക് ഉപകാരമായിരിക്കും."

"അപ്പോൾ പോളമ്മവാൻ ഞങ്ങൾക്ക് പറഞ്ഞു തരുന്ന കഥകൾ അതിൽ വായിക്കാൻ സാധിക്കും, അല്ലേ? ഓ! അതെന്തു രാസമായിരിക്കും! നമുക്ക് നമ്മുടെ സൌകര്യത്തിന് ഇരുന്ന് വായിക്കാം. പക്ഷേ, എന്റെ വിഡ്ഢി ചോദ്യങ്ങളൊന്നും അതിൽ എഴുതില്ലല്ലോ?"

"എല്ലാം എഴുതും. നിനക്ക് ഇപ്പോൾ വലിയ അറിവൊന്നുമില്ലായിരിക്കാം. പക്ഷേ അറിയാനുള്ള ആഗ്രഹമുണ്ട്, അതിനുള്ള അടങ്ങാത്ത ദാഹമുണ്ട്. അത് മതി, അതാണ് വേണ്ടത്."

"അത് വായിക്കുന്ന കുട്ടികൾ എന്നെ കളിയാക്കുകയില്ല എന്ന് ഉറപ്പ് നൽകാമോ?"

"ഉറപ്പ്."

"എങ്കിൽ ഞാൻ രക്ഷപ്പെട്ടു."

എമിൽ കൂട്ടിചേർത്തു: "എങ്കിൽ ഞാൻ ആ കുട്ടികൾക്ക് എന്റെ പമ്പരം കൊടുക്കാം. പിന്നെ എനിക്ക് തന്ന ആ തകര പട്ടാളക്കാരെയും."

"സൂക്ഷിച്ചോ, എമിൽ. പോളമ്മവാൻ നിന്റെ പട്ടാളക്കാരെയും പുസ്തകത്തിൽ ചേർക്കും."

"ഉവ്വ്. അതെന്തായാലും പുസ്തകത്തിലുണ്ടാകും." പോളമ്മാവാൻ ഉറപ്പിച്ചു പറഞ്ഞു.

അദ്ധ്യായം 20

അച്ചടി

"ഒരു പുസ്തകം എഴുതിക്കഴിഞ്ഞാൽ ഗ്രന്ഥകാരൻ അദ്ദേഹത്തിന്റെ കയ്യെഴുത്തുപ്രതി അച്ചടിശാലയിലേക്കയക്കുന്നു. അവിടെ അത് അച്ചടിച്ച് ആവശ്യാനുസരണം പകർപ്പുകൾ എടുക്കുന്നു."

"തുമ്പത്ത് അക്ഷരമാലയിലെ ഓരോ അക്ഷരവും കൊത്തിയ നേരിയ ലോഹ വടികൾ സങ്കൽപ്പിച്ചുനോക്കൂ. ഒന്നിൽ 'അ' എന്ന അക്ഷരവും മറ്റൊന്നിൽ 'ആ' യും അങ്ങിനെ എല്ലാ അക്ഷരങ്ങളും സങ്കൽപ്പിക്കുക. ചിഹ്നങ്ങളായ കുത്തും കോമയും മറ്റും വേറെയും."

"അങ്ങിനെ, എത്ര അക്ഷരങ്ങളും ചിഹ്നങ്ങളും ഉണ്ടോ, അത്രയും ലോഹവടികളും, ഓരോന്നിന്റെയും ഒന്നിൽ കൂടുതൽ പതിപ്പുകളും ഉണ്ടാകും. അവ എല്ലാം തലതിരിച്ചായിരിക്കും കൊത്തി വെച്ചിരിക്കുന്നത്. അതിന്റെ കാരണം നിങ്ങൾക്ക് ഉടനെതന്നെ മനസ്സിലാകും."

"അച്ചടിക്കാരന്റെ മുൻപിൽ ഓരോ അക്ഷരങ്ങളും ഓരോ ചിഹ്നങ്ങളും വെവ്വേറെ വെച്ച കള്ളികളുള്ള ഒരു സ്റ്റാൻഡ് ഉണ്ടാകും. എല്ലാം അക്ഷരമാല ക്രമത്തിലല്ല അടുക്കി വെച്ചിട്ടുണ്ടാകുക. ജോലി എളുപ്പമാക്കുന്നതിനായി, എപ്പോഴും ഉപയോഗിക്കുന്ന അക്ഷരങ്ങൾ അച്ചടിക്കുന്നവന്റെ ഏറ്റവും അരികത്തും കുറവ് ഉപയോഗിക്കുന്നവ ദൂരെയുമായിരിക്കും."

പഴയ അച്ചടിയന്ത്രം

"അച്ച് നിരത്തുന്ന ആളിന്റെ മുൻപിൽ കയ്യെഴുത്തുപ്രതി വെക്കുന്നു. ഇടതുവശത്ത് അക്ഷരക്കട്ടകൾ താങ്ങിനിർത്തുവാൻ തക്ക അരികുള്ള കമ്പോസിങ് സ്റ്റിക്ക് എന്ന ഇരുമ്പ് കോല് വെക്കുന്നു. അച്ച് നിരത്തുന്നയാൾ മുൻപിലിരിക്കുന്ന കയ്യെഴുത്തുപ്രതി വായിച്ചുകൊണ്ടുതന്നെ വലതുകൈകൊണ്ട് അക്ഷരക്കട്ടകൾ പെറുക്കിയെടുത്ത് കംമ്പോസിങ്

സ്റ്റിക്കിൽ നിരത്തുന്നു. ചിരകാല പരിചയം കൊണ്ട് ആയാൾക്ക് അത് നിഷ്പ്രയാസം ചെയ്യുവാൻ കഴിയും. അക്ഷരങ്ങൾക്കുള്ളത് പോലെഎങ്കിലും കൊത്തുപണിയില്ലാതെ വളഞ്ഞ തുമ്പുള്ള ഒരു ലോഹവടികൊണ്ട് വാക്കുകൾ തമ്മിലുള്ള വേർത്തിരിവ് അടയാളപ്പെടുത്തും. ആദ്യ വാചകം കഴിഞ്ഞാൽ അതിനടുത്തായി അടുത്ത വാചകത്തിനുള്ള അച്ച് നിരത്തും. അങ്ങിനെ, അച്ചു ദണ്ഡ് നിറയുമ്പോൾ അതിൽ നിരത്തിയ അക്ഷരങ്ങൾ വളരെ സൂക്ഷിച്ച് അക്ഷരങ്ങൾ വേർപ്പെട്ട് പോകാതിരിക്കുവാൻ ഒരു ഇരുമ്പ് ചട്ടക്കൂടിനുള്ളിൽ വെക്കുന്നു. ചട്ടക്കൂട് നിറയുന്നതുവരെ ഇത് തുടരും. അങ്ങിനെ ഒരു പ്രിൻറിംഗ് ബെഡ് രൂപീകൃതമാകും. എത്രയും അക്ഷരങ്ങളും വിസർഗ്ഗങ്ങളും വിടവുകളും ചെറിയ ചിഹ്നങ്ങളുമുണ്ടോ, അത്രയും ചെറിയ ലോഹ കോലുകൾ നിരത്തി വെച്ചിട്ടുണ്ടാകും. ഒരു ചെറിയ തെറ്റ് പറ്റിയാൽ മതി, ഈ അസംഖ്യം ചെറിയക്രമീകരണങ്ങൾ താറുമാറാകും. അവയെ ഇരുമ്പ് ചട്ടക്കൂടിന്റെ ഉള്ളിൽ ഉറപ്പിച്ചു നിർത്തുന്നത് ലോഹ ആപ്പുകളാണ്. കണ്ടാൽ ഒറ്റ ഖണ്ഡ മാണെന്ന് തോന്നും. ഇത്രയുമാണ് അച്ചടിക്കുവനുള്ള തയ്യാറെടുപ്പുകൾ.”

“എണ്ണയും പുകക്കരിയും കൊണ്ട് ഉണ്ടാക്കിയ മഷി നിറച്ച ഒരു ഉരുൾദണ്ഡ് തയ്യാറാക്കി വെച്ചിരിക്കുന്ന ലോഹത്തട്ടിന്റെ മുകളിൽ കൂടി ഓടിക്കുമ്പോൾ ആ മഷി ചട്ടക്കൂടിനുള്ളിൽ നിരത്തിയിട്ടുള്ള പൊങ്ങി നിൽക്കുന്ന അക്ഷരങ്ങളെ മൂടുന്നു. താഴ്ന്നിരിക്കുന്ന അക്ഷര അച്ചുകളിൽ മഷി പുരളുന്നില്ല. ഒരു ഷീറ്റ് കടലാസ് മഷി പുരട്ടിയ ലോഹത്തട്ടിൽ വെച്ച് ഒരു പാഡ് കൊണ്ട് സുരക്ഷിതമാക്കിയ ശേഷം ശക്തിയായി അമർത്തുന്നു. അക്ഷരങ്ങളിൽ പുരണ്ട മഷി കടലാസ്സിൽ പതിയുന്നതോടെ അതിന്റെ ഒരുവശം അച്ചടി വീഴും. മറുപുറം അച്ചടിക്കുവാൻ രണ്ടാമത്തെ ലോഹത്തട്ട് വെച്ച് ഈ ചെയ്തത് ആവർത്തിക്കുന്നു. ഞാൻ നേരത്തെ പറഞ്ഞതുപോലെ, ലോഹ അക്ഷരങ്ങൾ തലത്തിരിച്ചാണ് ഉണ്ടാക്കിയിരിക്കുന്നത്; കണ്ണാടിയിൽ കാണുന്ന ഒരു വസ്തുവിന്റെ പ്രതിബിംബം പോലെ. അതുകൊണ്ട് കടലാസ്സിൽ പതിയുന്നത് അക്ഷരങ്ങളുടെ ശരിയായ രൂപമായിരിക്കും.”

“ആദ്യത്തെ കടലാസ്സിൽ അച്ചടി വീണുകഴിഞ്ഞാൽ അടുത്ത കടലാസ്സ് ഉടനെ തന്നെ ആ സ്ഥാനത്തെത്തും. ഉരുൾദണ്ഡ് വീണ്ടും ലോഹത്തട്ടിൽ മഷിപുരട്ടി, കടലാസ്സ് സ്ഥാനത്ത് വെച്ച്, അമർത്തി പണി തുടരുന്നു. അങ്ങിനെ, മൂന്നാമത്തെ ഷീറ്റ് കടലാസ്സും, നൂറാമത്തേതും, ആയിരാമത്തെതുമായി ജോലി മുൻപോട്ട് പോകുന്നു. ഓരോ പ്രാവശ്യവും ആകെ ചെയ്യേണ്ടത് ചട്ടയിൽ മഷിപുരട്ടുകയും അത്

കടലാസുകൊണ്ട് മൂടുകയും ശക്തിയായി അമർത്തുകയുമാണ്. ഇതെല്ലാം വളരെ വേഗത്തിലാണ് നടക്കുന്നത്. കുറഞ്ഞ സമയം കൊണ്ട് ഒരു വലിയ കെട്ട് അച്ചടിച്ച കടലാസുകൾ വന്നുനിറയും. അതിൽ ഒരു ഷീറ്റ് കൈകൊണ്ട് എഴുതുകയാണെങ്കിൽ ഒരുദിവസം മുഴുവൻ വേണ്ടിവരും".

"ഈ അത്ഭുത യന്ത്രം കണ്ടുപിടിക്കുന്നതിന് മുൻപ് കൈകൊണ്ട് എഴുതിയാണ് കോപ്പികൾ ഉണ്ടാക്കിയിരുന്നത്. അതിന് വർഷങ്ങൾ തന്നെ എടുക്കും. അതുകൊണ്ടുതന്നെ അവ വിരളവും ചിലവേറിയതുമായിരുന്നു. ധാരാളം പുസ്തകങ്ങളുള്ള ഒരു വായന ശാല സ്വന്തമാക്കണമെങ്കിൽ വലിയ മുതൽമുടക്ക് ആവശ്യമായി വന്നു. ഇന്നതല്ല സ്ഥിതി. ആർക്കും എവിടെയും നിസ്സാര വിലക്ക് ഏത് പുസ്തകങ്ങൾ വേണമെങ്കിലും, എത്ര കോപ്പി വേണമെങ്കിലും ലഭിക്കും. നാനൂറ് വർഷങ്ങൾക്ക് മുൻപ് ജീവിച്ചിരുന്ന ഗുട്ടൻബർഗ് ആണ് അച്ചടിയുടെ പിതാവ് എന്ന് പറയാം."

"ആ പേര് ഞാൻ ഒരിക്കലും മറക്കുകയില്ല," ജൂൾസ് പറഞ്ഞു.

"മറക്കരുത്. എന്നും ഓർമ്മിക്കേണ്ട പേരാണ് അത്. അസാദ്ധ്യമായ ഒന്നാണ് അദ്ദേഹം സാദ്ധ്യമാക്കിയത്. മനുഷ്യന്റെ ഏറെ പരിതാപകരമായ അജ്ഞതക്കാണ് അദ്ദേഹം വിരാമമിട്ടത്. കല്ലിലും ലോഹത്തകിടിലും ഭാവി തലമുറകൾക്ക് വേണ്ടി കോറി വെച്ചിരുന്ന അറിവിന്റെ ഭണ്ഡാകാരങ്ങൾ, കടലാസ്സുകളിലേക്ക് പകർന്നു, ഒരിക്കലും നഷ്ട്ടപ്പെടുവാൻ സാധ്യമല്ലാത്ത വിധം അനേകം പതിപ്പുകൾ അവക്കുണ്ടാക്കി."

എമിൽ ശാസ്ത്ര കഥകൾ Ch: 21 to 40

അദ്ധ്യായം 21

പൂമ്പാറ്റകൾ

ഹോ! ദൈവമേ, എന്തൊരു ഭംഗി! ചിലത്, മാണിക്കക്കല്ലിന്റെ നിറമുള്ള ചിറകുകളിൽ ചുവന്ന വരകളുള്ളവ; ചിലത് കടും നീലയിൽ കറുത്ത വട്ടങ്ങൾ; ഇനിയും ചിലത് ഗന്ധകത്തിന്റെ മഞ്ഞയിൽ ഓറഞ്ച് പുള്ളികളുള്ളത്, വെള്ള അരികുകളുള്ള സ്വർണ്ണച്ചിറകുകൾ, ഇങ്ങിനെ പലതരം! അവക്ക് നെറ്റിയിൽ ത്രുവൽ പോലെ നേർത്ത രണ്ട് കൊമ്പുകൾ അല്ലെങ്കിൽ, സ്പർശനമാപിനികൾ ഉണ്ട്. തലയുടെ കീഴിലായി മുടിനാരുപോലെ നേർത്ത, തേൻ വലിച്ചുകുടിക്കുവാൻ പറ്റിയ തുമ്പിക്കൈ ചുരുളു കാണാം. പൂക്കളുടെ അരികിലെത്തുമ്പോൾ അവ ഈ തുമ്പിക്കൈ ചുരുൾ നിവർത്തി ദളങ്ങളുടെ അന്തർഭാഗത്തേക്ക് ഇറക്കി ഒരുതുള്ളി തേൻ അതിൽനിന്ന് വലിച്ചു കുടിക്കുന്നു. എന്ത് ഭംഗിയുള്ള ജീവികളാണ് അവയെന്നോ! എന്നാൽ അവയെ ഒന്ന് തൊട്ടുനോക്കൂ. ഉടനെ വിരലിൽ നേർത്ത ലോഹപ്പൊടി പോലെ ഒന്ന് വന്നു മൂടുന്നത് കാണാം.

പൂക്കളിൽ വിരുന്നുവന്നു പോകുന്ന പൂമ്പാറ്റ കളുടെ പേരുകൾ അമ്മാവൻ കുട്ടികൾക്ക് പറഞ്ഞുകൊടുത്തു. "വെള്ളയിൽ കറുപ്പ് കരയും മൂന്ന് കറുപ്പ് പുള്ളികളുമുള്ള ഇത് കാബേജ് ബട്ടർഫ്ലൈ. മഞ്ഞയിൽ കറുപ്പ് വരകളുള്ള ചിറകുകളും നീണ്ടുകൂർത്ത വാലുമുള്ള ഈ വലിയ പൂമ്പാറ്റ സ്വാളോ ടെയിൽ. ഇതിന് വാലിന്റെ അടിയിൽ നീല കുത്തുകളും ചുവന്ന കണ്ണുകളുമുണ്ട്. ഈ ചെറിയ ഇനം കണ്ടോ? ഇതിന് മുകളിൽ ആകാശ നീലയും അടിയിൽ വെള്ളിയുമാണ് നിറം. ചിറകു മുഴുവൻ വെള്ള വട്ടങ്ങളിൽ കറുത്ത കണ്ണുകൾ, ചിറകുകൾക്ക് അരികിട്ട് ചുവന്ന ചെറിയ വട്ടങ്ങൾ. ഇവയാണ് ആർഗസ്." ഇങ്ങിനെ,

പൂക്കളിൽ വന്നിരിക്കുന്ന പൂമ്പാറ്റകളുടെ പേരുകൾ പോളമ്മാവൻ പറഞ്ഞു കൊടുത്തുകൊണ്ടിരുന്നു.

“ആർഗസ്സിനെ പിടിക്കാൻ നല്ല പാടായിരിക്കും, അതിന് ദേഹം മുഴുവൻ കണ്ണുകളാണല്ലൊ, അതുകൊണ്ട് അതിന് ചുറ്റും കാണാം,” എമിൽ പറഞ്ഞു.

“അതിന്റെ ചിറകിലുള്ള കറുത്ത പുള്ളികളെ കണ്ണുകൾ എന്നാണ് വിളിക്കുന്നത്, പക്ഷേ അവ കാഴ്ച നല്കുന്ന കണ്ണുകളല്ല, വെറും ഭംഗിയുള്ള പുള്ളിക്കുത്തുകൾ മാത്രമാണ്. ശരിക്കുള്ള കണ്ണുകൾ തലയിലാണ് ആർഗസ്സുകൾക്കും മറ്റുള്ളവയെപ്പോലെ തലയുടെ രണ്ടുവശത്തും ഓരോ കണ്ണുകൾ മാത്രമാണ് ഉള്ളത്, അതിൽ കൂടുതലൊന്നുമില്ല.”

“ക്ലെയർ പറയുന്ന പൂമ്പാറ്റകൾ പുഴുക്കളിൽ നിന്നാണ് പുറത്തുവരുന്നത് എന്ന്, ശരിയാണോ?” ജൂൾസിന് സംശയം.

“അതെ, കുട്ടി. പൂക്കളിൽ നിന്ന് പൂക്കളിലേക്ക് പാറിനടക്കുന്ന ഈ ഭംഗിയുള്ള ചിത്രശലഭങ്ങൾ എല്ലാം ഇഴഞ്ഞു നടക്കുന്ന പുഴുക്കളായിരുന്നു ഒരു കാലത്ത്. ഞാൻ മുൻപ് കാണിച്ച കാബേജ് ബട്ടർഫ്ലൈ ആദ്യം കാബേജ് ഇലകൾ തിന്നുന്ന ഒരു പച്ച പുഴു ആയിരുന്നു. ആ ചെടിയെ രക്ഷിക്കുവാൻ എത്ര അദ്ധ്വാനിക്കേണ്ടി വന്നു എന്ന് ജാക്വസ് പറഞ്ഞുതരും. ഈ പുഴുക്കൾക്ക് വലിയ വിശപ്പാണ്.”

“അതിന്റെ കാരണം നിങ്ങൾക്ക് അധികം വൈകാതെ മനസ്സിലാകും.മിക്ക പ്രാണികളും പുഴുക്കളെപ്പോലെയാണ് മുട്ടയിൽ നിന്ന് പുറത്തുവരുമ്പോൾ. അവക്ക് പിന്നീട് ഒരു രണ്ടാം ജന്മമാണ് ഉണ്ടാകുന്നത് എന്ന് പറയാം. ആദ്യം വികലവും, നിർജ്ജീവവുമായ ആക്രാന്ത ജീവികളാണ്. അവയാണ് പിന്നീട് ഭംഗിയുള്ള, ചൈതന്യവത്തായ പൂമ്പാറ്റകളായി രൂപാന്തരപ്പെടുന്നത്. ആദ്യത്തെ ഘട്ടത്തിൽ അവയെ ലാർവ എന്ന് വിളിക്കുന്നു.”

“ചെടിച്ചെള്ളുകളിലെ സിംഹത്തിനെ നിങ്ങൾക്ക് ഓർമ്മയില്ലേ? രാവും പകലും റോസ് ചെടിയിലെ ചെള്ളുകളെ തിന്നുകൊണ്ടിരിക്കുന്ന ജീവി? എന്നാൽ ഈ തീറ്റ കൊതിയന്മാരായ ലാർവകൾ, ലേസ് ചിറകുകളും സ്വർണ്ണ കണ്ണുകളുമുള്ള പാറ്റകളായി മാറുന്നു. എന്നാൽ അതിന് മുൻപ് അവ ദേഹം മുഴുവൻ മുള്ളുകളുള്ള സ്ലേറ്റ് നിറമുള്ള, ചെടിച്ചെള്ളുകളെ ഭക്ഷിക്കുന്നഒരു ലാർവയാണ്. നിങ്ങൾ നൂലുകൊണ്ട് കാല്കെട്ടിയാൽ, ചിറകു വിടർത്തി “ഫ്ലൈ, ഫ്ലൈ, ഫ്ലൈ” എന്ന പാട്ടിനനുസരിച്ച് ചലിക്കുന്ന ജൂൺ ബഗ്ഗ് ഉണ്ടല്ലോ, അവ ആദ്യം വെളുത്തു തടിച്ച്,

ഭൂമിക്കടിയിൽ താമസിച്ച് ചെടികളുടെ വേരുകൾ തിന്ന് നമ്മുടെ കൃഷി നശിപ്പിക്കുന്നു. തലയിൽ താടിയെല്ലുകൾ പോലെയുള്ള വളഞ്ഞ കൊമ്പുകളുള്ള വലിയ വണ്ടുകൾ ദ്രവിച്ച മരത്തടികളിൽ ജീവിച്ചിരുന്ന വലിയ പുഴുക്കൾ മാത്രമായിരുന്നു. നീണ്ട ആൻറിനകളുള്ള കാപ്രികോൺ വണ്ടുകളുടെയും പൂർവ്വ സ്ഥിതി അതുതന്നെ ആയിരുന്നു. നമ്മുടെ ചെറിപ്പഴങ്ങളുടെ ഉള്ളിൽ കാണാറുള്ള പുഴുക്കളോ? അവ ചിറകിൽ കറുത്ത വൽവെറ്റ് വരകളുള്ള നല്ല അഴകുള്ള ശാലഭങ്ങളായിത്തീരും. ഇങ്ങിനെയാണ് ഈ പുഴുക്കളുടെ കഥ."

"ഈ പ്രാണികളെ പുഴുവായിരിക്കുന്ന ആദ്യ ഘട്ടത്തിൽ ലാർവ എന്ന് വിളിക്കുന്നു. ലാർവ അത്ഭുതകരമായ രൂപാന്തകരണത്തിലൂടെ ഭംഗിയുള്ള ശലഭമായി മാറുന്നു. ഒരിക്കൽ അറപ്പുളവാക്കുന്ന പുഴുക്കളായിരുന്ന അവ, ശലഭങ്ങളാകുമ്പോൾ അവയുടെ നിറപ്പകിട്ടാർന്ന ചിറകുകൾ ആരെയും ആകർഷിക്കും. അലൗകിക ഭംഗിയുള്ള നീല ചിറകുകളുള്ള ആർഗസ് ശലഭമാകുന്നതിന് മുൻപ് രോമം മൂടിയ ഒരു പുഴുവായിരുന്നു; അഴകാർന്ന നീളൻവാൽതുമ്പിയുടെ തുടക്കം കറുത്ത വരകളുള്ള, ചുവന്ന പുള്ളികളുള്ള പച്ച പുഴുവിൽ നിന്നാണ്. പൂക്കളോട് കിടപിടിക്കത്തക്ക ഭംഗിയുള്ള ഈ ശലഭങ്ങളായി പരിണമിച്ചവ, ആദ്യ ദിശയിൽ അറപ്പുതോന്നുന്ന പുഴുക്കളായിരുന്നു എന്നത് പ്രകൃതിയുടെ അത്ഭുത പ്രതിഭാസമെന്നല്ലാതെ എന്ത് പറയുവാൻ!"

"സിൻഡ്രല്ലയുടെ കഥ നിങ്ങൾക്കെല്ലാർവർക്കും അറിയാമല്ലോ? അവളുടെ സഹോദരിമാർ നല്ല വേഷമെല്ലാം അണിഞ്ഞ് പാർട്ടിക്കു പോയപ്പോൾ സിൻഡ്രല്ല അടുക്കളപ്പണി ചെയ്തുകൊണ്ടിരിക്കയായിരുന്നു. അപ്പോഴാണ് ഒരു മാലാഖ പ്രത്യക്ഷപ്പെട്ട് അവളോട് തോട്ടത്തിൽ പോയി ഒരു മത്തങ്ങ പറിച്ചുകൊണ്ടുവരാൻ പറഞ്ഞത്. അത്ഭുതം! തുരന്നെടുത്ത മത്തങ്ങ മാന്ത്രികവടി ചുഴറ്റിയപ്പോൾ തിളങ്ങുന്ന രഥമായി മാറി. മാലാഖ പറഞ്ഞു, "പോയി എലിക്കെണി തുറക്കു." പുറത്തേക്ക് ഓടിവന്ന ആറ് എലികളെ മാലാഖ തന്റെ മാന്ത്രിക വടികൊണ്ട് സ്പർശിച്ചപ്പോൾ അവ ആറ് അശ്വാരൂഢന്മാരായി! മീശയുള്ള ഒരെലി മീശയുള്ള ആജാനബാഹുവായ ഒരു കുതിരക്കാരനായി. ചെടികൾക്ക് വെള്ളമൊഴിക്കുന്ന മൺപാത്രത്തിന് അരികിൽ കിടന്നിരുന്ന ആറ് ഗൗളികൾ, യൂണിഫോം ധരിച്ച ആറ് പരിചാരകരായി രഥത്തിന് അകമ്പടി സേവിക്കുവാൻ തയ്യാറായി അണിനിരന്നു. പിന്നെ, സിൻഡ്രല്ലയുടെ മുഷിഞ്ഞ വേഷം പോയി പകരം കസവും കല്ലുകളും പതിച്ച ഒന്നാന്തരം ഉടുപ്പായി. അവൾ ചില്ലുകൊണ്ടുണ്ടാക്കിയ ഷൂവുംധരിച്ച് പാർട്ടിക്കു പോകുവാൻ

തയ്യാറായി. ബാക്കി കഥ നിങ്ങൾക്കറിയമല്ലോ."

"എലിയെ കുതിരകളും ഗൗളികളെ കുതിരക്കാരൻമാരും കീറിപ്പറഞ്ഞ ഉടുപ്പിനെ മിന്നുന്ന പാർട്ടി ഡ്രെസ്സുമാക്കിമാറ്റുന്ന മന്ത്രവാദിനിയുടെ കഴിവ്, സാക്ഷാൽ ജഗദീശ്വരന്റെ മുൻപിൽ ഒന്നുമല്ല. ആ ശക്തിയാണ് അറപ്പുളവാക്കുന്ന പുഴവിനെ അലൗകിക ഭംഗിയുള്ള ചിത്രശലഭമാക്കി മാറ്റുന്നത്. ദൈവം തന്റെ മാന്ത്രിക ദണ്ഡ് കൊണ്ട് വൃത്തികെട്ട രോമാവൃതമായ പുഴവിനെ സിൻഡ്രെല്ലയുടെ ഉടുപ്പിനെപ്പോലും നാണിപ്പിക്കുന്ന സ്വർണ്ണ വർണ്ണമാർന്ന ചിറകുകളുള്ള പൂമ്പാറ്റയാക്കി രൂപമാറ്റം വരുത്തുന്ന മാന്ത്രികവിദ്യ വർണ്ണനകൾക്ക് അതീതമാണ്."

അദ്ധ്യായം 22

തീറ്റക്കൊതിയന്മാർ

അനുകൂല സ്ഥലകാലസാഹചര്യങ്ങളിൽ മുട്ട ഇട്ടുകൊണ്ടാണ് പ്രാണികൾ അവയുടെ വംശം വർദ്ധിപ്പിക്കുന്നത്. മുട്ട വിരിഞ്ഞു പുറത്തുവരുന്ന തങ്ങളുടെ കുഞ്ഞുങ്ങൾക്ക് വേണ്ട പോഷകങ്ങള് ലഭിക്കുമെന്ന് അവർ ഉറപ്പുവരുത്തുന്നു. മുട്ടയിൽ നിന്ന് പുറത്തുവരുന്നത് ലാർവ എന്ന പുഴുക്കൾ സ്വന്തം ഭക്ഷണവും അഭയവും സുരക്ഷിതത്വവും സ്വയം കണ്ടെത്തണം. അത് ഒട്ടും തന്നെ എളുപ്പമുള്ള കാര്യമല്ല. മുട്ട ഇട്ടുകഴിഞ്ഞ് ഈ പ്രാണികൾ അധികം കാലം ജീവിച്ചിരിക്കുകയില്ല. മിക്കവരും മുട്ട വിരിയുന്നതിന് മുൻപുതന്നെ ചത്തുപോയിരിക്കും. അതുകൊണ്ട് ലാർവകൾ താമസിയാതെ അവയുടെ ജോലി തുടങ്ങുന്നു. ആ ജോലി ഭക്ഷണം കഴിക്കൽ മാത്രമാണ്, കാരണം അവരുടെ ജീവൻ നിലനിൽക്കേണ്ടത് അതിലാണ്. മാത്രമല്ല, അവക്ക് ഭാവിയിൽ ഉണ്ടാകുവാൻ പോകുന്ന രൂപമാറ്റത്തിന് ഉതകുന്ന ശരീര ഘടന നില നിർത്തുകയും വേണം. നിങ്ങൾക്ക് അത്ഭുതകരമായി തോന്നാവുന്ന ഒരു കാര്യമുണ്ട്; രൂപമാറ്റത്തിന് ആവശ്യമായ വളർച്ച എത്തിക്കഴിഞ്ഞാൽ ലാർവകൾ പിന്നെ എത്ര ഭക്ഷണം കഴിച്ചാലും വലുതാകുകയില്ല. മറ്റൊന്ന്, ചില പ്രാണികൾ, ഉദാഹരണത്തിന് പട്ടുനൂൽ പുഴു, ഒരു പോഷകവും ഭക്ഷണത്തിൽക്കൂടി എടുക്കുന്നില്ല.

"നമ്മുടെ കൈക്കുമ്പിളിൽ ഒതുങ്ങുന്ന പിങ്ക് മൂക്കുള്ള ഒരു ജീവിയാണ് പൂച്ചക്കുഞ്ഞ്. എന്നാൽ, ഒന്നുരണ്ട് മാസത്തിനകം ഓടിച്ചാടി കളിക്കുന്ന ഒരു വികൃതിക്കുട്ടി ആയി അത് മാറുന്നു. ഒരു വർഷത്തിനുള്ളിൽത്തന്നെ എലിയെപ്പിടിക്കുവാൻ തക്കം പാർത്ത് പമ്മി ഇരിക്കുന്ന, വേണ്ടിവന്നാൽ പുരപ്പുറത്ത് ശത്രുവിനോട് മല്ലടിക്കുവാൻ പ്രാപ്തനായ ശൗരിയായി അവ മാറും. പക്ഷേ കൈക്കുമ്പിളിൽ കിടക്കുമ്പോഴും വികൃതി ആയി

ഓടിനടക്കുമ്പോഴും എലിയെ പിടിക്കുവാൻ ചാടിവീഴുമ്പോഴും അതിന് പൂച്ചയുടെ അതേ ആകൃതിതന്നെയാണ്."

"എന്നാൽ പ്രാണികൾ അങ്ങിനെയല്ല. തുമ്പികൾ ആദ്യം കുഞ്ഞായും, പിന്നെ കുറച്ച് വലുതായും അതിനു ശേഷം പൂർണ്ണ വളർച്ചയെത്തിയുമല്ല കാണപ്പെടുക. ചിറകുമുളച്ച്കഴിഞ്ഞ് ആദ്യത്തെ പറക്കലിൽ അവയുടെ രൂപവും വലുപ്പവും എങ്ങിനെയാണോ അതുപോലെത്തന്നെ ആയിരിക്കും അവ എപ്പോഴും. കുട്ടി പൂച്ചകളുണ്ടാകും, പക്ഷേ കുട്ടി തുമ്പികളുണ്ടാകില്ല, കുട്ടി പ്രാണികളും. പുഴുവിൽ നിന്ന് രൂപമാറ്റം വന്നുകഴിഞ്ഞാൽ പിന്നെ അവസാനം വരെ ഒരേ രൂപമായിരിക്കും അവക്ക്."

"പക്ഷേ കുഞ്ഞ് ജൂൺബഗ്ഗുകൾ അരളിമരത്തിന് ചുറ്റും പറന്ന് നടക്കുന്നത് ഞാൻ കണ്ടിട്ടുണ്ടല്ലോ," ജൂൾസ് സംശയം പ്രകടിപ്പിച്ചു.

"അവ മറ്റൊരു ജനുസ്സിൽപ്പെട്ടവയാണ്. അവക്ക് എന്നും ആ വലുപ്പമേ ഉണ്ടാകൂ. പുലിയുമായി ആകൃതിയിൽ സാമ്യമുള്ള പൂച്ച എത്ര വലുതായാലും പുലിയുടെ വലുപ്പം എത്തില്ലല്ലോ. അതുപോലെ, നീ കണ്ട കുഞ്ഞ് ജൂൺബഗ്ഗുകൾക്ക് ഒരിക്കലും സാധാരണ ജൂൺബഗ്ഗുകളുടെ വലുപ്പം കിട്ടില്ല."

"ചെറുപുഴുക്കൾ മാത്രമേ വളരുകയുള്ളൂ. മുട്ടയിൽനിന്നു കുഞ്ഞുജീവികളായി പുറത്തുവരുന്ന അവ മെല്ലെ മെല്ലെ പൂർണ്ണ വളർച്ച എത്തുന്നു. ചിറക്, സ്പർശനമാപിനികൾ, കാലുകൾ, എന്നു തുടങ്ങി ലാർവയ്ക്ക് ഇല്ലാത്ത, എന്നാൽ അവയുടെ രൂപാന്തരത്തിന് ആവശ്യമായ ഘടകങ്ങൾ രൂപപ്പെടുന്നതിന് ആവശ്യമായ പദാർത്ഥങ്ങൾ അവ ശേഖരിക്കുന്നു. എന്തിൽ നിന്നാണ് പാഴ്ത്തടിയിൽ കാണപ്പെടുന്ന വലിയ പച്ചപ്പുഴു, കാലാന്തരത്തിൽ അനേക ശാഖകളോടുകൂടിയ കൊമ്പുകളുള്ള ആകൃതി ഒത്ത കരിവണ്ടായി രൂപം മാറുന്നത്? എന്തിൽ നിന്നാണ് ലാർവയുടെ സ്പർശനമാപിനികൾ ഉണ്ടാകുന്നത്? എന്തിൽനിന്നാണ്ചിത്രശലഭപ്പുഴുവിന് മീവൽപ്പക്ഷിയുടെ വലിയ ചിറകുകൾ ലഭിക്കുന്നത്? പുഴുവും ലാർവയും ശേഖരിക്കുന്ന വസ്തുക്കളിൽ ജീവൻ നിലനിർത്തുകയും പരിപോഷിപ്പിക്കുകയും ചെയ്യുന്ന എന്താണുള്ളത്?

"കാതും നഖവും വാലും രോമവും മീശയും ഒന്നുമില്ലാതെ വെറുമൊരു മാംസപിണ്ഡമായി ജനിക്കുന്ന പിങ്ക് മൂക്കുള്ള പൂച്ചക്കുട്ടിക്ക് പിന്നീട് ഇവയെല്ലാം രൂപപ്പെട്ടു വരുന്നുണ്ടെങ്കിൽ അതിനുള്ള സാമഗ്രികൾ മുൻകൂട്ടി അവയുടെ കോശങ്ങളിൽ സമാഹരിച്ചു വെച്ചിട്ടുണ്ടാവണമല്ലോ? ശൂന്യതയിൽനിന്ന് ഒന്നും സൃഷ്ടിക്കപ്പെടുന്നില്ല: ഇങ്ങേയറ്റം, ഒരു പൂച്ചയുടെ മീശരോമം പോലും അത് കഴിക്കുന്ന ഭക്ഷണത്തിൽ നിന്ന്

ലഭിക്കുന്ന ഊർജ്ജത്തിൽ നിന്നുണ്ടാകുന്ന സത്തയിൽ നിന്നാണ് ഉണ്ടാകുന്നത്."

"ഇവിടെ, കൃമി പ്രായത്തിലുള്ള ജീവിക്ക് മൂപ്പെത്തിയ പ്രാണിയുടെ ഒരു രൂപ ലക്ഷണവും ഇല്ല. തന്റെ അപ്പോഴത്തെ രൂപത്തിലുള്ള നില നിൽപ്പിനും കൂടി ചേർത്ത്, ഇരട്ടി ഭക്ഷണം കഴിച്ച് ഭാവിയിൽ അത് പ്രാപിക്കുവാൻ പോകുന്ന രൂപമാറ്റം സാദ്ധ്യമാക്കുന്നതിന് വേണ്ട പദാർ ത്ഥങ്ങൾ സംഭരിക്കണം. അതുകൊണ്ട് കൃമി രൂപത്തിൽ അതിന്റെ ഭോഗേച്ഛ സീമാതീതമായിരിക്കും.ഭക്ഷണം കഴിക്കൽ മാത്രമാണ് അവയുടെ ജോലി. ശ്വാസം പോലും വിടാതെ രാവും പകലും അവ തിന്നു കൊണ്ടിരിക്കും. ആശ്രദ്ധമൂലം ഒരു തരി വീണുപോയാൽ അതിന്റെ കുറവ് വികസിച്ചു വരാൻ പോകുന്ന പൂമ്പാറ്റയുടെ ചിറകിലെ ഒരു കുഞ്ഞിടത്ത് കാണാം. അതുകൊണ്ട് അവ രാവും പകലും ശ്രദ്ധയോടെ ഭക്ഷണം കഴിച്ചുകൊണ്ടിരിക്കുന്നു: അതാണ് ആ പുഴുക്കളുടെ ജോലി."

"ചില പുഴുക്കൾ ചെടികളെ ആക്രമിച്ച് അതിന്റെ ഇലകളും പൂക്കളും പഴങ്ങളും അകത്താക്കുന്നു. മറ്റ് ചില പുഴുക്കൾക്ക് മരത്തടി തന്നെ തിന്നുവനുള്ള കരുത്തുണ്ട്. അവ മരത്തടിയിൽ കരണ്ട് പോതുകൾ ഉണ്ടാക്കുന്നു; രാകിയും, ചുരണ്ടിയും പൊടിച്ചും ഏറ്റവും ബലമുള്ള ഓക്ക് മരത്തിന്റെ താഴ്ത്തടിവരെ അവ തിന്നുകളയും. ഘനം കുറഞ്ഞ പഞ്ഞി ച്ചെടിയും അവയുടെ ഭക്ഷണമാണ്. ചില പുഴുക്കൾ മൃഗങ്ങളുടെ ചീഞ്ഞ ഇറച്ചിയും അകത്താക്കും. മലം ഭക്ഷിക്കുന്നവയുമുണ്ട്. അഴുക്കുകൾ നിർമാർജനം ചെയ്തു ഭൂമി ശുദ്ധീകരിക്കുകയാണ് അവർ ചെയ്യുന്നത്. അഴുക്കിൽ കിടന്ന് അഭിരമിക്കുന്ന ഈ കീടങ്ങളെ കാണുമ്പോൾ നമുക്ക് അറപ്പ് തോന്നുന്നത് സ്വാഭാവികമാണ്. എന്നാൽ അവ ഇല്ലായിരു ന്നെങ്കിൽ ഈ ഭൂമിയുടെ സ്ഥിതി എന്താകുമായിരുന്നു എന്ന് ചിന്തിച്ചു നോക്കൂ. ഇവിടം ചീഞ്ഞു നാറുക തന്നെ ചെയ്യും. അതിന്റെ തീറ്റയിലെ വൃത്തികേടുകൾക്ക് പ്രായശ്ചിത്തമെന്നവണ്ണം അത് വലുതാകുമ്പോൾ ആരെയും മോഹിപ്പിക്കുന്ന വർണ്ണ ശലഭങ്ങളായും മസ്ക് മണമുള്ള, സ്വർണ്ണ പുള്ളികളുള്ള വണ്ടുകളായും രൂപം പ്രാപിക്കുന്നു."

"എന്നിരുന്നാലും, പുഴുക്കൾ എന്ന ഈ ശുചീകരണ തൊഴിലാ ളികൾ, ചെയ്യുന്ന കടുത്ത ഉപദ്രവത്തിന്റെ ഇരകൾ കൂടിയാണ് മനുഷ്യർ. ജ്യൂൺ ബഗ്ഗുകളുടെ അസംഖ്യം വരുന്ന അംഗസംഖ്യ മാത്രം മതി ചിലപ്പോൾ ആ പ്രദേശത്ത് വളരുന്ന സസ്യങ്ങൾ മുഴുവൻ വേരോടെ തിന്നു നശിപ്പിക്കുവാൻ. തഴച്ചു വളർന്നു നിൽക്കുന്ന കാട്ടിലെ മരങ്ങളും കർഷകന്റെ കൃഷിയും തോട്ടക്കാരന്റെ പൂച്ചെടികളും ഒറ്റ ദിവസം

കൊണ്ട് ഇലകൊഴിഞ്ഞ തണ്ടുണങ്ങിയ കമ്പുകളായി മാറ്റുവാൻ ഇവർ ചെയ്യുന്ന ദ്രോഹം മതി. തീക്ക പോലും ഇതിലും കൂടുതൽ നശീകരണ ശക്തിയില്ല. കാണുവാൻ തന്നെ കഴിയാത്ത അത്രയും ചെറിയ ഒരു മഞ്ഞ കീടം മണ്ണിനടിയിൽ വസിക്കുന്നു. അത് മുന്തിരി വള്ളികളുടെ വേരിനെ ആക്രമിച്ച നശിപ്പിക്കും. അതിന്റെ പേരാണ് ഫില്ലോസക്സറ. ആ നശീകരണ വർഗ്ഗം മുണ്ടിരി ചെടികളെ ഉന്മൂലനം ചെയ്യുവാൻ പ്രാപ്തരാണ്. മറ്റുചിലത് ഗോതമ്പ് മണികളുടെ തോലിനുള്ളിൽ കടന്നു കൂടി തൊലി മാത്രം അവശേഷിപ്പിക്കുന്നു. ഇനിയും ചിലത് ഓക്, പോപ്ലർ, പൈൻ എന്നിവയുടെ തടി കരണ്ടു തിന്ന് ആ മരത്തെ നശിപ്പിക്കുന്നു. ഭംഗിയുള്ള വെള്ള പൂമ്പാറ്റകളായി മാറുന്നതിന് മുൻപ് ചില നിശാശലഭങ്ങൾ, അല്ലെങ്കിൽ ഇയ്യാമ്പാറ്റകൾ, തുണിയാണ് തിന്നുകൂട്ടുന്നത്. ഇനിയും ചിലത് മരത്തിന്റെ വീട്ടുപകരണങ്ങൾ തിന്നു പൊടിയാക്കുന്നു. അങ്ങിനെ അവ നശിപ്പിക്കുന്ന സാധനങ്ങൾ എണ്ണമറ്റവയാണ്, അവയുടെ പട്ടിക ഇവിടെ നിരത്തുന്നത് അസാദ്ധ്യം. നമ്മള് നിസ്സാരമായി കാണുന്ന ഈ കുഞ്ഞു ലാർവകൾ വാസ്തവത്തിൽ നിസ്സാരന്മാരല്ലതന്നെ. ഈ കുഞ്ഞു ജീവികളുടെ പരിധിയില്ലാത്ത വിശപ്പും അവയുടെ എണ്ണവും അവയെ രാക്ഷസന്മാരാക്കുന്നു. മനുഷ്യൻ അവയെ ഭയന്നെ മതിയാകൂ. ഏതെങ്കിലും ഒരു പുഴുവിന്റെ വംശം ക്രമാതീതമായി വളരുകയാണെങ്കിൽ നമ്മളെല്ലാർവരും കടുത്ത പട്ടിണിയിലേക്ക് കൂപ്പുകുത്തും. എന്നിട്ടും ഇവയെ കുറിച്ച് നമുക്ക് കാര്യമായിട്ടൊന്നും അറിയുകയില്ല. അജ്ഞാതനായ ഒരു ശത്രുവിനെ നമ്മൾ എങ്ങിനെ പ്രതിരോധിക്കും? ഹോ, ഇതെല്ലാം എനിക്ക് കൈകാര്യം ചെയ്യേണ്ടി വന്നിരുന്നെങ്കിൽ! ഈ പുഴുക്കളെപ്പറ്റിയുള്ള നമ്മുടെ സംഭാഷണം തുടരുന്നതിന് മുൻപ് നിങ്ങൾ ഈ കാര്യം മനസ്സിലാക്കുക, കുട്ടികളെ: ഈ ലോകത്തെ ഏറ്റവും വലിയ തീറ്റക്കാരാണ് ഈ പുഴുക്കൾ, ഏറ്റവും കൂടുതൽ നശീകരണ സ്വഭാവമുള്ളവർ, മരണത്തിന് പൂർണ്ണത വരുത്തുന്നവർ, അവർ അങ്ങിനെ പുതു ജീവനുള്ള കളമൊരുക്കുക കൂടി ചെയ്യുന്നുണ്ട് എന്ന് മനസ്സിലാക്കുക."

അദ്ധ്യായം 23

സിൽക്ക്

"അധികം വൈകാതെ രൂപാന്തരത്തിന്റെ കെട്ടതികൾ താങ്ങുവാൻ ഈ പുഴുക്കൾ പ്രാപ്തരാകുന്ന ഒരു ദിവസം വരുന്നു. തനിക്കും തന്നിൽ നിന്ന് വികസിക്കുവാൻ പോകുന്ന ശലഭത്തിനും വേണ്ടുന്ന ഭക്ഷണം നിർത്താതെ കഴിച്ചുകൊണ്ടിരിക്കുക എന്ന തങ്ങളുടെ കർത്തവ്യം അവ ഇതിനോടകം നിർവ്വഹിച്ചു കഴിഞ്ഞു. ഇപ്പോൾ തീറ്റ നിർത്താറായി; വിജനതയിലേക്ക് പിൻവാങ്ങി മരണതുല്യമായ നിദ്രയിലേക്ക് അവ പ്രവേശിക്കുകയായി. അതിൽ നിന്നാണ് അവയുടെ രണ്ടാം ജന്മം ആരംഭിക്കുന്നത്. അതിലേക്ക് പ്രവേശിക്കുവാൻ അവ ഒരായിരം വഴികൾ തേടുന്നുണ്ട്."

"ചില പുഴുക്കൾ വെറുതെ മണ്ണിനടിയിലേക്ക് പോകുമ്പോൾ മറ്റ് ചിലവ തിളക്കമുള്ള തലങ്ങളിൽ കുഴികൾ തുരന്ന് അതിനുള്ളിലേക്ക് പോകുന്നു. ഉണങ്ങിയ ഇലകൾ കൊണ്ട് കൂട്ടുകൂട്ടി അതിനുള്ളിൽ സമാധി ഇരിക്കുന്നവ ഉണ്ട്. മണൽത്തരികൾ കൊണ്ടോ ചീഞ്ഞ മരത്തടി കൊണ്ടോ പഞ്ഞി കൊണ്ടോ ഒരു പൊള്ളയായ പന്ത് തുന്നി ഉണ്ടാക്കി അതിനുള്ളിൽ അവ നിദ്രകൊള്ളുന്നു. മരത്തിന്റെ തടി തുരന്നെടുത്ത് രണ്ടറ്റവും അറക്കപ്പൊടി കൊണ്ടു മൂടി ചില പുഴുക്കൾ അതിനുള്ളിൽ ഇടം കണ്ടെത്തുന്നു. ഗോതമ്പ് മണിയുടെ കാതൽ തിന്നുകഴിഞ്ഞ് പൊള്ളയായ തോടും അവർ തങ്ങൾക്കുള്ള ശയ്യയാക്കുന്നു. ഇനിയുംചില പുഴുക്കൾ, ചുവരിലൊ മരത്തിലോ കാണുന്ന വിടവുകളിൽ കടന്നുകൂടി ഒരു തരം നൂലുകൊണ്ട് സ്വയം ചുറ്റി അതിനുള്ളിലെ സുരക്ഷിതത്വത്തിൽ നിദ്രകൊള്ളുന്നു. കാബേജ് ബട്ടർഫ്ലൈ യും തുമ്പിയും ഈ ഗണത്തിൽ പ്പെട്ടും. എങ്കിലും, പട്ടുപോലെയുള്ള കോക്കൂണുകൾ തന്നെയാണ് ഏറ്റവും വൈദഗ്ദ്ധ്യമാർന്ന പുഴുക്കളുടെ ഗൃഹശിൽപ്പം."

"ചെറുവിരലിന്റെ വലുപ്പമുള്ള ചാരനിറമാർന്ന വെളുത്ത പട്ടുനൂൽ പുഴുക്കളെ വലിയ തോതിൽ വളർത്തി അവയുടെ കൂട് പൊളിച്ചുകിട്ടുന്ന പട്ടുനൂൽ ഉപയോഗിച്ച് വിലകൂടിയ പട്ടുവസ്ത്രങ്ങൾ നെയ്യുന്നു. വൃത്തിയുള്ള മുറികളിൽ ഈറ്റകൊണ്ടുള്ള തട്ടികകൾ വെച്ച് അതിൽ ധാരാളം മൾബറി ഇലകളും പട്ടുനൂൽ പുഴുക്കളും വെക്കുന്നു. ഈ പുഴുക്കൾക്ക് ഭക്ഷണത്തിനായി വളർത്തുന്ന മരങ്ങളാണ് മൾബറികൾ. പട്ടുനൂൽ പുഴുക്കളുടെ ഏക ഭക്ഷണമെന്ന നിലയിലുള്ള അവയുടെ ഇലകൾക്ക് മാത്രമേ മൂല്യമുള്ളൂ. വിലയേറിയ ഈ പുഴുക്കളുടെ ഭക്ഷണത്തിനുവേണ്ടി വലിയ പാടങ്ങൾ മൾബറികൃഷിക്കായി ഉപയോഗിക്കുന്നു. തിന്നു തീരുന്നതിനനുസരിച്ച് ഈറ്റത്തട്ടികകളിൽ അടിക്കടി ഇലകൾ നിറച്ചുകൊണ്ടിരിക്കും. വലുതാകുന്തോറും പുഴുക്കളുടെ തൊലി രൂപം മാറുന്നു. നിശബ്ദമായ ചുറ്റുപാടിൽ നിൽക്കുന്ന ഒരു മരത്തിന്റെ ഇലകളിൽ മഴവെള്ളം വീഴുന്ന ശബ്ദമാണ് ഈ പുഴുക്കൾ താടിചലിപ്പിച്ചു നിർത്താതെ ഇല ചവയ്ക്കുമ്പോൾ ഉണ്ടാകുന്നത്. ഒരു മുറിയിൽ ആയിരക്കണക്കിന് പുഴുക്കളെയാണ് വളർത്തുന്നത്. നാലഞ്ചു ആഴ്ചകൾകൊണ്ട് പുഴുക്കൾ പൂർണ്ണ വളർച്ച എത്തും. ആ സമയത്ത് ഈറ്റ തട്ടികകളിൽ ചുരുണ്ട സ്പ്രിങ്ങുകൾ ഘടിപ്പിച്ച് ചൂട്ടകയറ്റി കോക്കൂണുകൾ നെയ്യുവാൻ പാകമായ പുഴുക്കളെ അതിൽ കയറ്റിവിടുന്നു. അവ ഓരോന്നായി ചുരുളുകൾക്കിടയിൽ പറ്റിപ്പിടിച്ചിരുന്ന് അനേകായിരം നേർത്ത നൂലുകൾ കൊണ്ട് തങ്ങൾക്ക് ചുറ്റും മറകൾ തീർത്ത് അതിൽ തൂങ്ങിക്കിടക്കുന്നു."

"മേൽ ചുണ്ടിൽ ഉള്ള ഒരു ദ്വാരത്തിൽ കൂടിയാണ് പട്ടുനൂൽ പുറത്തു വരുന്നത്. പുഴുവിന്റെ ശരീരത്തിൽ പശപോലെ കട്ടിയുള്ള ഒട്ടുന്ന ഒരു ദ്രാവകമായിട്ടാണ് പട്ട് നിലനിൽക്കുക. ചുണ്ടിൽക്കൂടി പുറത്തുവരുന്ന മാത്രയിൽ അത് നൂലായി പുറകെ വരുന്ന നൂലുമായി ഒട്ടുന്നു. അപ്പോൾ ത്തന്നെ അത് ഘനീഭവിക്കും. പശു തിന്നുന്ന പുല്ലിന്റെ ഗുണമല്ല പാലിന് എന്നതുപോലെ, ഇങ്ങിനെ ഉണ്ടാകുന്ന പാട്ടുനൂലിന് പുഴു തിന്നുന്ന മൾബറി ഇലയുടെ സ്വഭാവഗുണങ്ങളല്ല ഉള്ളത്. പുഴുവും പശുവും അവ ഭക്ഷിക്കുന്ന വസ്തുക്കളുടെ സത്ത ഉൾക്കൊണ്ട് മറ്റൊന്ന് സൃഷ്ടിക്കുകയാണ് ചെയ്യുന്നത്. പട്ടുനൂൽപ്പുഴുവിന്റെ സഹായമില്ലാതെ മനുഷ്യന് പട്ടുപോലെ സുതാര്യമൃദുലമായ ഒരു വസ്തു മൾബറി ഇലകളിൽ നിന്ന് സൃഷട്ടിക്കുവാൻ കഴിയില്ല. നമ്മുടെ ഏറ്റവും വിലപിടിപ്പുള്ള, ഭംഗിയുള്ള പട്ട് ജനിക്കുന്നത് ഒരു പുഴുവിന്റെ വായിലാണ് എന്നതാണ് പ്രകൃതി ഒരുക്കുന്ന ഒരു വിസ്മയം."

"ശരി, അപ്പോൾ നമുക്ക് തട്ടികയിൽ തൂങ്ങിക്കിടക്കുന്ന പട്ടുനൂൽ പുഴുവിലേക്ക് മടങ്ങിവരാം. നിർത്താതെ ശിരസ്സ് ചലിപ്പിച്ചുകൊണ്ട് അത് തനിക്കുചുറ്റും നൂലുകൊണ്ട് കൂടുണ്ടാക്കുകയാണ്. മുൻപോട്ടും

പുറകോട്ടും മുകളിലേക്കും താഴേക്കും ചലിച്ച്, വലത്തോട്ടും ഇടത്തോട്ടും കറങ്ങി, വായിൽ നിന്നു നീണ്ടു വരുന്ന നേർത്ത നൂല് മുൻപ് വന്നതിന്റെ തുമ്പത്തൊട്ടിച്ച്, തനിക്ക് ചുറ്റും അയഞ്ഞ രീതിയിൽ ചുറ്റിച്ചുറ്റി ഒരു പ്രാവിൻ മുട്ടയുടെ വലുപ്പത്തിലുള്ള കൂടുണ്ടാക്കി പുഴുക്കൾ അതിനുള്ളിൽ സ്വയം ബന്ധനസ്ഥരാകുന്നു. ആദ്യ പാളികൾ വലയം ചെയ്യുമ്പോൾ അതിനകത്തുള്ള പുഴുവിനെ കാണുവാൻ കഴിയും. എന്നാൽ കൂടുതൽ പാളികൾ വന്ന് ഘനം വെക്കുംതോറും ഉൾക്കാഴ്ച മറക്കപ്പെടുന്നു. അതിന് ശേഷം എന്തുണ്ടാകുന്നു എന്ന് നമുക്ക് ഊഹിക്കാം. മൂന്നുനാലു ദിവസങ്ങൾ കൊണ്ട് വായിൽ നിന്ന് വരുന്ന ദ്രവ രൂപത്തിലുള്ള പട്ട് തീർന്നു പോകുന്നതുവരെ അത് ചുറ്റൽ പ്രക്രിയ തുടർന്നുകൊണ്ടിരിക്കും. അതിന് ശേഷം പുഴുക്കൾ നിശ്ചലരായി തങ്ങളുടെ പരിണാമ പ്രതീക്ഷയിൽ സമാധിയിലേക്ക് പ്രവേശിക്കുകയായി. ഇതിനു വേണ്ടിയാണ് ഇത്രയും കാലം രാപ്പകലില്ലാതെ ഭക്ഷണം കഴിച്ചതും പട്ടുനൂൽദ്രാവകം വായിൽനിന്നു പുറത്തെടുത്തതും നൂൽനൂറ്റ് സ്വയം കൂടുണ്ടാക്കിയതും. ഭംഗിയിയുള്ള പൂമ്പാറ്റയായി നിറമുള്ള ചിറകുകൾ വീശി വാനിലേക്ക് പറന്നുയരാൻ പിന്നെ അധികസമയം വേണ്ട. പുഴുവിന്റെ ആ ധന്യ മുഹൂർത്തം സംജാതമായി!

"ഓ, എന്റെ കുട്ടികളേ, ഈ പ്രക്രിയയിൽ മനുഷ്യൻ നിറവേറ്റുന്ന പങ്ക് എന്തെന്നുപറയുവാൻ വിട്ടുപോയി. ചൂടുപിടിപ്പിച്ച തട്ടികയിൽ നിന്ന് കൊക്കൂണുകളെ അടർത്തിഎടുത്ത് നിർമ്മാതാവിന് കൈമാറുമ്പോൾ പുഴുക്കൾ തികച്ചും മൂപ്പെത്തിയിട്ടുണ്ടാകില്ല. വൈകാതെതന്നെ നിർമ്മാതാവ് അവയെ ചൂളയിൽ വെച്ച് ആവികയറ്റി ഭാവിയിൽ പറന്നുയരുമായിരുന്ന പൂമ്പാറ്റപ്പുഴുക്കളെ നശിപ്പിക്കുന്നു. ഈ കാര്യക്രമം വെച്ച് തമാസിപ്പിച്ചാൽ, പുഴുക്കൾ തങ്ങളുടെ നൂൽക്കൂട് പൊട്ടിച്ച് പുറത്തുവരും; അങ്ങിനെ പൊട്ടിയ പട്ടുനൂലിന് മൂല്യം നഷ്ടപ്പെടുകയും പട്ടുനൂൽ കർഷകന്റെ അതുവരെയുള്ള ജോലി വൃഥാവിലാകുകയും ചെയ്യും. നൂൽ നൂൽപ്പ് കേന്ദ്രങ്ങളിൽ എത്തിച്ച് നൂൽ കൂടിനുള്ളിൽ പെട്ടുകിടക്കുന്ന പുഴുക്കളെ പുറത്തെടുക്കുന്നു. നൂൽക്കൂട് തിളയ്ക്കുന്ന വെള്ളത്തിലിട്ട് അതിൽ ഒട്ടിനിൽക്കുന്ന പശ ദ്രാവകം അലിയിച്ചു കളയുന്നു. വെള്ളത്തിൽ മുളവടി ചുറ്റിച്ച് ഒരാൾ പശയിൽ നിന്ന് വേർപ്പെട്ട നൂലിന്റെ തുമ്പ് തപ്പി കണ്ടുപിടിച്ച് അത് വട്ടം കറങ്ങുന്ന ഒരു ചക്രത്തിൽ ഘടിപ്പിക്കുന്നു. ബാക്കി ജോലി മെഷീൻ ഏറ്റെടുക്കുകയായി. പുഴുവിന്റെ കൂട് ചുറ്റിയിരിക്കുന്ന പട്ടുനൂൽ മെല്ലെ അഴിഞ്ഞുവരും."

"അങ്ങിനെ നിവരുന്ന നൂലുണ്ടയുടെ നടുക്ക് ചൂടുതട്ടി ചത്തുപോയ പുഴുവിന്റെ ദേഹം കാണാം. ഉറപ്പുനല്കാൻ വേണ്ട പ്രക്രിയകൾക്ക് ശേഷം ആ നൂൽ വേണ്ട നിറങ്ങൾ ചേർത്ത് നെയ്ത്ത് തുണിത്തരമാക്കുന്നു."

അദ്ധ്യായം 24

രൂപാന്തരീകരണം

"അണ്ഡകവചത്തിനകത്ത് അടച്ചുകെട്ടികഴിഞ്ഞാൽ, പുഴു മരണാസന്നനായതുപോലെ വാടി ഉണങ്ങിപ്പോകും. ആദ്യം അതിന്റെ പുറകിലെ തൊലി പൊട്ടി പിളർക്കും. പിന്നെ, തുടർച്ചയായി ഞെളിപിരികൊണ്ട് അത് തന്റെ തൊലിയിൽനിന്ന് പുറത്തുകടക്കുന്നു. അതോടെ, അതിന്റെ തലയോട്ടി, താടി, കണ്ണുകൾ, കാലുകൾ, വയറ്, മറ്റെല്ലാം പുറത്താകുന്നു. പൊളിഞ്ഞ പുറംതൊലി കവചത്തിന്റെ ഒരു മൂലയിലേക്ക് തള്ളപ്പെടുന്നു.

"അപ്പോൾ, സിൽക്കിന്റെ കോശങ്ങളിൽ എന്താണ് കാണുക? മറ്റൊരു പട്ടുനൂൽ പുഴുവിനെയോ, മറ്റൊരു പൂമ്പാറ്റയെയോ? രണ്ടുമല്ല. ബദാമിന്റെ ആകൃതിയിലുള്ള, ഒരറ്റം ഉരുണ്ട, മറ്റേ അറ്റം കൂർത്ത, തോലുപോലെയുള്ള ചിത്രശലഭപ്പുഴുവിനെ കാണാം. അത് പുഴുവിനും പൂമ്പാറ്റക്കും നടുക്കുള്ള അവസ്ഥയാണ്. ഭാവിയിൽ വരാൻ പോകുന്ന പ്രാണിയുടെ ലക്ഷണങ്ങൾ അതിൽ കാണാം. സ്പർശ മാപിനിയുടെ സൂചന നല്കുന്ന ഒരു രൂപം ഒരറ്റത്തും ശരീരത്തോട് ഒട്ടിപ്പിടിച്ച നിൽക്കുന്ന ചിറകുകൾ ഒരു ക്രോസ് പോലെ ഒന്നിന് മീതെ ഒന്നായിട്ടും അതിന്റെ ശരീരത്തിന് മുകളിൽ കാണാം."

"ജൂൺ ബഗ്, പുൽച്ചാടി, കരിവണ്ട്, സ്റ്റാഗ് വണ്ട് എന്നിവ അവയുടെ കൃമിപ്രായത്തിൽ ഈ ഘട്ടങ്ങളിലൂടെയെല്ലാം കടന്ന് പോകുന്നുണ്ടെങ്കിലും ആ ഘട്ടങ്ങൾ കുറേക്കൂടി തെളിമയോടെയാണ് വേർതിരിച്ച് കാണപ്പെടുക. അവയുടെ തലയും ചിറകുകളും കാലുകളും വ്യക്തമായി മനസ്സിലാക്കുവാൻ കഴിയും. എന്നാൽ, അവയെല്ലാം മൃദുലവും ചലനരഹിതവും മങ്ങിയ വെളുത്ത നിറത്തിലുമായിരിക്കും. ഒരു ജലകന്യകയുടെ

ആകൃതിയാണ് അവക്ക്. ചിത്രശലഭങ്ങളുടെ കൃമി രൂപത്തിൽ അവയെ ക്രിസാലിസ് എന്നും മറ്റുള്ളവയുടെ കൃമി രൂപങ്ങളെ നിംഫ് എന്നും വിളിക്കുന്നതിൽ നിന്ന് അവയുടെ സാദൃശ്യം വ്യക്തമാണല്ലോ. പരിണാമം നടന്നുകൊണ്ടിരിക്കുന്ന ജീവികളാണ് ക്രിസാലിസും നിംഫും. അടിമുടി മാറ്റം സംഭവിച്ചുകൊണ്ടിരിക്കുന്നവയാണ് ആസകലം മൂടിപ്പൊതിഞ്ഞ ക്രിസാലിസും നിംഫും".

"ഉഷ്ണാവസ്ഥ അനുകൂലമാണെങ്കിൽ രണ്ട് ആഴ്ചകൾക്കുള്ളിൽ പട്ടുനൂൽ പുഴുവിന്റെ ക്രിസാലിസ് ഒരു പഴുത്ത ഫലം പോലെ പൊട്ടിപ്പിളർന്ന് വിറക്കുന്ന കാലുകളിൽ ചഞ്ചലനായി, നനഞ്ഞ, മുഷിഞ്ഞ രൂപത്തിൽ പൂമ്പാറ്റ പുറത്തുവരും. തുറന്ന വായുസഞ്ചാരമുള്ള സ്ഥലത്തേ ചിറകുകൾ ഉണങ്ങി അവയുടെ ശക്തിക്ക് പൂർണ്ണത വരൂ. അതിന് അവ കൊക്കൂണുകളിൽ നിന്ന് ആദ്യം പുറത്തുകടക്കണം. പക്ഷേ, എങ്ങിനെ? പുഴുതങ്ങളുടെ കൊക്കൂണുകൾ വളരെ ബലത്തിലാണ് ഉണ്ടാക്കുന്നത്; പൂമ്പാറ്റകൾ വളരെ ദുർബ്ബലരും. ആ പാവങ്ങൾ പുറത്തുകടക്കുവാനുള്ള ശ്രമത്തിൽ നശിച്ചു പോകുമോ? പൂർണ്ണ വളർച്ച കൈ വരിച്ചത് ആ ഇടുങ്ങിയ കൂട്ടിനുള്ളിൽ തിങ്ങിഞെരുങ്ങി കഷ്ടപ്പെട്ട് ചരമം പ്രാപിക്കാനായിരുന്നോ?"

"അതിന് പല്ലുകൊണ്ട് കൊക്കൂൺ കൂട് പൊട്ടിച്ച് പുറത്തു കടന്നുകൂടെ?" എമിൽ ചോദിച്ചു.

"അയ്യോ, കുഞ്ഞേ, അതിന് പല്ലില്ലല്ലോ, കേവലം ദുർബ്ബലമായ ഒരു കൊമ്പല്ലേ ഉള്ളൂ?"

"എന്നാൽ നഖങ്ങൾ കൊണ്ട്?" ജൂൾസിന് സംശയം.

"നഖങ്ങൾ ഉണ്ടായിരുന്നെങ്കിൽ പറ്റുമായിരുന്നു. പക്ഷേ ഇല്ലല്ലോ!" ജൂൾസ് വീണ്ടും പറഞ്ഞു, "എന്നാലും എങ്ങിനെയെങ്കിലും അത് പുറത്തുകടക്കും."

"തീർച്ചയായും. എല്ലാ ജീവികൾക്കും അവരുടേതായ കഴിവുകൾ പുറത്തുവരുന്ന സമയമുണ്ടല്ലോ! മുട്ടത്തോട് പൊട്ടിച്ച് പുറത്തുവരാൻ കോഴിക്കുഞ്ഞിന് പോലും അതിന്റെ മൃദുലമായ കൊക്കിന് കഠിനമായ ഒരു തുമ്പുണ്ട്. പൂമ്പാറ്റക്ക് പുറത്തുകടക്കുവാൻ അങ്ങിനെ ഒന്നും ഇല്ലാതെ വരുമോ? ഉണ്ട്. പക്ഷേ അത് നിങ്ങൾ ആരും പ്രതീക്ഷിക്കാത്ത ഒന്നാണ്. അതിന്റെ കണ്ണുകളാണ്!"

"എന്ത്? കണ്ണുകളോ?" ക്ലെയറിന് അത്ഭുതം അടക്കുവാൻ കഴിഞ്ഞില്ല.

“അതെ. അവയുടെ കൺപോളകൾ മൂർച്ചയുള്ള, ഉറച്ച, സുതാര്യമായ കൊമ്പുകളാണ്. ഒരു ഭൂതക്കണ്ണാടി കൊണ്ടു മാത്രമേ അത് കാണുവാൻ കഴിയൂ, അത്രക്ക് നേർത്തതാണ് അവ. എന്നാൽ വേണ്ട അവസരത്തിൽ എല്ലാ കൂടി ചേർന്നാൽ ഒരു അറവ് കത്തി പോലെ ഉപയോഗിക്കുവാൻ ശേഷി ഉള്ള എല്ലിൻ ലേശങ്ങൾ അവയിലുണ്ട്. പൂമ്പാറ്റ തന്റെ തുപ്പൽ കൊക്കൂണിൽണിൽ തുറക്കുവാൻ പോകുന്ന ഒരു സൂക്ഷ്മഇടം നനച്ച മൃദുലമാക്കുന്നു. അവിടെ തന്റെ കണ്ണ് പറ്റിച്ച വെച്ച് ഞളിഞ്ഞ്, പുളഞ്ഞ്, ചുരണ്ടി, ഇടിച്ച്, മുറിച്ച് ഓരോ പട്ട് നൂൽ ഇഴയായി അറുത്തിടുന്നു. അങ്ങിനെ പുറത്തുകടക്കുവാൻ ഒരു ദ്വാരം പ്രത്യക്ഷപ്പെടുകയായി. ഇതേക്കുറിച്ച് നിങ്ങൾക്ക് എന്ത് തോന്നുന്നു? മൃഗങ്ങൾക്ക് മനുഷ്യനേക്കാൾ നാലിരട്ടി ബുദ്ധിയില്ലേ? കണ്ണുകൊണ്ട് ദ്വാരമിട്ട് ജയിലിൽ നിന്ന് പുറത്തുകടക്കാമെന്ന് നമ്മളിൽ ആരെങ്കിലും കരുതുമൊ?”

“ഇത്ര കൗശലകരമായ ഒരു മാർഗ്ഗം കണ്ടുപിടിക്കുവാനായി പൂമ്പാറ്റകൾ കുറേ പഠിച്ചിട്ടുണ്ടാകും,”എമിലിന് സംശയമില്ല.

“അവ പഠിക്കുന്നുമില്ല, ചിന്തിക്കുന്നുമില്ല; അവയുടെ അറിവുകൾ സഹാജവാസനകളിൽനിന്നാണ്. മറ്റൊരാൾ കൂടി തീർച്ചയായും സഹായിക്കുന്നുണ്ട്.”

“അതാരാണ്?”

“ദൈവം തന്നെ! ഏറ്റവും വിവേകശാലിയായ ദൈവം. പട്ടുനൂൽ പുഴുവിന്റെ രൂപം വിരൂപമാണ്. വയറുന്തിയ ഒരു വെള്ള സാധനം. പോഷകം ഉള്ളിലില്ലാത്തതുകൊണ്ട് അവക്ക് പൂക്കളിലേക്ക് മാറി മാറി പറന്നു ചെല്ലാനും കഴിയില്ല. കൊക്കൂണിൽ നിന്ന് പുറത്തു കടന്ന ഉടൻ അവ മുട്ടയിടുവാൻ തുടങ്ങും: പിന്നെ ചത്തുപോകും. പട്ടുനൂൽ പുഴുക്കളുടെ മുട്ടകളെ വിത്ത് എന്ന് വിളിക്കുന്നു. അത് ഏറ്റവും ഉചിതമായ ഒരു പദം തന്നെയാണ്, കാരണം, മുട്ട ജീവിയുടെ വിത്ത് എന്നപോലെ, വിത്ത് ചെടിയുടെ മുട്ടയാണല്ലോ. മുട്ടയ്ക്കും വിത്തിനും അതുകൊണ്ട് സാദൃശ്യമുണ്ട്. എല്ലാ മുട്ടയും വിരിഞ്ഞു കുഞ്ഞുങ്ങളാകില്ല, എല്ലാ വിത്തും മുളക്കുകയില്ല. ചിലതിനെ മാത്രം പ്രകൃതി പെറ്റുപെരുകുവാനായി തിരഞ്ഞെടുക്കുന്നു. അവ അതിന്റെ വംശം നിലനിർത്തുന്നു.”

“അങ്ങിനെ, ഞാൻ പറഞ്ഞതുപോലെ, എല്ലാ പ്രാണികളും നാല് പരിണാമ ദിശയിൽക്കൂടി കടന്നുപോകുന്നു: മുട്ട, പുഴു, ക്രിസാലിസ് അല്ലെങ്കിൽ ലാർവ, അവസാനം ലക്ഷണമൊത്ത പ്രാണി. ആ പ്രാണി മുട്ട ഇടുന്നു, അങ്ങിനെ ഈ പ്രക്രിയ തുടരുന്നു.”

അദ്ധ്യായം 25

ചിലന്തികൾ

കുറച്ചുമുൻപ് മുട്ട വിരിഞ്ഞു പുറത്തുവന്ന കോഴിക്കുഞ്ഞുങ്ങൾക്ക് വേണ്ടി അംബ്രോയിസിനിയമ്മ പുഴുങ്ങിയ ആപ്പിളും കുറച്ചു പച്ചിലകളും അരിഞ്ഞു തയ്യാറാക്കുകയായിരുന്നു. അപ്പോഴതാ ഒരു ചിലന്തി അതിന്റെ വലയിലെ ഒരു ഇഴയിൽ തൂങ്ങി താഴ്ന്നു വന്ന് അവരുടെ തോളത്തിരിക്കുന്നു. അവർ പെട്ടെന്ന് പേടിച്ച് ഒരു ശബ്ദം പുറപ്പെടുവിച്ചു. എന്നിട്ട് തോള് ചലിപ്പിച്ച് അതിനെ തഴത്തേക്കിട്ടു. പിന്നെ കാലിനടിയിൽ വെച്ച് ചതച്ചുകൊന്നു. "കാലേ വന്ന ചിലന്തി കാലനെ കൊണ്ടുവരും എന്നാണ് ചൊല്ല്," അവർ സ്വയം പറഞ്ഞു. അപ്പോൾ പോളമ്മാവനും ക്ലെയറും കൂടി കടന്നു വന്നു.

"ഇതെന്തു കഷ്ടമാണ്, സർ; വെറുതെ മിനക്കെടുത്താനായി ഓരോന്ന് വരും! അല്ലെങ്കിലേ വേണ്ട ജോലിയുണ്ട്. പന്ത്രണ്ട് കോഴിക്കുഞ്ഞുങ്ങളാണ് വിരിഞ്ഞു വന്നിരിക്കുന്നത്. അവറ്റയ്ക്ക് ഭക്ഷണമുണ്ടാക്കാൻ തുടങ്ങിയതേ ഉള്ളൂ, അപ്പോഴേക്കും അതാ ഒരു ചിലന്തി എന്റെ തോളിൽ വീണിരിക്കുന്നു." അംബ്രോയിസിനിയമ്മ തന്റെ കാൽച്ചുവട്ടിൽ കിടക്കുന്ന ജന്തുവിനെ അവർക്ക് കാണിച്ചുകൊടുത്തു. അതിന്റെ കാലുകൾ അപ്പോഴും വിറക്കുന്നുണ്ടായിരുന്നു.

"ആ കോഴിക്കുഞ്ഞുങ്ങൾക്ക് ചിലന്തിയെ ഭയക്കേണ്ട കാര്യമുണ്ടെന്ന് എനിക്ക് തോന്നുന്നില്ല," പോളമ്മവാൻ പറഞ്ഞു.

"ഇല്ല, സർ. ഇനി അതിനെ പേടിക്കേണ്ട, അത് ചത്തുകഴിഞ്ഞു. പക്ഷേ, സർ കേട്ടിട്ടില്ലേ, 'കാലേ വന്ന ചിലന്തി കാലനെ കൊണ്ടുവരും; രാത്രി വന്ന ചിലന്തി രമണീയം.' നമ്മുടെ കോഴിക്കുഞ്ഞുങ്ങൾക്ക് അപകടമുണ്ടാകും, കണ്ടോളൂ, അവയെ പൂച്ച പിടിക്കും, ചിലന്തി രാവിലെ തന്നെ എത്തി." എംബ്രോയിസിനിയമ്മക്ക് കരച്ചിൽ വരുന്നുണ്ടായിരുന്നു.

“നിങ്ങൾ ആദ്യം പോയി ആ കോഴിക്കുഞ്ഞുങ്ങളെ പൂച്ച പിടിക്കാത്ത സുരക്ഷിത സ്ഥലത്ത് കൊണ്ട് വെച്ചിട്ട് വരു. ചിലന്തിയെപ്പറ്റിയുള്ള ആ പഴഞ്ചൊല്ലിലെ പതിര് ഞാൻ എല്ലാർവർക്കും പറഞ്ഞുതരാം, പോളങ്കിൾ പറഞ്ഞു. അംബ്രോയിസിനിയമ്മ പിന്നെ ഒന്നും മിണ്ടിയില്ല. പോൾസർ എല്ലാത്തിനും ഒരു കാരണം കണ്ടുപിടിക്കുമെന്ന് അവർക്കറിയാം. വേണമെങ്കിൽ, ചിലന്തിയെ പ്രകീർത്തിച്ച് ഒരു സ്തുതി ഗീതം തന്നെ എഴുതും! അങ്ങിനെ ഒന്ന് പോളമ്മാവനിൽ നിന്ന് വരാൻ പോകുന്നത് കണ്ട ക്ലെയർ ചോദിച്ചു, “എനിക്കറിയാം, പോളമ്മാവന്റെ കണ്ണിൽ ഏത് വൃത്തികെട്ട ജന്തുവിനും നല്ല ഗുണങ്ങളുണ്ട്, എല്ലാ ജീവികളെയും സഹാനുഭൂതിയോടെ പരിഗണിക്കണം, ദൈവത്തിന്റെ പദ്ധതിയിൽ എല്ലാത്തിനും സ്ഥാനമുണ്ട് - ഒരു മാക്രിത്തവളക്ക് പോലും. എന്നാൽ, സത്യസ്ഥിതിയേക്കാൾ അത് പോളമ്മാവന്റെ മനസ്സിന്റെ വലുപ്പമാണ് കാണിക്കുന്നത് എന്ന് എനിക്ക് തോന്നുന്നു. ഇപ്പോൾ, നമ്മുടെ തട്ടിൻ പുറങ്ങൾ വലകെട്ടി വൃത്തികേടാക്കുന്ന ഈ വിഷ ജീവികളെക്കുറിച്ച് എന്താണ് പറയാനുള്ളത്?”

“എന്നിക്കൊരുപാട് പറയാനുണ്ട്, കുട്ടികളെ. അതിന് മുൻപ് കോഴിക്കുഞ്ഞുങ്ങൾക്ക് തീറ്റകൊടുത്ത് അവറ്റയെ പൂച്ചപിടിക്കാത്ത ഇടത്തിലാക്കി വരു. അപ്പോൾ ഞാൻ കാണിച്ചുതരാം, ചിലന്തിയെ കുറിച്ചുള്ള പഴംചൊല്ല് തെറ്റാണെന്ന്.” വൈകീട്ട് അംബ്രോയിസിനിയമ്മ മൂക്കുകണ്ണാടയുംവെച്ച് സ്റ്റോകിങ്സ് തുന്നിക്കൊണ്ടിരിക്കയായിരുന്നു. അവരുടെ കാൽച്ചുവട്ടിൽ നേർത്ത കൂർക്കം വലിച്ചുകൊണ്ട് പൂച്ച കിടന്നുറങ്ങുന്നു. കുട്ടികൾ ചിലന്തിക്കഥ കേൾക്കുവാൻ ആകാംക്ഷരായി ചുറ്റും നിരന്നു.

“നമ്മുടെ കലവറയുടെ മൂല തൊട്ട് മൂല വരെയും, തോട്ടത്തിലെ ചെടികൾക്ക് കുറുകെയും കെട്ടി ഉണ്ടാക്കുന്ന ചിലന്തി വലകൾ കൊണ്ട് അവ എന്താണ് സാധിക്കുന്നത് എന്ന് പറയാമോ?”

“അത് അവരുടെ സ്വകാര്യ ഇടമാണ്. അവരുടെ ഒളിത്താവളം. അവരുടെ വീട്.” എമിലായിരുന്നു ആദ്യം ഉത്തരം പറഞ്ഞത്.

“ഒളിത്താവളം!” ജൂൾസ് ഉത്സാഹഭരിതയായി.

“അതേ. വാസ്തവത്തിൽ അതിനേക്കാൾ കൂടുതൽ. ഒരുദിവസം ലൈലാക് ചെടികളുടെ ഇടയിൽനിന്ന് ഞാൻ ഹീ.. ഹീ.. ഹീ.. എന്ന ഒരു നേരിയ ശബ്ദം കേട്ടു. ഒരു നീല ഈച്ച അവിടെ ഒരു ചിലന്തി വലയിൽ പെട്ട് രക്ഷപ്പെടുവാൻ ശ്രമിച്ചുകൊണ്ടിരിക്കയായിരുന്നു. അതിന്റെ ചിറകടി ശബ്ദമാണ് കേട്ടുകൊണ്ടിരുന്നത്. പെട്ടെന്ന് ഒരു ചിലന്തി എവിടെനിന്നോ പ്രത്യക്ഷപ്പെട്ടു, ആ ഈച്ചയെ പിടിച്ച് കൊണ്ടുപോയി;

തീർച്ചയായും ഭക്ഷിക്കുവാൻ തന്നെയാവണം. ചിലന്തി വല അവയുടെ ഇരപിടിക്കുവാനുള്ള ഉപാധിയാണെന്ന് അപ്പോഴാണ് എനിക്ക് തോന്നിയത്."

"അതങ്ങിനെത്തന്നെയാണ്," പോളമ്മാവൻ പറഞ്ഞു. "എല്ലാ ചിലന്തികളും ജീവനുള്ള ജന്തുക്കളെ തിന്നാണ് ജീവിക്കുന്നത്. ഈച്ച, കൊതുക് മുതലായ കൊച്ചു ജന്തുക്കളാണ് അവയുടെ ഭക്ഷണം. രാത്രി വന്നു നമ്മളെ കടിച്ചു ചോരകുടിക്കുന്ന കൊതുകുകളെ കൊന്നു തരുന്ന ചിലന്തികളോട് നാം കടപ്പെട്ടിരിക്കുന്നു. ഇരപിടിക്കുവാനുള്ള വല ചിലന്തികൾ സ്വയം നെയ്തുണ്ടാക്കുന്നവയാണ്."

"പട്ടുനൂൽ പുഴക്കളുടേതുപോലെ ഇവയുടെ ദേഹം ഒട്ടുന്ന പശപോലെയുള്ള ഒരു ദ്രാവകം ഉത്പാദിപ്പിക്കുന്നു. ഇത് വായുവുമായി സംസർഗ്ഗത്തിലായ ഉടനെ ഘനരൂപത്തിലാർവുകയും വെള്ളം വീണാലും നനയാത്ത നൂലായി രൂപാന്തരപ്പെടുകയും ചെയ്യും. ചിലന്തിക്ക് വലയുണ്ടാക്കുവാൻ നേരമായാൽ അതിന്റെ അടിവയറിൽ കാണുന്ന നാലു ചെറിയ കുഴലുകളിൽക്കൂടി ഈ ഒട്ടുന്ന ദ്രാവകം പുറത്തുവരും. കുഴലുകളുടെ തുമ്പത്ത് ജലധാരാ യന്ത്രത്തിലേത് പോലെ ഏതാണ്ട് ആയിരത്തോളം തുളകളുണ്ട്. അവ ഓരോന്നും ഒട്ടുന്ന ദ്രാവകം നേർത്ത ധാരയായി പുറത്തേക്ക് വമിപ്പിക്കും. ഉടനെ അത് ഉറച്ച് നൂലായി മാറുന്നു. ഇത്തരം ആയിരം നൂലുകൾ ഒട്ടിച്ചേർന്ന് ഒന്നായി, വല നെയ്യാനുള്ള ഉറപ്പുള്ള നൂലായിത്തീരുന്നു. ഏറ്റവും നേർത്തത് എന്ന് വിശേഷിപ്പിക്കുവാൻ ചിലന്തിവല പോലെ എന്ന ഉപമയേക്കാൾ നല്ലതൊന്നില്ല. തൊട്ടുനോക്കിയാൽ പൊട്ടിപ്പോകുന്ന, കണ്ണുകൊണ്ട് കാണുവാൻ മാത്രം കഴിയുന്നത്ര നേർത്തതാണ് ഈ വലയിലെ നൂലുകൾ. പട്ടുതുണി നെയ്യുന്ന പട്ടുനൂൽ നാലോ അഞ്ചോ ഇഴകൾ ചേർന്നതാണെങ്കിൽ, ചിലന്തിവലയുടെ ഇഴ ആയിരം നേർത്ത ഇഴകൾ ചേർന്നതാണ്. ഒരു മുടിയിഴയുടെ വണ്ണമുണ്ടാകാൻ, എത്ര ചിലന്തിവലയിഴ വേണം! പത്തെങ്കിലും വേണ്ടിവരും. അത്തരം ഒരു ചിലന്തിവലയിഴക്കോ? ആയിരം ഒറ്റ ഇഴകളും! ഇതെല്ലാം എത്ര വിസ്മയകരം എന്ന് തോന്നുന്നില്ലേ? അതിലും വിസ്മയം, ചിലന്തി ഇങ്ങിനെ നൂൽ നൂറ്റ് വലയുണ്ടാക്കുന്നത് അതിന് ഭക്ഷിക്കുവാനുള്ള പ്രാണികളെ പിടിക്കുവാൻ മാത്രമാണ് എന്നത് തന്നെ!"

അദ്ധ്യായം 26

എപ്പീറയുടെ പാലം

ക്ലെയർ ചിന്താമഗ്നയായി തന്നെ നോക്കിക്കൊണ്ടിരിക്കുന്നത് പോളമ്മാവന്റെകണ്ണിൽപ്പെട്ടു. അവളുടെ മനസ്സിൽ എന്തൊക്കെയോ മാറ്റങ്ങൾ സംഭവിക്കുകയാണെന്ന് വ്യക്തം: ചിലന്തി നമ്മുടെ പരിഗണനന അർഹിക്കാത്ത ഒരു വൃത്തികെട്ട ജീവിയല്ലാതായിരിക്കുന്നു. പോളമ്മാവൻ തുടർന്നു:

"ചിലന്തി അതിന് ആവശ്യം വരുമ്പോൾ ചീപ്പുപോലെയുള്ള കൂർത്ത നഖങ്ങൾ കൊണ്ട് പട്ടുനൂൽ വരുന്ന തന്റെ അവയവമായ സ്പിന്നററ്റിൽ നിന്ന് നൂൽ വലിച്ചെടുക്കും. അതിന് താഴേക്ക് ഇറങ്ങണമെങ്കിൽ ആ നൂലിന്റെ ഒരറ്റം പുറപ്പെടുന്ന ഇടത്തിൽ ഒട്ടിച്ച് അതിലൂടെ അതിന്റെ തന്നെ തൂക്കത്തിന്റെ സഹായത്തോടെ താഴേക്ക് കുത്തനെ ഇഴകി വരുന്നു. നൂല് അതിന് വേണ്ട വേഗതയിൽ ആവശ്യാനുസരണം നീണ്ട് വരും. ആ നൂല് കാലുകൾക്കിടയിൽ മെല്ലെമെല്ലെ മടക്കിക്കൊണ്ട് അതേ നൂലിൽ കൂടി തിരിച്ച് മുകളിലേക്ക് കയറുന്നു. വീണ്ടും ഇറങ്ങി വരാനായി കാലുകൾക്കിടയിലെ നൂലുണ്ട മെല്ലെ അഴിച്ചാൽ മതി."

"ഓരോ ചിലന്തിയുടെയും പ്രത്യേക സ്വഭാവവും പ്രവണതയും ജന്മവാസനയും പിന്നെ, അത് വേട്ടയാടുവാൻ പോകുന്ന ഇരയുടെ വിധവും, സ്ഥലവും അനുസരിച്ചാണ് ചിലന്തി വല നെയ്യുന്നത്. മഞ്ഞയും കറുപ്പും വെള്ളയും കുത്തുകളുള്ള വലിയ ചിലന്തികളുടെ വലയെപ്പറ്റി മാത്രം ഞാൻ ചുരുക്കി പറയാം. അവ വലിയ ഇരകളെ പിടിക്കുന്നവരാണ്. വലിയ ഈച്ചകൾ, പൂമ്പാറ്റകൾ എന്നിവയാണ് അവയുടെ ഇരകൾ. അവ രണ്ട് മരങ്ങൾക്ക് നടുക്കായി നീട്ടത്തിലും അരുവിയുടെ ഇരു കരകളും ബന്ധിപ്പിക്കുന്ന രീതിയിലും വലകൾ നെയ്യുന്നു. അവസാനം പറഞ്ഞതിനെക്കുറിച്ച് നോക്കാം. "എപ്പീറ ഇരപിടിക്കുവാൻ പറ്റിയ ഒരു സ്ഥലം കണ്ടു എന്നിരിക്കട്ടെ. അതായത്, വാലൻ തുമ്പികളും

നീലയും പച്ചയുമായ വണ്ടുകളും പതിവായി വന്നു പോകുന്ന ജലാശയത്തിന്റെ കരയിലുള്ള പുൽക്കാട്. പൂമ്പാറ്റകളും ഈച്ചകളും ചോരകുടിക്കുന്ന ചെള്ളുകളും എല്ലാം ഉണ്ടാകും. എപ്പീറക്ക് പറ്റിയ സ്ഥലം. അത് ജോലി തുടങ്ങുകയായി. കരയിൽ നിൽക്കുന്ന ഒരു വില്ലോക്കൊമ്പിന്റെ തുഞ്ചത്ത് അത് കയറിക്കൂടുന്നു. അവിടെ ഇരുന്ന് അത് ഒരു അസാധ്യമായ പദ്ധതിക്ക് രൂപം കൊടുക്കുന്നു. വെള്ളത്തിന്റെ മുകളിലായി രണ്ട് കരകളെയും ബന്ധിപ്പിക്കുന്ന ഒരു തൂക്കുപാലം നിർമ്മിക്കുന്നു. ഭാവിയിൽ വല നെയ്യാനുള്ള അത്താണിയാണ് അത്. അതിന് നീന്തി മറുകരെ എത്താനാവില്ല എന്ന് നിങ്ങൾ ഓർക്കണം. വെള്ളത്തിൽ വീണുപോയാൽ അത് മുങ്ങിച്ചാകും. വേറെ വഴിയില്ല. സ്ഥലം മാറാതെ ഇരുന്നു വേണം അതിന് പാലം നീട്ടുവാൻ. ഒരു എഞ്ചിനീയറും ഇത്ര വലിയ വെല്ലുവിളികൾ നേരിട്ടിട്ടുണ്ടാവില്ല. ചിലന്തി എങ്ങിനെ ഈ പ്രതിസന്ധി തരണം ചെയ്യും? നിങ്ങൾ എല്ലാർവരും കൂടി ആലോചിച്ച് എനിക്കൊരു ഉത്തരം തരൂ."

"ജലാശയത്തിനു കുറുകേ വെള്ളത്തിലിറങ്ങാതെ, ഇരുന്നിടത്ത് നിന്നനങ്ങാതെ, ഒരു പാലം ഉണ്ടാക്കാനോ? ചിലന്തിക്ക് അത്രയും ചെയ്യാൻ കഴിയുമെങ്കിൽ അത് എന്നെക്കാളും സമർത്ഥനാണ്," ജ്യൂൾസ് പറഞ്ഞു.

"എന്നെക്കാളും കൂടി," എമിലും സമ്മതിച്ചു. "പോളമ്മാവൻ ഇപ്പോഴിത് ഞങ്ങളോട് പറഞ്ഞു തന്നില്ലായിരുന്നെങ്കിൽ ചിലന്തികൾക്ക് പാലമുണ്ടാക്കുവാൻ കഴിയുമെന്ന് ഞാൻ സങ്കൽപ്പിക്കുക കൂടി ചെയ്യില്ല," ക്ലയർ പറഞ്ഞു. അംബ്രോയിസിനിയമ്മ ഒന്നും പറഞ്ഞില്ലെങ്കിലും അവരും അത്ഭുതത്തോടുകൂടി ആണ് ഇതെല്ലാം കേട്ടുകൊണ്ടിരുന്നത് എന്നത് മുഖഭാവത്തിൽനിന്ന് വ്യക്തമായിരുന്നു. "മൃഗങ്ങൾക്ക് നമ്മെക്കാൾ കൂടുതൽ ബുദ്ധിയുണ്ട്," പോളമ്മാവൻ തുടർന്നു. "എപ്പീറ അത് നമുക്ക് കാണിച്ചുതരും. ചിലന്തി അതിന്റെ പിൻകാലുകൊണ്ട് തന്റെ സ്പിന്നററ്റിൽ നിന്ന് വലിച്ചെടുക്കുന്നു. ആ നൂല് നീണ്ടു നീണ്ട് വരും. മരച്ചില്ലയുടെ മുകളറ്റത്തുനിന്ന് അത് തൂങ്ങിക്കിടക്കും. ചിലന്തി പിന്നെയും നൂൽ വലിച്ചെടുക്കുന്നു. ഒടുക്കം അത് നിർത്തുമ്പോൾ നൂൽ നീളം അപര്യാപ്തമാണോ അതോ ആവശ്യത്തെക്കാൾ കൂടുതൽ ആണോ എന്ന് അത് ജലാശയത്തിലേക്ക് കണ്ണോടിച്ചുകൊണ്ട് വിലയിരുത്തും. ചെറുതാണെങ്കിൽ ചിലന്തി കൂടുതൽ നൂല് വലിച്ചെടുത്ത് അതിന്റെ നീട്ടം കൂട്ടും. നീളം ശരിയായിക്കഴിഞ്ഞാൽ അതിന്റെ ജോലി കഴിഞ്ഞു. എപ്പീറ മുകളിൽ കാത്തുകിടക്കുമ്പോൾ ബാക്കി ജോലി തനിയെ നടന്നുകൊള്ളും.

അടിക്കടി അത് കാലുകൊണ്ട് വലിച്ചുനോക്കി നൂലിന്റെ ബലം പരീക്ഷിക്കും. അങ്ങിനെ പാലത്തിന്റെ പണി തീരുന്നു. ആ തൂക്കുപാലത്തിൽകൂടി ചിലന്തി ജലാശയത്തിന്റെ മറുകരയിൽ എത്തുന്നു. അതെങ്ങിനെ? നൂല് മുകളിലെ കൊമ്പിൽ നിന്ന് തൂങ്ങി കിടക്കുകയാണല്ലോ. ഒരു ചെറു കാറ്റിൽ അതിന്റെ മറ്റെ അറ്റം അതിനെ മറുകരയിലെ കൊമ്പിൽ കൊണ്ടുപോയി കുരുക്കി ഇടുന്നു. എപ്പീറക്ക് നൂല് തന്നിലേക്ക് വലിച്ചു മുറുക്കുകയെ വേണ്ടു അതിനെ നിവർന്ന ഒരു പാലമാക്കുവാൻ. ഇത് പ്രകൃതി ഒരുക്കുന്ന ഒരു വിസ്മയമല്ലാതെ മറ്റെന്താണ്!"

"എത്ര ലളിതം! എന്നിട്ടും നമ്മളാരും ഇങ്ങിനെയൊക്കെയാണ് ചിലന്തിയുടെ മർഗ്ഗങ്ങൾ എന്ന് സങ്കൽപ്പിക്കുക പോലും ചെയ്യില്ല," ജൂൾസ് പറഞ്ഞു.

"അതേ, കുട്ടികളെ. വളരെ ലാളിതമാണെങ്കിലും എന്തൊരു നിർമ്മാണ കുശലത! അതാണ് അതിന്റെ മേന്മ. ലാളിത്യം അറിവിന്റെ ലക്ഷണമാണെങ്കിൽ, കുഴപ്പം പിടിച്ചതാകുന്നത് അറിവിന്റെ അഭാവത്തെ കാണിക്കുന്നു. ശാസ്ത്രം അതിന്റെ ഏറ്റവും പൂർണ്ണതയിലെത്തുന്നതാണ് നാം എപ്പീറയിൽ കാണുന്നത്."

"അതിന് ഈ വിവരമൊക്കെ എങ്ങിനെ, എവിടെനിന്ന് കിട്ടുന്നു?" ക്ലയർ സംശയം ചോദിച്ചു,

"മൃഗങ്ങൾക്ക് ബുദ്ധിയില്ലല്ലോ. പിന്നെ, ഈ തൂക്കുപാലം പണിയുവാൻ ആരാണ് അവരെ പഠിപ്പിക്കുന്നത്?"

"ആരുമല്ല, കുഞ്ഞേ. അത് ജന്മവാസനയാണ്. ദൈവം കനിഞ്ഞു നല്കിയ അറിവ്. ആത്മരക്ഷക്കുവേണ്ടി ജന്തുക്കൾക്ക് ലഭിച്ചിട്ടുള്ള, യുക്തിക്ക് അതീതമായ, ഒരുതരം അറിവ്. എപ്പീറ മരക്കൊമ്പിന്റെ മുകളിലിരുന്നു വല നെയ്യുവാൻ വേണ്ടി തെയ്യാറെടുക്കുമ്പോൾ, തൂക്കുപാല നിർമ്മാണത്തിന് പ്രചോദനം നല്കുന്നത് ആരാണ്? അക്കരെയുള്ള മരക്കൊമ്പിൽ നൂലിന്റെ അറ്റം ചെന്നു കൊളുത്തുന്നതും കാത്തിരിക്കുവാനുള്ള ക്ഷമ അതിന് കൊടുത്തത് ആരാണ്? ചിലപ്പോൾ അത് ആദ്യമായി ചെയ്യുന്ന തൂക്കുപാലനിർമ്മാണത്തിന്റെ വിജയ സാധ്യതയെപ്പറ്റി ലവലേശം സംശയമില്ലാതെ തന്റെ ജോലി തുടരുവാൻ അതിനെ പ്രേരിപ്പിക്കുന്നത് എന്താണ്? പ്രകൃതിയുടെ നിസ്സീമമായ, അനന്തമായ, അചിന്ത്യമായ ശക്തി എന്നല്ലാതെ എന്തുപറയാൻ!" പോളമ്മാവൻ ചിലന്തിയെക്കുറിച്ച് എംബ്രോയിസിനിയമ്മയുടെയും മറ്റെല്ലാർവരുടെയുംഉള്ളിലുണ്ടായിരുന്ന ഭയം മാറ്റിയെടുക്കുന്നതിൽ വിജയിച്ചു!

അദ്ധ്യായം 27

ചിലന്തി വല

അടുത്ത ദിവസം തന്നെ കോഴിക്കുഞ്ഞുങ്ങൾ എല്ലാം വിരിഞ്ഞു പുറത്തുവന്നു. തള്ളക്കോഴി കുഞ്ഞുങ്ങളെ മുറ്റത്തിറക്കി അവിടെയെല്ലാം ചിക്കിപ്പെറുക്കിക്കൊണ്ട് നടന്നു. അത് പെറുക്കി എടുത്ത ചെറിയ വിത്തുമണികൾ കോഴിക്കുഞ്ഞുങ്ങൾ വന്ന് അതിന്റെ കൊക്കിൽ നിന്ന് കൊത്തി എടുത്ത് കൊണ്ടുപോകുന്നു. നേരിയ ഒരു അപകടം മണത്താൽ ഉടനെ തള്ളക്കോഴി ശബ്ദമുണ്ടാക്കി കുഞ്ഞുങ്ങളെ വിളിച്ചുവരുത്തും. അവ അതിന്റെ ചിറകിൻ കീഴിൽ അഭയം പ്രാപിക്കും. കൂട്ടത്തിൽ ധൈര്യവാനായ കുഞ്ഞ് ആദ്യം ചിറകിന്നടിയിൽനിന്ന് അതിന്റെ കുഞ്ഞിമഞ്ഞത്തല പുറത്തേക്കിടും. അപകടം നീങ്ങി എന്ന് ബോധ്യമായാൽ തള്ളക്കോഴി വേണ്ടും ചിക്കിപ്പെറുക്കൽ തുടരുന്നു. കുഞ്ഞുങ്ങൾ അതിന്റെചുറ്റും പറ്റിക്കൂടി നടക്കും. എംബ്രോയിസിനിയമ്മയുടെ ചിലന്തികളെക്കുറിച്ചുള്ള തെറ്റിദ്ധാരണകൾ മുഴുവനും നീങ്ങി. വൈകുന്നേരമായപ്പോൾ പോളമ്മാവൻ എപ്പീറയെക്കുറിച്ചുള്ള കഥകളിലേക്ക് അവരെ എല്ലാർവരെയും മടക്കിക്കൊണ്ടുപോയി.

“ജലാശയത്തിനു കുറുകെ കെട്ടുന്ന ആദ്യ ഇഴ നല്ല ഉറപ്പുള്ളതായിരിക്കണം; കാരണം, അതാണ് മുഴുവൻ വലക്കും ആധാരമാകുവാൻ പോകുന്നത്. അതുകൊണ്ട് ആദ്യം തന്നെ എപ്പീറ ആ ഇഴയുടെ രണ്ടറ്റവും നല്ലവണ്ണം ഉറപ്പിക്കുന്നു. പിന്നെ, അത് ആ നൂലിന്റെ ഒരറ്റം മുതൽ മറ്റെ അറ്റം വരെ കൂടുതൽ നൂല് നെയ്തു കൊണ്ട് അനേക തവണ യാത്രചെയ്യും. അവ കൂടിച്ചേർന്ന് ആദ്യത്തേതിന് താഴെയായി മറ്റൊരു ഉറപ്പുള്ള ഇഴ രൂപപ്പെടുന്നു. അത് ആദ്യത്തേതിനു സാമന്തരമായിട്ടായിരിക്കും. ഈ രണ്ട് ഇഴകൾക്കും നടുവിലായിട്ടാണ് വല ഉണ്ടാക്കുവാൻ പോകുന്നത്.”

“അതിനുവേണ്ടി നിർമ്മിച്ചുകഴിഞ്ഞ ഒരു ഇഴയുടെ അറ്റത്ത് നിന്ന് എപ്പീറ കുത്തനെ താഴേയ്ക്ക് ചാടുന്നു. എന്നാൽ അത് താഴെ മൂക്കുകുത്തി വിഴുന്നൊന്നുമില്ല, അതിന്റെ സ്പിന്നരറ്റിൽ നിന്ന് നീണ്ടുവരുന്ന നൂലിൽ തൂങ്ങിയാണ് അത് കിടക്കുക. അവിടെ, താഴെയുള്ള ഒരു കമ്പിൽ ഉറപ്പിച്ചശേഷം തിരിച്ച് പാലം ഉണ്ടാക്കിയ ആദ്യത്തെ കട്ടിയുള്ള നൂലിലേക്ക് കയറിപ്പോകുന്നു. അത് മറുകരയിലെത്തുന്നതുവരെ നൂൽ ഉണ്ടാക്കി നീട്ടിക്കൊണ്ടാണ് പോവുക. പക്ഷേ, ആദ്യത്തെപ്പോലെ ഓരോ ഇഴയും തമ്മിൽ തമ്മിൽ ഒട്ടിച്ച് ബലം കൂട്ടുന്നില്ല. ഇങ്ങിനെ നൂൽ നൂറ്റ് അക്കരെ എത്തിയാൽ സൗകര്യമുള്ള ഒരു കൊമ്പിൽ കയറി അത്രയും നേരം ഉണ്ടാക്കിയ നൂലിന്റെഅറ്റം അതിൽ കൊളുത്തി ഉറപ്പിക്കുന്നു. അങ്ങിനെ ഈ രണ്ടാമത്തെ ഇഴ മറ്റൊരു ഉറപ്പുള്ള കേബിൾ ആയിത്തീരുന്നു. ഈ രണ്ട് സാമന്തര കേബിളുകളും രണ്ടറ്റത്തും മാത്രമല്ല പലയിടത്തുനിന്നും ചെടിയുടെ ചില്ലകളിൽ ബന്ധിച്ച് ഉറപ്പിച്ചു നിർത്തുന്നു. നടുക്ക് ഒരു തുറന്ന സ്ഥലം വിട്ട് മറ്റ് എല്ലാ ഭാഗത്തുനിന്നും രണ്ട് കേബിളുകളും ബന്ധിപ്പിക്കുന്നു. നടുക്ക് വൃത്താകൃതിയിലുള്ള സ്ഥലമാണ് വലക്കുള്ളത്.”

“ഇതുവരെ എപ്പീറ അടിസ്ഥാന ചട്ടക്കൂട് മാത്രമേ നിർമ്മിച്ചു കഴിഞ്ഞിട്ടുള്ളൂ. ഇനിയാണ് സൂക്ഷ്മമായി വലനെയ്യുവാൻ തുടങ്ങുന്നത്. ആദ്യമായി തുറന്നിട്ടിരിക്കുന്ന വട്ടത്തിലുള്ള ഇടത്ത് വിലങ്ങനെ ഒരു നൂല് വലിച്ചു പിടിപ്പിക്കുന്നു. ഈ നൂലിന്റെ ഒത്ത നടുക്ക് എപ്പീറ നിലയുറപ്പിക്കുന്നു. ഇവിടമാണ് നിർമ്മിക്കുവാൻ പോകുന്ന വലയുടെ മദ്ധ്യം. ഈ ബിന്ദുവിൽനിന്ന് ഒരേ ആകലത്തിലും നീളത്തിലുമുള്ള അസംഖ്യം നൂലുകൾ ഉത്ഭവിച്ച് വൃത്ത പരിധിയിൽ ഉറപ്പിക്കുന്നു. ഇവയെ പ്രസരണ നൂലുകൾ എന്ന് വിളിക്കുന്നു. നടുക്ക് ഒരു നൂൽ ഉറപ്പിച്ച് വിലങ്ങനെ ഉറപ്പിച്ചിട്ടുള്ള മറ്റൊരു നൂലിൽ കൂടി താഴേക്കിറങ്ങി മറ്റെ അറ്റം വൃത്ത പരിധിയിൽ ഉറപ്പിക്കുന്നു. അതിന് ശേഷം അത് വൃത്തത്തിന്റെ നടുവിലേക്ക് മടങ്ങുന്നു. മറ്റൊന്ന് പരിധിയിലുറപ്പിക്കുവാൻ അടുത്ത യാത്ര തുടങ്ങുകയായി. ആദ്യത്തേതിൽനിന്നു കുറച്ച് ആകലത്തിലായിരിക്കും. അങ്ങിനെ വൃത്തമധ്യത്തിൽനിന്നും വൃത്തപരിധിയിലേക്കും തിരിച്ചും അനേകതവണ നൂലും കൊണ്ടു യാത്രചെയ്ത് എപ്പീറ ആരെയും അതിശയിപ്പിക്കുന്ന കൃത്യതയോടുകൂടി വലനിർമ്മാണം പൂർത്തിയാക്കുന്നു. ഒരു കോമ്പസ്സും റൂൾത്തടിയും ഉപയോഗിച്ച് ചെയ്യുന്നതിനെക്കാളും കുറ്റമറ്റ അളവുകളായിരിക്കും അതിന്! ഇത്തരം പ്രസരണ ഇഴകൾ മുഴുമിപ്പിച്ചുകഴിഞ്ഞാലും മുഖ്യമായ ജോലി കിടക്കുന്നതെ ഉള്ളൂ. ഓരോ ഇഴയും വൃത്തപരിധിയിൽ നിന്ന് തുടങ്ങി സർപ്പിളമായ ഒരു നൂലുകൊണ്ട് നടുക്ക്

കൊണ്ടുവന്ന് ബന്ധപ്പെടുത്തണം. വലയുടെ മുകളിൽ നിന്ന് തുടങ്ങി നൂലിന്റെ ചുരുളഴിച്ച് ഒരു പ്രസരണ നൂലിൽ നിന്ന് മറ്റൊന്നിലേക്ക് ഒരേ അകലത്തിൽ ചലിക്കുന്നു. ഇങ്ങിനെ ഓരോ മുൻപിലെ ഇഴയിൽനിന്നും എപ്പോഴും ഒരേ അകലം സൂക്ഷിച്ചുകൊണ്ട് അനേക തവണ വട്ടത്തിൽ സഞ്ചരിച്ചുകൊണ്ടാണ് ചിലന്തി ഇത് സാധിക്കുന്നത്. അവസാനം ചിലന്തിവലയുടെ പണി പൂർത്തിയാകുന്നു. ഈ വലയിൽ ചിലന്തിക്ക് പതിയിരുന്നു വേട്ടയാടുവാനുള്ള ഒരു ഇടം കണ്ടെത്തണം. അത് രാത്രി തണുപ്പിൽ നിന്നും പകൽ ചൂടിൽനിന്നും അതിന് സംരക്ഷണം നൽകുകയും വേണം. തിങ്ങി വളരുന്ന ഇലകളുള്ളിടത്ത് ചിലന്തി ഇഴയ ടുപ്പമുള്ള, നാളീ രൂപത്തിലുള്ള അതിന്റെ പട്ട്ഗർത്തം ഉണ്ടാക്കുന്നു. സാധാരണയായി അതിന്റെ താമസസ്ഥലം അതാണ്. കാലാർവസ്ഥ അനുകൂലവും ഇരയെ കിട്ടുവാനുള്ള സാധ്യതകൾ ധാരളവുമാണെങ്കിൽ എപ്പീറ രാവിലെയും വൈകീട്ടും അതിന്റെ താവളം വിട്ട് വലയുടെ ഒത്ത നടുക്ക് കയറി അനങ്ങാതെ ഇരിക്കും. അത് സസൂക്ഷ്മം പരിസരം വീക്ഷിക്കുന്നുണ്ടാകും.ഏതെങ്കിലും ഇര വലയിൽ തടഞ്ഞാൽ നൊടിയി ടകൊണ്ട് ചിലന്തി അതിനടുത്തെത്തും. ചിലന്തി എപ്പോഴും വലയുടെ നടുക്ക് കാലുകളെട്ടും വിരിച്ച് ജാഗരൂകനായി നിലകൊള്ളും. ഇത്രയും ക്ഷമയുള്ള മറ്റൊരു നായാട്ടുകാരനെ നിങ്ങൾക്ക് കാണാൻ കിട്ടുകയില്ല." പോളമ്മാവൻ പറഞ്ഞു നിർത്തിയപ്പോൾ കുട്ടികൾക്ക് വിഷമമായി. കൂടുതൽ കേൾക്കുവാൻ തയ്യാറായിട്ടാണ് അവർ ഇരുന്നത്."

"എപ്പീറ വളരെ രസമുള്ള വിഷയമായിരുന്നു, അമ്മാവാ," ജൂൾസ് പറഞ്ഞു. "ജലാശയത്തിന് കുറുകേയുള്ള പാലവും, ഒരേ അകലത്തിൽ നാനാ ദിശയിലേക്കും പ്രസരിക്കുന്ന തന്തുക്കളുള്ള ചിലന്തി വലയും, ഇരയെ കാത്തിരിക്കാനുള്ള നാളീ രൂപത്തിലുള്ള ഒളിത്താവളവും എല്ലാം സൃഷ്ടിക്കുന്നതിന് ചിലന്തിക്ക് എവിടെനിന്നും ഒരു പരിശീല നവും കിട്ടുന്നില്ല എന്നാലോചിക്കുമ്പോഴാണ് പ്രകൃതിയുടെ അപാര ശക്തിയിൽ നാം അത്ഭുതപ്പെടുക."

"അതേ. അതുകൊണ്ട് നിങ്ങളോട് ഇതെല്ലാം വെറുതെ പറഞ്ഞു പോകുന്നതിന് പകരം കാണിച്ചുതരാനാണ് എനിക്കിഷ്ടം. ഇന്നലെ പാടത്തുകൂടി വരുമ്പോൾ ഒരു എപ്പീറ രണ്ട് മരങ്ങളുടെ നടുക്കായി, വെള്ളച്ചാലിന് കുറുകെ വല കെട്ടുന്നത് ഞാൻ കണ്ടു. കുഞ്ഞ് ഇറാൽ മീനുകളെ പിടിക്കാനാണ്. നാളെ രാവിലെ നേരത്തെ എഴുന്നേറ്റ് ചിലന്തി വേട്ട കാണാൻ ഞാൻ നിങ്ങളെ കൊണ്ടുപോകാം."

അദ്ധ്യായം 28

വേട്ട

പുലർച്ചെ ആരേയും വിളിച്ചുണർത്തേണ്ടി വന്നില്ല. തലേന്ന് പോളമ്മാവൻ പറഞ്ഞതുപോലെ അവർ നേരത്തേ തന്നെ ഉണർന്നുതയ്യാറായി. എപ്പീറയെ കാണാൻ പോകുമ്പോൾ ആർക്കാണ് ഉറക്കം വരിക! സൂര്യൻ ഉദിച്ചപ്പോഴേക്കും അവർ ജലാശയത്തിനരികിലെത്തി. ചിലന്തി വല കെട്ടിക്കഴിഞ്ഞിരുന്നു. അതിൽ തങ്ങിനിന്നിരുന്ന മഞ്ഞുതുള്ളികൾ വൈരം പോലെ വെട്ടിത്തിളങ്ങി. വലയുടെ നടുക്കുള്ള നിരീക്ഷണ കേന്ദ്രത്തിൽ ചിലന്തി എത്തിയിട്ടില്ല; വലയിൽ തങ്ങിനിൽക്കുന്ന ഈർപ്പം മുഴുവൻ സൂര്യ കിരണങ്ങൾ പതിച്ച് ഉണങ്ങിപ്പോകുന്നതും കാത്തിരിക്കയാണ് അത്. വല കാണാൻ വന്ന സംഘം പ്രാതൽ കഴിക്കുവാനായി ആ ആൽഡർ മരത്തിന്റെ ചുവട്ടിലെ പുല്ലിൽ ഇരുന്നു. നീലത്തുമ്പികൾ അവിടെയെല്ലാം പാറി നടക്കുന്നുണ്ടായിരുന്നു. വികൃതിക്കുട്ടങ്ങളെ, ശ്രദ്ധിക്കൂ! ചിലന്തിവലയുടെ മുകളിലും ചുവട്ടിലും പറന്നു നടക്കുമ്പോൾ എപ്പോഴാണ് അപകടം സംഭവിക്കുക എന്നറിയില്ല. ഹോ! അത് തന്നെ സംഭവിച്ചു! സൂക്ഷ്മതയില്ലാത്ത തുമ്പികൾ. ഒരു തുമ്പി വലയിൽ പെട്ടു. സ്വതന്ത്രമായ ഒരു ചിറകിട്ടടിച്ച് അത് രക്ഷപ്പെടുവാൻ ശ്രമിക്കുന്നുണ്ട്. പക്ഷേ, വല മുറിയുന്നില്ല. എപ്പീറയുടെ വിശ്രമമുറിയുമായി ബന്ധപ്പെട്ട നൂല് വലിയുകയും മുറുകുകയും ചെയ്തപ്പോൾ ചിലന്തിക്ക് കാര്യം മനസ്സിലായി. അത് വേഗത്തിൽ താഴേക്കിറങ്ങി. പക്ഷേ, നൊടിയിടകൊണ്ട് വൈകിപ്പോയി. ജീവനുവേണ്ടിയുള്ള പിടച്ചിലിൽ വല പൊട്ടി, തുമ്പി സ്വതന്ത്രനായി.

“അതാ തുമ്പി പറന്നു പോയി!” ജൂൾസ് വിളിച്ചു പറഞ്ഞു. “ഒരു സെക്കൻഡ് കഴിഞ്ഞിരുന്നെങ്കിൽ അതിനെ ചിലന്തി ജീവനോടെ

ശാപ്പിട്ടേനെ. എമിൽ, നീ കണ്ടോ, വലക്ക് അനക്കം തട്ടിയ ഉടനെ എന്ത് വേഗത്തിലാണ് ചിലന്തി അതിന്റെ ഒളിമുറിയിൽ നിന്ന് പാഞ്ഞു വന്നത്. എന്നാൽ, വേട്ടയുടെ തുടക്കം പരാജയപ്പെട്ടു. ഇര രക്ഷപ്പെട്ടു, വല കീറുകയും ചെയ്തു."

"പക്ഷേ, ചിലന്തി അതിന്റെ കേടുപാടുകൾ തീർക്കുവാൻ ഒരു മെ്പടുകയാണ്," പോളമ്മാവൻ അവർക്ക് ഉറപ്പുനല്കി. പറഞ്ഞപോ ലെത്തന്നെ, ചിലന്തി വളരെ സൂക്ഷ്മതയോടുകൂടി, ഒരു പാടുപോലും അവശേഷിപ്പിക്കാതെ, പൊട്ടിയ നൂലിഴകൾ കൂട്ടിചേർത്തു. ചിലന്തി ഇപ്പോൾ വലയുടെ നടുക്കാണ് സ്ഥലം പിടിച്ചിരിക്കുന്നത്. മറ്റൊരു ശ്രമം വിഫലമാകാതിരിക്കുവാൻ, പെട്ടെന്ന് ഇരയുടെ മേൽ ചാടിവീഴ വനാണ് അത് ഇപ്പോൾ ശ്രദ്ധിക്കുന്നത്, എട്ടു കാലുകളും കഴിയുന്നത്ര വിരിച്ച്, നേരിയൊരു അനക്കത്തിനായി കാത്തുകൊണ്ട് അത് നിശ്ച ലനായി കിടന്നു. തുമ്പികൾ അവയുടെ വട്ടം കറങ്ങൽ തുടർന്നു. ഒന്നും വലയിൽ കുടുങ്ങിയില്ല: അപകട സൂചന ലഭിച്ച അവർ ജാഗരൂകരാണ്. വലയുടെ മറുപുറത്തെത്തുവാൻ അവർ അത് ചുറ്റി പോകുന്നു. ഓ! ഹോ! എന്താണ് ആ ഉന്മത്തഭാവത്തിൽ പറന്ന് തല വലയിൽ വന്നിടിച്ചത്? വെൽവെറ്റ് കറുപ്പ് നിറത്തിൽ ചുവന്ന വയറുള്ള കടന്നലാണ്. അത് വലയിൽ കുടുങ്ങി. എപ്പീര ഓടി എത്തിക്കഴിഞ്ഞു. എന്നാൽ ഇര ശക്തിമാനാണ്. പോരാത്തതിന് കുത്താൻ കൊമ്പുമുണ്ട്. ചിലന്തിക്ക് അതിനെ അത്ര വിശ്വാസമില്ല. അത് പെട്ടെന്ന് അതിന്റെ സ്പന്നറെറ്റിൽ നിന്ന് ഒരു നൂലെടുത്ത് കടന്നലിന്റെ ദേഹത്തിട്ടു. പിന്നെ, രണ്ടാമത്, മൂന്നാമത്.. അങ്ങിനെ പലനൂലുകൾ കൊണ്ട് അതിനെ മൂടിയപ്പോൾ അത് നിശ്ചലനായി. എങ്കിലും അതിന്റെ ശൌര്യം പോയിട്ടുണ്ടാവില്ല. തക്കം കിട്ടിയാൽ അത് തലപൊക്കും. അതുകൊണ്ട് ഇപ്പോൾ അതിനെ പിടിക്കുവാൻ ശ്രമിക്കുന്നത് മണ്ടത്തരമായിരിക്കും, എപ്പീറയുടെ ജീവൻ തന്നെ അപകടത്തിലാകുവാൻ അതുഅതി. അപ്പോൾ ഇനി എന്തുവേണം? ചിലന്തിക്ക് അതിന്റെ തലയുടെ അടിയിലായി വിഷമയ മായ രണ്ട് കൂർത്ത തേറ്റകൾ ഉണ്ട്. അതിലേ ഒരു തുള്ളി വിഷദ്രാവകം പുറത്തേക്ക് വമിക്കും. ഇതാണ് അതിന്റെ നായാട്ട് ആയുധം. എപ്പീറ വളരെ സൂക്ഷിച്ച് കടന്നല്ലിന്റെ അരികിലെത്തി പൊടുന്നനെ നാക്കനീട്ടി അതിനെ കുത്തിയ ശേഷം അതേ വേഗത്തിൽ മാറിക്കളയുന്നു. വിഷം അപ്പോൾത്തന്നെ പ്രവർത്തിച്ചുതുടങ്ങും. കടന്നൽ വിറയോടുകൂടി കാലുകൾ മരവിച്ച് ചത്തുപോകും. ചിലന്തി അതിനെ വലിച്ച് അതിന്റെ വിശ്രമമുറിയിലേക്ക് കൊണ്ടുപോയി സാവകാശം അകത്താക്കും.

തിന്നുകഴിഞ്ഞുള്ള അവശിഷ്ടം ദൂരേക്ക് കൊണ്ടുപോയി കളയുന്നു. തന്റെ പട്ട് വല വൃത്തികേടാകാതിരിക്കാനും മറ്റ് ഇരകളെ ഭയപ്പെടുത്തി അകറ്റാതിരിക്കാനുമാണ് അങ്ങിനെ ചെയ്യുന്നത്."

"എത്ര വേഗത്തിലാണ് ചിലന്തി ചലിച്ചത്! ഞാനതിന്റെ വിഷം കുത്തൽ കണ്ടില്ല. കുറച്ചുനേരം കൂടി നിന്നാൽ ചിലപ്പോൾ മറ്റൊരു ഇരയെ വിഷം കുത്തി കൊല്ലുന്നത് കാണാൻ കഴിഞ്ഞേക്കും," ജൂൾസ് പറഞ്ഞു.

"കാത്തിരിക്കയൊന്നും വേണ്ടിവരില്ല. സൂക്ഷിച്ച് നോക്കിക്കോളൂ, ഞാൻഒരു വിദ്യ കാണിച്ചുതരാം." പോളമ്മാവൻ പുല്ലിൽ തിരഞ്ഞ് ഒരു തുമ്പയിയെ പിടിച്ചുകൊണ്ടു വന്നു. അതിനെ ഒരു ചിറകിൽ പിടിച്ച് ചിലന്തിവലയിൽ കൊണ്ടു വെച്ചു. അത് ചിറകിട്ടടിച്ച് വലയിൽ കുടുങ്ങി. വാൽ കുലുങ്ങുന്നത് അറിഞ്ഞ ചിലന്തി കടന്നല്ലിനെ തൽക്കാലം ഉപേക്ഷിച്ച് ഇരയുടെ അടുത്ത് പാഞ്ഞെത്തി. മുൻപ് ചെയ്തതൊക്കെ അവർത്തിച്ചു. ആദ്യം ഇരയെ നൂലുചുറ്റി ശ്വാസം മുട്ടിച്ചു; പിന്നെ വിഷനാക്ക് കൊണ്ട് കുത്തി. എല്ലാം കഴിഞ്ഞു. ഇര വിറച്ച് മരവിച്ചു, നിമിഷങ്ങൾക്കകം അത് ചത്തു.

"ഈ പ്രാവശ്യം ഞാൻ കണ്ടു," ജൂൾസ് സന്തോഷത്തോടെ പറഞ്ഞു.

എമിൽ ചോദിച്ചു, "ക്ലെയർ, ചിലന്തിയുടെ കൊമ്പ് എത്ര നനുത്തതാണെന്ന് കണ്ടോ? നിന്റെ സൂചിപ്പെട്ടിയിൽ ഇത്ര നനുത്ത, കൂർത്ത സൂചി ഉണ്ടാവില്ല, അല്ലേ?" "ഇല്ല. എന്നെ അത്ഭുതപ്പെടുത്തുന്നത് എത്ര വേഗത്തിലാണ് ഇരയുടെ മേൽ വിഷം പ്രവർത്തിക്കുന്നത് എന്നതാണ്. മരണം ഉടനടി നടക്കുന്നു. നമ്മൾ വിഷം കുത്തിയാൽ പോലും ഇത്ര വലിയ ഒരു തുമ്പി ഉടനെ മരിച്ചു എന്ന് വരില്ല."

"ശരിയാണ്," പോളമ്മാവൻ പറഞ്ഞു. നാം അതിനെ സൂചികൊണ്ട് കുത്തിയാൽ ചാകുന്നതിനെക്കാൾ വേഗത്തിൽ അത് ചിലന്തിയുടെ കുത്ത് കൊണ്ട് ചാകും. ചിലന്തി അതിന്റെ കൊമ്പിൽ എപ്പോഴും വിഷയം നിറച്ച് തയ്യാറാക്കി വെക്കും. ആ കൊമ്പിന്റെ ഉള്ളിൽ നേരിയ ഒരു കുഴലുണ്ട്. അതിലൂടെ ചിലന്തിക്ക് ഇച്ഛാനുസരണം വളരെ ചെറിയ അളവിൽ വിഷം നിറയ്ക്കാൻ സാധിക്കും. വല നെയ്യുവാൻ സ്വയം പട്ടുനൂൽ ഉണ്ടാക്കുന്നതുപോലെയാണ് അത്. കൊമ്പിന്റെ ഉള്ളിലെ ഒരു കുഞ്ഞു സഞ്ചിയിൽ ഈ വിഷം സൂക്ഷിക്കും. ചിലന്തി ഇരയെ കുത്തുമ്പോൾ ആ മുറിവിൽ കൂടി ഈ വിഷം അൽപ്പം ഇരയുടെ ആകത്ത് ചെല്ലുകയും അത് ചാവുകയുമാണ് സംഭവിക്കുന്നത്." പോളമ്മാവൻ കുട്ടികളെ കാണിക്കുവാനായി എപ്പീറയെ പതുക്കെ എടുത്ത് പൊക്കി കാണിച്ചു.ക്ലെയർ

പെട്ടെന്ന് പേടിച്ച് ഒരു ശബ്ദം പുറപ്പെടുവിച്ചു.

"പേടിക്കേണ്ട, കുഞ്ഞേ. തുമ്പയിയെ കൊല്ലുന്ന വിഷത്തിന് പോളമ്മാവനെ ഒന്നും ചെയ്യുവാൻ കഴിയില്ല. എന്റെ തോല് നല്ല കട്ടിയുള്ളതാണ്." അതും പറഞ്ഞ് പോളമ്മാവൻ ഒരു സൂചികൊണ്ട് അതിന്റെ കൊമ്പ് മെല്ലെ തുറന്ന് കാണിച്ചു കൊടുത്തു."

"തുമ്പിയുടെ പെട്ടെന്നുള്ള മരണം കണ്ട് നിങ്ങൾ വെറുതെ പേടിക്കരുത്," അദ്ദേഹം തുടർന്നു. "ചിലന്തിയെ ഒരു ഭയങ്കര ജീവി ആയിട്ടൊന്നും കാണേണ്ട. അവയുടെ കൊമ്പിന് നമ്മുടെ തൊലിയിൽ കുത്തി മുറിവുണ്ടാക്കാനൊന്നും കഴിയില്ല. ചില ധൈര്യവാൻമാർ മനഃപ്പൂർവ്വം പലജാതി ചിലന്തികളെയും കൊണ്ട് കുത്തിച്ചു നോക്കിയിട്ടുണ്ട്. കൊതുക് കുത്തുന്ന ഫലമെ അതിനുണ്ടായിരുന്നുള്ളൂ. ചില വലിയ ജാതി ചിലന്തികൾ കടിച്ചാൽ ബുദ്ധിമുട്ടുകൾ ഉണ്ടാകാൻ സാദ്ധ്യതയുണ്ട്. തേനീച്ചകളുടെ കുത്തൽ കിട്ടാതെ നാം സൂക്ഷിക്കുന്നതുപോലെ ഇതിനെയും സൂക്ഷിക്കാം; അല്ലാതെ വെറുതെ അതിനെ പേടിക്കേണ്ട കാര്യമില്ല. വിഷജന്തുക്കളെ കുറിച്ചുള്ള നമ്മുടെ പഠനം ഇനി നാളെ തുടരാം. ഇപ്പോൾ വളരെ വൈകി. ഇപ്പോൾ നമുക്ക് പിരിയാം."

അദ്ധ്യായം 29

വിഷജന്തുക്കൾ

"ചില ജീവികൾ ദൂരെ നിന്ന് മാരകമായ വിഷം ചീറ്റി അടുത്ത് വരുന്നവരെ കൊല്ലുകയോ അന്ധരാക്കുകയോ മാരകമായി മുറിവേൽപ്പിക്കുകയോ ചെയ്യുന്നതായി നിങ്ങൾ കേട്ടിട്ടുണ്ടാകും, ഇല്ലേ? കഴിഞ്ഞ ആഴ്ച ജൂൾസ് കിഴങ്ങ് വള്ളിയുടെ ഇലകളിൽ വളഞ്ഞ കൊമ്പുള്ള ഒരു പുഴുവിനെ കണ്ടിരുന്നു."

"ഉവ്വ്. ഫിനക്സ് അറ്ററോപ് എന്ന ഭംഗിയുള്ള പൂമ്പാറ്റ ആകുവാൻ പോകുന്ന പുഴുവാണ് അതെന്ന് പോളമ്മാവൻ പറഞ്ഞിരുന്നു. അതിന്റെ പുറത്തുള്ള, കയ്യിന്റെ വലുപ്പമുള്ള വെള്ള നിറം ആളുകളെ ഭയപ്പെടുത്തും. അതിന് തലയോട്ടിയുടെ ഏകദേശ രൂപമാണ്. പോരാത്തതിന്, അതിന്റെ കണ്ണുകൾ രാത്രി വെട്ടിത്തിളങ്ങും. പക്ഷേ അതൊരു നിരുപദ്രവകാരിയാണ്, ആളുകൾ അതിനെ വെറുതെ പേടിക്കുകയാണ് എന്ന് അമ്മാവൻ പറഞ്ഞു."

"കിഴങ്ങ് വള്ളിയുടെ ചുവട്ടിൽ കള പറിച്ചുകൊണ്ടിരുന്ന ജാക്വസ് അതിനെ ജൂൾസിന്റെ കയ്യിൽനിന്ന് തട്ടിക്കളഞ്ഞ് അതിനെ ഷൂവിന്റെ ചുവട്ടിൽ വെച്ച് ചവുട്ടി കൊന്നു. ജൂൾസ് ചെയ്തത് വളരെ അപകടകരമായ കാര്യമാണെന്ന് ജാക്വസ് താക്കീത് തന്നില്ലേ? 'അതിന്റെ കീഴെ പച്ച നിറത്തിലുള്ള വിഷ സഞ്ചി ഉണ്ടായിരുന്നു. അതിന്റെ അടുത്ത് പോകരുത്. ചവിട്ട് കൊണ്ടിട്ടും അത് ശരിക്ക് ചത്തിട്ടില്ല. ഇനിയും വിഷയം ചീറ്റാം.' ജാക്വസ് തെറ്റിദ്ധരിച്ചതാണ്. ആ പച്ച സഞ്ചിയിൽ വിഷമല്ല. അത് അപ്പോൾ തിന്ന പച്ച ഇലകളുടെ നിറമാണ് അത്."

"പലർക്കും ജാക്വസ്സിന്റെ പോലെ ഉള്ള ധാരണകളുണ്ട്. അവർക്ക് പച്ച അടിവയറുള്ള പുഴുവിനെ ഭയമാണ്. ചില ജീവികൾ എന്ത് തൊട്ടാലും അത് വിഷമാകും എന്നവർ വിശ്വസിക്കുന്നു. കുട്ടികളെ, ഒരു ജീവിക്കും

ദൂരെനിന്ന് വിഷം ചീറ്റിച്ച് ആരെയും ഉപദ്രവിക്കുവാൻ കഴിയില്ല എന്ന് നിങ്ങൾ എപ്പോഴും ഓർക്കണം. പേടിക്കേണ്ട ജീവികളുണ്ട്, അവയെ സൂക്ഷിക്കണം; അല്ലാതെ, വെറുതെ എല്ലാ പുഴുക്കളെയും ഭയക്കേണ്ട കാര്യമില്ല. അത് മനസ്സിലാക്കുവാൻ ആദ്യം വിഷം എന്നാൽ എന്താണെന്നറിയണം. ചെറുതും വലുതുമായ ചില ജീവികൾക്ക് വിഷമുണ്ട്. അത് അവയുടെ സ്വയരക്ഷയ്ക്കും ഇരയെ പിടിക്കാനുമായി പ്രകൃതി നല്കിയിട്ടുള്ള ആയുധമാണ്. തേനീച്ചയാണ് നല്ല ഒരു ഉദാഹരണം."

"എന്ത്? നമുക്ക് തേൻ തരുന്ന ഈച്ചക്ക് വിഷമുണ്ടെന്നോ?"എമിലിന് അത്ഭുതമായി.

"ഉണ്ട്. കേക്കിൽ ചേർക്കുന്ന തേൻ ഇല്ലായിരുന്നെങ്കിൽ അംബ്രോയിസിനിയമ്മക്ക് ഇത്ര നല്ല ഹണി കേക്കുകൾ ഉണ്ടാക്കുവാൻ കഴിയുമായിരുന്നില്ല. കേക്ക് കഴിക്കുമ്പോൾ തേനീച്ച കുത്തിയപ്പോൾ ഉണ്ടായ വേദനയെപ്പറ്റി നീ ഓർത്തില്ലല്ലോ!" എമിൽ നാണം കൊണ്ട് ചുവന്നു: പോളമ്മാവൻ ഒട്ടും സുഖകരമല്ലാത്ത ഓർമ്മകളാണ് ഇളക്കി വിട്ടത്. പറഞ്ഞത് കേൾക്കാതെ ഒരു ദിവസം എമിൽ തേനീച്ചകളെ പരീക്ഷിക്കുവാൻ പുറപ്പെട്ടു. തേനീച്ചക്കൂട്ടിലേക്ക് ഒരു കമ്പ് ഇടുകയും മറ്റും ചെയ്തു. അവയ്ക്ക് ഹാലിളകി എന്ന് പറഞ്ഞാൽ മതിയല്ലോ! മൂന്നാല് ഈച്ചകൾ എമിലിന്റെ കയ്യിലും മുഖത്തും കുത്തി. അവൻ പേടിച്ചുകരഞ്ഞു. നല്ല വേദനയും ഉണ്ടായിരുന്നു. വളരെ പാടുപെട്ടാണ് പോളമ്മാവൻ അവനെ സമാധാനിപ്പിച്ചത്. ഐസ് സഞ്ചി വെച്ച് വേദനമാറ്റി.

"തേനീച്ചകൾ അപകടം വരുത്തും. എമിൽ അത് നിങ്ങൾക്ക് പറഞ്ഞുതരും."

"കടന്നല്ലോ?" ജൂൾസ് ചോദിച്ചു. "ഒരിക്കൽ മുന്തിരി വള്ളിയിൽനിന്ന് കടന്നലിനെ ഓടിക്കാൻ ശ്രമിച്ചപ്പോൾ അതെന്നെ കുത്തി. ഞാൻ ഒന്നും ആരോടും പറഞ്ഞില്ല. പക്ഷേ നല്ല വേദനയുണ്ടായിരുന്നു. കയ്യ് പൊള്ളിയതുപോലെ ആയി. ഇത്ര ചെറിയൊരു ജീവിക്ക് അത്രയും ഉപദ്രവം ചെയ്യാൻ കഴിയുന്നത് അത്ഭുതം തന്നെ."

"അതെ. കടന്നൽ തേനീച്ചകളെക്കാൾ വിഷമുള്ളവയാണ്, വേദനയും കൂടുതലാണ്. ചുവന്ന വണ്ടുകളും പെയർ പഴം തിന്നാൻ തോട്ടത്തിൽ വരുന്ന ബംബൾ ബീയും എല്ലാം അതെ. വണ്ടുകളെ നിങ്ങൾ പ്രത്യേകം ശ്രദ്ധിക്കണം. ഒറ്റ കുത്ത് മതി, മണിക്കൂറുകളോളം അതിന്റെ വേദന നിൽക്കും."

"ഈ പ്രാണികൾക്കെല്ലാം സ്വയരക്ഷക്കായി ഒരു പ്രത്യേകതരത്തിലുള്ള

വിഷായുധം പ്രകൃതി നല്കിയിട്ടുണ്ട്. അതാണ് കുത്താൻ ഉപയോഗിക്കുന്ന അവയവം. വയറിന്റെ അറ്റത്തുള്ള, വളരെ ചെറിയ, കൂർത്ത, നല്ല ഉറപ്പുള്ള കഠാരി പോലെ കൂർത്ത ഒരു സൂചിയാണ് അത്. വിശ്രമിക്കുമ്പോൾ ഈ അവയവം വലിഞ്ഞ് അകത്തേക്ക് കയറി ഒളിഞ്ഞിരിക്കും. സ്വയം രക്ഷിക്കേണ്ട സമയംവരുമ്പോൾ ശത്രുവിനെ കുത്തി ഓടിക്കാനായി അത് തനിയേ പുറത്തേക്ക് വരും."

"കടന്നലോ തേനീച്ചയോ കുത്തിയാൽ നിങ്ങൾക്ക് തോന്നുന്ന വേദന ആ മുറിവിന്റെ മാത്രമല്ല. മുറിവ് തീരെ ചെറുതായിരിക്കും, കാണാൻ തന്നെ പ്രായസമുള്ള ഒന്ന്. എന്നാൽ, കുത്തിയ കൊമ്പ് കൊണ്ട് അത് ഒരു പൊടിക്ക് വിഷദ്രാവകം അതിന്റെ ദേഹത്തുള്ള വിഷ സഞ്ചിയിൽനിന്നു വലിച്ചെടുത്തിട്ടുണ്ടാകും. കുത്തിക്കഴിഞ്ഞ ഉടനെ കൊമ്പ് പിൻവലിക്കുന്നു. ആ വിഷം മുറിവിൽകൂടി ഇരയുടെ ദേഹത്ത് പ്രവേശിക്കുമ്പോഴാണ് അയാൾക്ക് വേദനിക്കുന്നത്. എമിലിന് ആ വേദന എന്താണെന്ന് വിശദമായി പറയുവാനുള്ള അറിവുണ്ട്, അല്ല?"അത് രണ്ടാം തവണയാണ് പോളമ്മാവൻ എമിലിനെ വ്യംഗമായി ആക്രമിക്കുന്നത്. താൻ തേനീച്ചകളെ അശ്രദ്ധമായി കൈകാര്യം ചെയ്തിട്ട് പറ്റിയ അപകടമാണെന്ന് അറിയാമായിരുന്നെങ്കിലും, എമിൽ ഒന്ന് മൂക്കുചീറ്റി ശബ്ദമുണ്ടാക്കിക്കൊണ്ട് തന്റെ പ്രതിഷേധം അറിയിച്ചു. പോളമ്മാവൻ അത് ശ്രദ്ധിച്ച പോലുമില്ല. അദ്ദേഹം തുടർന്നു: "ഈ വിഷയത്തെപ്പറ്റി കൂടുതൽ പഠിച്ചിട്ടുള്ള പണ്ഡിതർ വ്യക്തതക്ക് വേണ്ടി പരീക്ഷണങ്ങൾ നടത്തിയിട്ടുണ്ട്. തേനീച്ചയുടെയോ കടന്നലിന്റെയോ കുത്ത് കിട്ടിയാൽ ഉള്ള വേദന, വെറുതെ ഒരു സൂചികൊണ്ടുള്ള കുത്തിനെക്കാൾ പതിന്മടങ്ങായിരിക്കും. ക്ലയർ തുന്നുമ്പോൾ വിരലിൽ സൂചി കൊണ്ട് ഉണ്ടാകുന്ന മുറിവ് വളരെ നിസ്സാരവും വേഗം മാറുന്നതുമാണ്. ക്ലയർ അതിനെ ഭയപ്പെടുന്നുമില്ല. ഉവ്വോ?"

"ഓ, ഇല്ല. അത് വേഗം മാറും." "എന്നാൽ ആ സൂചിയുടെ തുമ്പത്ത് സ്വൽപ്പം തേനീച്ച വിഷം പുരണ്ടാലോ? വിഷം കയറിയ മുറിവ് അപ്പോൾ അതി കഠിനമായി വേദനിക്കും. അതാണ് നേരത്തെ പറഞ്ഞ പണ്ഡിതർ സ്വന്തം ദേഹത്ത് പരീക്ഷിച്ചത്. സൂചി തേനീച്ചയുടെ കൊമ്പിനേക്കാൾ മ്പിനേക്കാൾ വണ്ണം കൂടിയതാണെങ്കിൽ കൂടുതൽ വിഷം മുറിവിൽകൂടി അകത്ത് കയറുകയും വേദന അതിനനുസരിച്ച് വർദ്ധിക്കുകയും ചെയ്യും. ഇപ്പോൾ വ്യക്തമായല്ലോ?" "ഉവ്വ്. പക്ഷേ, ഒരുകാര്യം മനസ്സിലായില്ല. എന്തിനാണ് ഈ പണ്ഡിതരായ ശാസ്ത്രജ്ഞർ സ്വയം ഇങ്ങിനെ വിഷം

കുത്തിവെച്ച് വേദനിപ്പിക്കുന്നത്? ഒരു കാര്യവുമില്ലാതെ സ്വയം പീഡിപ്പിച്ച് രസിക്കുകയാണോ അവർ?" ജൂൾസ് ചോദിച്ചു.

"ഒരു കാര്യവുമില്ലാതെയോ, പോക്കിരി ചെക്കാ? ഞാനീ പറഞ്ഞതിൽ നിന്നൊക്കെ നിനക്ക് അങ്ങിനെയാണോ മനസ്സിലായത്? എനിക്ക് ഇത്രയും അറിയാമെങ്കിലത് മറ്റാരോ എനിക്ക് പറഞ്ഞുതന്നതായിരിക്കുമല്ലോ. ആരാണ് അവർ? അവരാണ് നമ്മുടെ വിഷമങ്ങൾ അകറ്റുവാൻ വേണ്ടി അശ്രാന്ത പരിശ്രമങ്ങളിലൂടെ, പഠനങ്ങളിലൂടെ, പരീക്ഷണങ്ങളിലൂടെ അത് സാദ്ധ്യമാക്കുന്നത്. സ്വയം വിഷം കുത്തിവെച്ച് അവരവരുടെ തന്നെ ശരീരം ഒരു പരീക്ഷണശാലയാക്കുകയാണ്. ഒരു മൂർഖൻ പാമ്പ് നമ്മെ കടിച്ചാൽ അത് വളരെ അപകടകരമാകുമല്ലോ. ആ സമയത്ത് എന്ത് സംഭവിക്കുന്നു, നമ്മൾ എന്തുചെയ്യണം എന്നറിയുവാൻ ഇത്തരം ഗവേഷണങ്ങൾ വിലമതിക്കാനാകാത്തതാണ്. അല്ലാതെ, ജൂൾസ് പറഞ്ഞതുപോലെ ഇത് വെറുതെ നേരമ്പോക്കിന് ചെയ്യുന്ന സ്വയം പീഡയല്ല. എന്റെ കൊച്ചുകൂട്ടുകാരേ, നിങ്ങൾക്കറിയമോ, ശാസ്ത്രം എന്നത് അതിരുകളില്ലാത്ത അന്വേഷണമാണ്, അത് നല്കുന്ന അറിവാണ് മനുഷ്യനെ ദുരിതത്തിൽ നിന്നും, വ്യഥകളിൽ നിന്നും കരകയറ്റുന്നത്. ജൂൾസിന് പോളമ്മാവന്റെ ശകാരം അപ്രതീക്ഷിതമായ അടിയായി. അവൻ കുറേ നേരം തലകുനിച്ച് മുഖം വീർപ്പിച്ചിരുന്നു. എന്നാൽ അധികനേരം അത് തുടരുവാൻ അവന് കഴിഞ്ഞില്ല. പോളമ്മാവന്റെ അടുത്ത സംഭാഷണങ്ങൾക്കായി അവൻ മറ്റുള്ളവരെ പോലെ കാത്തിരുന്നു.

അദ്ധ്യായം 30

വിഷം

എല്ലാ വിഷ ജീവികളും തേനീച്ചകളെയും കടന്നലുകളേയും വിഷവണ്ടുകളെയുംപോലെത്തന്നെയാണ്. ഓരോ വർഗ ത്തിന്റെയും പ്രകൃതി അനുസരിച്ച്, ദേഹത്തിൽ എവിടെയെങ്കിലുമുള്ള ഒരു കൊമ്പോ, നാക്കോ, പല്ലോ കൊണ്ട് അവ ഇരയുടെ ദേഹത്ത് ഒരു ചെറിയ മുറിവുണ്ടാക്കി, അതിലൂടെ വിഷം കുത്തിവെക്കുന്നു. കുത്താനുപയോഗിക്കുന്ന അവയവത്തിന് വിഷം ഉള്ളിലെത്തിക്കുവാ നുള്ള മുറിവാ തുറക്കുക എന്നതല്ലാതെ വേറെ കടമ ഒന്നും ഇല്ല. ആ മുറിവിൽ കൂടി വിഷം അകത്തുകയറി രക്തത്തിൽ കലരുമ്പോഴേ അത് പ്രവർത്തിച്ചു തുടങ്ങുകയുള്ളൂ. അതുവരെ വിഷം നിരുപദ്രവിയാണ്. തൊലിയിൽ മുറിവുകളൊന്നും ഇല്ലെങ്കിൽ എത്ര കൊടിയ വിഷവും കൈകാര്യം ചെയ്യുന്നതിൽ അപകടമൊന്നുമില്ല. മാത്രമല്ല, വായിൽ മുറിവുകളൊന്നുമില്ല എന്ന് ഉറപ്പുണ്ടെങ്കിൽ, അത് ചുണ്ടിലൊ നാക്കിലോ വെക്കുകയോ, മിഴുങ്ങുകയോ ചെയ്താൽ പോലും അപകടമൊന്നുമില്ല. അതിന് വെള്ളത്തിന്റെ ഫലം മാത്രമേ ഉള്ളൂ. പക്ഷേ,തൊലിയിൽ ഒരു ചെറിയ പോറൽ പോലുമുണ്ടെങ്കിൽ, അതിലൂടെ വിഷം രക്തത്തിൽ കലർന്നാൽ, കഥ വേറെയാണ്. ധൈര്യവാന്മാരായ പരീക്ഷകർ അണലി പാമ്പിന്റെ വിഷം ഉപയോഗിച്ചുപോലും ഇത്തരം പരീക്ഷണ ങ്ങൾ സ്വന്തം ദേഹത്തിൽ നടത്തിയിട്ടുണ്ട്."

"പാമ്പ് വിഷമോ, പോളമ്മാവാ?! എനിക്ക് ഒരിക്കലും അതിനുള്ള ധൈര്യം ഉണ്ടാകില്ല," ക്ലെയർ സമ്മതിച്ചു.

"നമുക്കുവേണ്ടി മറ്റുചിലർ അത് ചെയ്തതിന് നാം അവരോടു കടപ്പെ ട്ടിരിക്കുന്നു. ആ പരീക്ഷണങ്ങൾ കൊണ്ടാണ് നമുക്ക് ഇന്ന് വിഷത്തിന് മറുമരുന്നുകൾ ഉള്ളത്."

"അണലി വിഷം നമ്മുടെ രക്ത ത്തിൽ കലർന്നാൽ എന്ത് സംഭവിക്കും?"

"ഹോ, അതിന്റെ ഫലം ഭീകരമായിരിക്കും. ഞാനതാണ് പറയാൻ പോയിരുന്നത്. ഏതെങ്കിലുമൊരു വികൃതി ഉറങ്ങിക്കിടക്കുന്ന ഒരു പാമ്പിനെ ശല്യം ചെയ്ത് ഉണർത്തി എന്ന് കരുതുക. ഒരു വളയത്തിന് മുകളിൽ മറ്റൊരു വളയമായി കിടന്നിരുന്ന അതിന്റെ ചുരുളുകൾ പൊടുന്നനെ നിവരും. വായ തുറന്ന് അത് കിട്ടിയ കയ്യിൽ ആഞ്ഞു കടിക്കും. കണ്ണടച്ച് തുറക്കുന്നതിനുമുൻപ് എല്ലാം കഴിഞ്ഞിരിക്കും. അടുത്ത നിമിഷം അത് ചുരുണ്ടുകൂടി തല ചുരുളിന്റെ ഒത്ത നടുക്കാക്കി, പൂർവ്വ സ്ഥിതിയിലേക്ക് മടങ്ങിയിട്ടുണ്ടാകും. ഇനി ഒരു കടിക്ക് കാത്തു നിൽക്കാതെ നിങ്ങൾ ഓടി രക്ഷപ്പെടുവാൻ പുറപ്പെട്ടു എന്നിരിക്കട്ടെ; പക്ഷേ, അപകടം സംഭവിച്ചു കഴിഞ്ഞു. കയ്യിൽ ചെറിയ രണ്ട് കുത്തുകൾ മാത്രമേ കാണൂ. നിങ്ങൾ വിവരമില്ലാത്ത ആളാണെങ്കിൽ, അത് നിസ്സാരമായി അവഗണിക്കും. മിഥ്യയായ സുരക്ഷിതാ ബോധം! ആ കുത്തുപാടുകൾ വട്ടം വെച്ച് ചുവക്കുന്നത് കാണാം. കൈ നീരുവെക്കും, വേദന കൂടി വരും, നീര് മുകളിലേക്ക് പടരും. വിയർക്കുവാൻ തുടങ്ങും. ശ്വാസം എടുക്കുവാൻ ബുദ്ധിമുട്ട് അനുഭവപ്പെടും, കാഴ്ച മങ്ങും, മനസ്സ് സ്തംഭിക്കും, ആകെ മഞ്ഞപ്പ് ബാധിക്കും, ഞരമ്പുകൾ വലിഞ്ഞു മുറുകും. യഥാ സമയം വൈദ്യ സഹായം ലഭിച്ചില്ലെങ്കിൽ മരണം വരെ സംഭവിക്കാം."

"പോളമ്മാവൻ ഞങ്ങളെ ഭയപ്പെടുത്തുകയാണല്ലോ. പോളമ്മാവനില്ലാത്തപ്പോൾ, വീട്ടിൽ നിന്ന് അകലെ ആയിരിക്കുമ്പോൾ ഞങ്ങൾക്ക് ഇങ്ങിനെ സംഭവിച്ചാൽ എന്ത് ചെയ്യും? ചുറ്റുമുള്ള കുറ്റിക്കാട്ടിൽ വിഷ അണലികൾ ഉണ്ട് എന്നാണ് അടുത്ത കുന്നിൻ പ്രദേശത്തെ ആളുകൾ പറയുന്നത്."

"അങ്ങിനെയൊന്നും സംഭവിക്കാതിരിക്കട്ടെ! ഇനി എങ്ങാനും വിഷപ്പാമ്പിന്റെ കടി ഏറ്റാൽ, നിങ്ങൾ ആദ്യം ചെയ്യേണ്ടത്, ആ മുറിവായുടെ മുകളിലായി മുറുക്കി ഒരു കെട്ടിടണം. വിഷം കലർന്ന രക്തം മറ്റ് ഭാഗങ്ങളിലേക്ക് ഒഴുകുന്നത് നിയന്ത്രിക്കുവാനാണ് ഇത്. രണ്ടാമതായി, മുറിവായ് കുറച്ചുകൂടി വലുതാക്കി കഴിയുന്നത്ര ദൂഷിച്ച രക്തം ഞെക്കി കളയണം. വായയിൽ മുറിവൊന്നുമില്ലെങ്കിൽ രക്തം വാ കൊണ്ടു വലിച്ചെടുത്തു കളയുന്നതിൽ തെറ്റൊന്നുമില്ല. അങ്ങിനെ വിഷം കലർന്ന രക്തം മുഴുവൻ പോയിക്കഴിഞ്ഞാൽ നിങ്ങൾ സുരക്ഷിതരായി. അതിന് ശേഷം മാത്രമേ മുറിവിന്റെ കാര്യം നോക്കേണ്ടതുള്ളൂ. അത് പഴുക്കാതിരിക്കാനായി അക്വാ ഫോർറ്റിസ് അല്ലെങ്കിൽ അമോണിയ പോലുള്ള അണുനാശിനികൾ എന്തെങ്കിലും ഉപയോഗിച്ച് അവിടെ

അണുവിമുക്തമാക്കണം. ഈ പ്രക്രിയ നീട്ടി വെക്കുംതോറും കൂടുതൽ സങ്കീർണ്ണമാകും. കുറച്ച് വേദന സഹിക്കേണ്ടി വരും. മുറിവ്വ കരിച്ചുകള യേണമെങ്കിൽ അത് ഡോക്ടർ ചെയ്യേണ്ട കാര്യമാണ്. ബാക്കി എല്ലാം നമ്മൾ തന്നെ ഉടനടി ചെയ്യുകയാണെങ്കിൽ വിഷസർപ്പ ദംശനം അപകടകാരി ആവുകയില്ല."

"ഹാവൂ, സമാധാനമായി. ഈ പറഞ്ഞ കാര്യങ്ങളൊന്നും അത്ര ബുദ്ധിമുട്ടില്ല. ആ സമയത്ത് പേടിച്ച പതറിപ്പോകരുത് എന്ന് മാത്രം."

"വളരെ നല്ലത്. ബുദ്ധി ഉപയോഗിച്ച് അപകടങ്ങളെ തരണം ചെയ്യണം. വെറുതെ ഭയപ്പെടരുത്. അതിനുള്ള കഴിവ് സമ്പാദിച്ചുകഴി ഞ്ഞാലാണ് മനുഷ്യൻ അവന്റെതന്നെ യജമാനനാകുന്നത്."

അദ്ധ്യായം 31

അണലിയും മൂർഖനും

"അമ്മാവൻ ഇപ്പോൾ പറഞ്ഞത് അണലിയുടെ കടി എന്നാണ്, കുത്തൽ എന്നല്ല. അപ്പോൾ പാമ്പുകൾ കടിക്കുകയാണ്, കുത്തുകയല്ല, അല്ലേ? ഞാൻ നേരെ മറിച്ചാണ് കരുതിയിരുന്നത്. അവയുടെ കുത്ത് വേദനാജനകമാണ് എന്ന് പറയുന്നതാണ് ഞാൻ കേട്ടിട്ടുള്ളത്. കഴിഞ്ഞ വ്യാഴാഴ്ച ആ മുടന്തൻ ലൂയിസ് മതിലിലെ പൊത്തിൽനിന്ന് ഒരു വിഷമുള്ള സർപ്പത്തിനെ പിടിച്ചു. അയാൾ വലിയ ധൈര്യവാനാണ്. രണ്ട് കൂട്ടുകാരുമുണ്ടായിരുന്നു. അവർ അതിന്റെ കഴുത്തിൽ കുടുക്കിട്ടു. ഞാൻ അതുവഴി പോയപ്പോൾ എന്നെ വിളിച്ച് പാമ്പിന്റെ വായിൽനിന്ന് കറുത്ത് മുനയുള്ള എന്തോ ഒരു സാധനം അകത്തേക്കും പുറത്തേക്കും പോയിക്കൊണ്ടിരുന്നത് കാണിച്ചു. അത് വിഷക്കൊമ്പാണെന്ന് കരുതി ഞാൻ ഭയപ്പെട്ടു പോയി. ലൂയിസ് അത് കണ്ട് ചിരിച്ചുകൊണ്ട് പറഞ്ഞത് ആ കറുത്ത സാധനം വിഷക്കൊമ്പല്ല, അതിന്റെ നാക്കാണ് എന്നാണ്."

"ലൂയിസ് പറഞ്ഞത് ശരിയാണ്. അവ അറ്റം പിളർന്ന കറുത്ത ഒരു സാധനം പല്ലുകൾക്കിടയിൽ കൂടി വേഗത്തിൽ അകത്തേക്കും പുറത്തേക്കും ചലിപ്പിക്കും. പലപ്പോഴും പാമ്പ് ഇതൊരു ആയുധം പോലെ തന്നെയാണ് ഉപയോഗിക്കുന്നത്. എന്നാൽ വാസ്തവത്തിൽ ഇത് അതിന്റെ നാക്കാണ്. ഇതുകൊണ്ടാണ് അത് ഇര പിടിക്കുന്നത്. എല്ലാപാമ്പുകൾക്കും നാക്കുണ്ട്. പക്ഷേ, നമ്മുടെ നാട്ടിൽ അണലികൾക്ക് മാത്രമേ അതിലൂടെ വിഷ സഞ്ചിയിൽ നിന്ന് വിഷമെടുക്കുവാൻ ഉള്ള സംവിധാനമുള്ളൂ."

"ഈ ഉപകരണം മുകൾ തൊണ്ണിലെ രണ്ട് നീണ്ട കൂർത്ത കൊമ്പുകൾ, അല്ലെങ്കിൽ പല്ലുകളാണ്. പാമ്പിന്റെ ഇച്ഛാനുസരണം അത് മുൻപിലേക്ക് നിവർന്നു നിൽക്കുകയോ അല്ലെങ്കിൽ ഉറയിലിട്ട വാള് പോലെ തൊണ്ണിന്റെ ഇടയിലുള്ള വിടവിൽ നിരുപദ്രവിയായി കിടക്കുകയോ ചെയ്യും. അങ്ങിനെ ആ അവയവത്തിന് പരിക്ക് പറ്റാതെ സൂക്ഷിക്കുന്നു. ഈ നാക്ക് പൊള്ളയാണ്. അറ്റം പിളർന്ന അതിന്റെ ഉള്ളിൽകൂടി ഒരു കുഴല് കടന്ന് പോകുന്നുണ്ട്. അതിൽ കൂടിയാണ് അത് വിഷം വലിച്ചെടുത്ത് ഇരയുടെ മുറിവിൽ തൊടുവിക്കുന്നത്. വെള്ളം പോലെ ഇരിക്കുന്ന ഒരു ദ്രാവകമാണ് പാമ്പ് വിഷം."

"അണലി പാമ്പുകൾക്ക് പാറ ഇടുക്കുകളും കുറ്റിക്കാടുകളുമാണ് താമസിക്കുവാൻ ഇഷ്ടമുള്ള സ്ഥലങ്ങൾ. ചുവപ്പ് കലർന്ന ബ്രൗൺ നിറമാണ് അവക്ക്. അതിന്റെ മുതുകിൽ ഇരുണ്ട ഒരു വര വളഞ്ഞുപുളഞ്ഞു കിടക്കുന്നു. രണ്ട് വശത്തും കുത്തുകളുണ്ട്. ചാര നിറത്തിലുള്ള വയറും കഴുത്തിനെക്കാൾ വലിയ, മുൻവശം ചെത്തി എടുത്തതുപോലെയുള്ള ത്രികോണ ആകൃതിയിലുള്ള തലയും ആണ് അതിന്. സ്വയം രക്ഷക്കായി മാത്രമേ പാമ്പ് കടിക്കുകയുള്ളൂ. അല്ലെങ്കിൽ അതൊരു ശാന്തശീലനായ ജന്തുവാണ്."

"പാമ്പ് എന്ന് വിളിക്കുന്ന എല്ലാത്തിനും വിഷമില്ല. അവക്ക് അണലികളുടേത് പോലെ അറ്റം പിളർന്ന നാക്കുമില്ല. അത്കൊണ്ട് അവയെ ഭയപ്പെടേണ്ടതില്ല തന്നെ."

"അണലി കഴിഞ്ഞാൽ ഫ്രാൻസിൽ ഏറ്റവും ഭയപ്പെടേണ്ട ജീവി തേളാണ്. എട്ടുകാലിൽ നടക്കുന്ന വിരൂപിയായ ഒരു ജീവിയാണ് തേൾ. ചിറ്റക്കൊമ്പൻ മീനുകളെപ്പോലെ മുൻവശത്ത് അവറ്റയ്ക്ക് ചവണ പോലെയുള്ള രണ്ട് കൊമ്പുകളും പിറകിൽ വളഞ്ഞു കൂർത്ത മുള്ളുമുണ്ട്. ചവണ രൂപത്തിലുള്ളവ ഭയപ്പെടുത്തുന്ന രൂപമാണെങ്കിലും നിരുപദ്രവികളാണ്. പിറകിലെ മുള്ളാണ് വിഷം കുത്തുന്ന ആയുധം. തേള് സ്വയരക്ഷക്കും ഇരയെ പിടിക്കാനും വേണ്ടി മാത്രമേ അത് ഉപയോഗിക്കുകയുള്ളൂ. തെക്കേ ഫ്രാൻസിൽ രണ്ട് ജാതി തേളുകളെ കാണാം. ഒന്ന്, ഇരുണ്ട തണുത്ത സ്ഥലങ്ങളിൽ കാണുന്ന പച്ചക്കറുപ്പാർന്നവ. അവ രാത്രികാലങ്ങളിൽ മാത്രമേ പുറത്തു വരികയുള്ളൂ. ആ സമയത്ത് അവ മതിലുകളിലെ വിള്ളലുകളിൽ കൂടി വേഗത്തിൽ ചലിക്കുന്നത് കാണാം. മരച്ചെള്ളുകളെയും ചിലന്തികളെയും തേടിയുള്ള പോക്കാണ്. മറ്റേതിന് മങ്ങിയ മഞ്ഞ നിറമാണ്. അവ സാധാരണയായി വെയിൽ കൊണ്ടുകിടക്കുന്ന കല്ലുകൾക്കടിയിലായിരിക്കും. കറുത്ത തേളിന്റെ

കുത്തുകൊണ്ടാലും വലിയ അപകടമൊന്നുമില്ല. എന്നാൽ, മഞ്ഞത്തേളിന്റെ കുത്ത് മാരകമാകാം. എന്തെങ്കിലും അതിനെ പ്രകോപിപ്പിച്ചാൽ കുത്താൻ തയ്യാറെടുത്ത അതിന്റെ കൊമ്പിന്റെ തുമ്പത്ത് ഒരു തുള്ളി ദ്രാവകം വന്നു നിറയുന്നത് കാണാം. ആ വിഷത്തുള്ളിയാണ് തേള് മുറിവായിലേക്ക് ഇറ്റിക്കുന്നത്."

"എനിക്ക് ഇനിയും നിങ്ങളോട്ടു കുറേ കാര്യങ്ങൾ കൂടി പറയുവാനുണ്ട്. വിദേശ രാജ്യങ്ങളിലെ വിഷ ജന്തുക്കളെപ്പറ്റിയും ഭയാനകമായ മരണം സമ്മാനിക്കുന്ന വിഷപ്പാമ്പുകളെപ്പറ്റിയും മറ്റും. പക്ഷേ, അംബ്രോയി സിനിയമ്മ ഊണുകഴിക്കുവാൻ നമ്മളെ വിളിക്കുന്നു. ഞാൻ പറഞ്ഞു കഴിഞ്ഞ കാര്യങ്ങൾ ഒന്ന് വേഗം സംഗ്രഹിക്കാം. എത്ര വിഷമുള്ള ജീവിയാണെങ്കിലും, ദൂരെനിന്നു വിഷം ചീറ്റി നമ്മെ വിഷം തീണ്ടിക്കുവാൻ കഴിയില്ല. എല്ലാ വിഷ ജീവികളും ഒരേ പ്രവർത്തന രീതിയാണ് പിന്തുടരുന്നത്. ആയുധം പോലെയുള്ള ഒരു പ്രത്യേക അവയവം കൊണ്ട് കുത്തി ഇരയുടെ ദേഹത്ത് മുറിവുണ്ടാക്കുന്നു, ആ മുറിവിലേക്ക് ഒരു തുള്ളി വിഷം ഇറ്റിക്കുന്നു. മുറിവ് തനിയെ എടുത്താൽ നിരുപദ്രവി ആയിരിക്കാം, അതിൽ വീഴുന്ന വിഷമാണ് അതിനെ അപകടകാരി ആക്കുന്നത്. സ്വരക്ഷക്കും ഇരയെ പിടിക്കുവാനുമായിട്ടാണ് വിഷം തുപ്പുന്ന നാക്കും മറ്റും അവക്ക് നല്കിയിരിക്കുന്നത്. ചിലന്തിക്ക് അറ്റം പിളർന്ന നാക്കാണെങ്കിൽ, തേനീച്ച, തുമ്പി, വണ്ട് തുടങ്ങിയവക്ക് വെളിയിൽ കാണാത്ത വിഷക്കൊമ്പ് അവയുടെ വയറിന്റെ അടിയിലാണ് സ്ഥിതി ചെയ്യുന്നത്, തേളിന് അത് വാലിന്റെ അറ്റത്താണ്."

"ഇവിടെ പറഞ്ഞതൊന്നും ജാക്വസ് കേട്ടിട്ടില്ല എന്നത് കഷ്ടമാണ്. കേട്ടിരുന്നെങ്കിൽ, പുഴുക്കളുടെ പച്ച അടിവയറിൽ വിഷമല്ല എന്ന് മനസ്സിലായേനെ. ഞാൻ എല്ലാം ജാക്വസ്സിന് പറഞ്ഞു കൊടുക്കാം. മാത്രവുമല്ല, ഇനി ഒരു പുഴുവിനെയും ഞാൻ ചവുട്ടി അരക്കുകയില്ല," ജൂൾസ് പറഞ്ഞു.

അദ്ധ്യായം 32

കൊടിത്തൂവ

ഊണുകഴിഞ്ഞ് പോളമ്മാവൻ ചെസ്റ്റ്നട്ട് മരത്തിന് ചുവട്ടിൽ ഇരുന്ന് ഒരു പുസ്തകം വായിക്കുകയായിരുന്നു. കുട്ടികൾ തോട്ടത്തിൽ അവിടിവിടെയായി ഓരോന്ന് ചെയ്തുകൊണ്ടിരുന്നു. ക്ലയർ താൻ നട്ട ചെടികൾ പരിശോധിക്കുന്നു; ജൂൾസ് ചെടിക്ക് വെള്ളമൊഴിക്കുന്നു; എമിൽ - അതേ, എമിൽ പതിവുപോലെ എന്തോ എടാകൂടത്തിൽ ചെന്ന് പെട്ടു! മതിലിന്റെ ചുവട്ടിൽ വളരുന്ന കുറ്റിച്ചെടിക്ക് മുകളിലൂടെ വലിയൊരു പൂമ്പാറ്റ പറക്കുന്നുണ്ടായിരുന്നു. നല്ല ഭംഗിയുള്ള ഒന്ന്. മുകളിൽ ചുവപ്പിന്റെ അരികത്ത് കറുപ്പുള്ള ചിറകുകൾ, അടിയിൽ ബ്രൌൺ നിറത്തിൽ വരകൾ, നീല കണ്ണുകൾ. അത് ചെടിയുടെ മുകളിൽ വന്നിരുന്നു. എമിൽ - പമ്മി പമ്മി വന്ന് അതിനെ പിടിക്കുവാൻ കൈനീട്ടി. ആ നിമിഷം പൂമ്പാറ്റ പറന്നുപോയി. പക്ഷേ, പിന്നെ എന്തുണ്ടായി എന്നൊ? എമിൽ പെട്ടെന്ന് കൈ പിൻവലിച്ചു. നോക്കിയപ്പോൾ, കൈയ്യാകെ ചുവന്ന് വീർത്തിരിക്കുന്നു! നല്ല വേദനയും. എമിൽ കരഞ്ഞുകൊണ്ട് ഓടി പോളമ്മാവന് അരികിലെത്തി.

“എന്നെ ഏതോ വിഷ ജന്തു കടിച്ചു! കൈ കണ്ടോ! നല്ല വേദനയും ചൊറിച്ചിലും. എന്നെ അണലി കടിച്ചു!” അണലി എന്ന് കേട്ടതും, പോളമ്മാവൻ ചാടി എഴുന്നേറ്റ് എമിലിന്റെ കൈ പരിശോധിച്ചു. അദ്ദേഹത്തിന്റെ മുഖത്ത് ഒരു പുഞ്ചിരി പരന്നു.

“പേടിക്കേണ്ട, നമ്മുടെ തോട്ടത്തിൽ അണലിയൊന്നുമില്ല. നീ എന്ത് വികൃതിയാണ് കാണിച്ചിരുന്നത്? എവിടെയായിരുന്നു ഇതുവരെ?”

“ഞാൻ ആ മതിലിന്റെ ചുവട്ടിൽനിൽക്കുന്ന ചെടിയുടെ മുകളിൽ നിന്ന് ഒരു പൂമ്പാറ്റയെ പിടിക്കുവാൻ കൈ നീട്ടിയതേ ഉള്ളൂ. കണ്ടോ? ചുവന്ന് നീരുവെച്ചു. എന്നെ എന്തോ കടിച്ചു.”

"ഒന്നും പറ്റിയിട്ടില്ല. പാവം എമിൽ! വേഗം പോയി കൈ തണുത്ത വെള്ളത്തിൽ മുക്കിപ്പിടിക്കൂ. വേദന മാറും." ഒരു കാൽ മണിക്കൂർ കഴിഞ്ഞപ്പോൾ എല്ലാം ശാന്തമായി. എമിലിന്റെ വേദന മാറി. എമിലിന് എന്ത് സംഭവിച്ചു എന്ന് അവർ ചർച്ച ചെയ്യുവാൻ ആരംഭിച്ചു.

"വേദന എല്ലാം മാറിയ സ്ഥിതിക്ക് എമിലിന് എന്താണ് സംഭവിച്ചത് എന്ന് നിങ്ങൾക്കറിയേണ്ടേ?" പോളമ്മാവൻ ചോദിച്ചു. "വേണം. തീർച്ചയായും എനിക്കറിയണം. ഇനി ഒരിക്കലും ഇങ്ങിനെ പറ്റരുത്."

"ശരി. അത് പ്രാണിയൊന്നുമല്ല. കൊടിത്തൂവ എന്ന ഒരു ചെടിയാണ്. അതിന്റെ തണ്ടിലും ഇലയിലും ഇളം കൊമ്പുകളിലും വിഷ ദ്രാവകം നിറഞ്ഞ കുഴലുകളുള്ള ഒരായിരം രോമങ്ങളുണ്ട്. അതിൽ ഒരു രോമം തൊലിപ്പുറമേ തട്ടി അവിടെ പോറലേൽക്കുമ്പോൾ അതിന്റെ തുമ്പ് ഒടിഞ്ഞ് ദ്രാവകം പുറത്തേക്ക് വരും. അത് തൊലിയിലുണ്ടായ പോറലിൽക്കൂടി അകത്തേക്ക് കയറും. അപ്പോഴാണ് അവിടെ വേദനയും ചൊറിച്ചിലും അനുഭവപ്പെടുന്നത്. ശരിക്കും ഒരു വിഷ ജന്തുവിന്റെ കുത്ത് പോലെയാണെങ്കിലും ഇത് അപകടകാരിയല്ല. എങ്കിലും, കൊടിത്തൂവ ഒരു വിഷച്ചെടിയായി കണക്കാക്കപ്പെടുന്നു."

"എമിൽ അശ്രദ്ധമായി കൈ നീട്ടിയത് വനീസ്സ എന്ന ഇനം പൂമ്പാറ്റയെ പിടിക്കുവാനാണ്. കറുത്ത വെൽവെറ്റിൽ വെള്ള കുത്തുകളുള്ള ഒരു ഇനമാണ് അതിന്റെ പുഴു. അതിനും ദേഹം മുഴുവൻ മുള്ള് പോലെയുള്ള രോമമുണ്ട്. അത് പട്ടുനൂൽ പൊതിഞ്ഞ കൊക്കൂണിനെ ഉണ്ടാക്കുന്നില്ല. സ്വർണ്ണ വരകളുള്ള അതിന്റെ പുഴു വാലിൽ തൂങ്ങി കിടക്കും. ചൊറിയണം ചെടിയുടെ ഇല തിന്നാണ് അത് വളരുന്നത്. അതിനെ ആ ചെടിയുടെ വിഷം ബാധിക്കുകയില്ല." ക്ലെയർ സംശയം ചോദിച്ചു, "അതെങ്ങിനെയാണ് ആ ചൊറിയൻ ചെടിയുടെ ഉപദ്രവമേൽക്കാതെ അതിന്റെ ഇല തിന്നുന്നത്?"

"കുട്ടി, അണലി വിഷം ദേഹത്തിൽ ഏതെങ്കിലും മുറിവിലൂടെ കടന്നുകൂടിയാൽ അപകടം ഉണ്ടാക്കും. എന്നാൽ മറ്റ് ചില വിഷങ്ങൾ വയറ്റിൽ ചെന്നാലാണ് അപകടം. മരണം വരെ ഉണ്ടാകാം. ചില ലഹരി മരുന്നുകൾ വിഷമാണ്, കഴിച്ചാൽ മരിച്ചുപോകും. ആണലിയുടെ വിഷം കുടിച്ചാൽ ഒന്നും സംഭവിക്കുകയില്ല; എന്നാൽ അത് രക്തത്തിൽ കലർന്നാൽ മരണം ഉറപ്പാണ്. കോടിത്തൂവയുടെ ഇലയും അതുപോലെയാണ്. അംബ്രോയിസിനിയമ്മ അതിന്റെ ഇല വെട്ടിനുറുക്കി കോഴികൾക്ക് ഭക്ഷണമായി നല്കുന്നു, പൂമ്പാറ്റയുടെ പുഴു അത് ഭക്ഷിക്കുന്നു. ഒന്നും സംഭവിക്കുന്നില്ല. എന്നാൽ,കുറച്ച് മുൻപ് നിങ്ങൾ കണ്ടില്ലേ, അതിന്റെ

ഇല ദേഹത്ത് കൊണ്ടപ്പോൾ എമിൽ കരഞ്ഞുകൊണ്ട് ഓടിവന്നത്. മറ്റ് ചില വിഷച്ചെടികൾ ഉണ്ട്, അവ തിന്നാലും മരിച്ചുപോകും. അവയേ കുറിച്ച് മറ്റൊരു ദിവസം പറയാം."

"കോടിത്തൂവയുടെ തണ്ട് പട്ടുനൂൽ പുഴുവിന്റേത് പോലെ മുഴുവൻ രോമമാണ്. ചില പുഴുക്കളുടെ ദേഹത്ത് രോമം കാണുകയില്ല. അവയെ ക്കൊണ്ട് ഒരു ഉപദ്രവവുമില്ല. വാലിന്റെ തുമ്പത്ത് കൊമ്പുണ്ടെങ്കിൽ കൂടി അവയെ അപകടം കൂടാതെ കൈകാര്യം ചെയ്യാം. മറ്റ് ചിലവയുടെ രോമം ഓടിഞ്ഞ് അതിനെ തൊട്ട ദേഹത്ത് കയറിക്കൂടും. അപ്പോഴാണ് ചൊറിച്ചിലും, വേദനയും നീരും ഒക്കെ വരുന്നത്. ഏതായാലും, വെൽവെറ്റ് പുഴുക്കളെ ഒഴിവാക്കുകയാണ് ബുദ്ധി. പ്രത്യേകിച്ച് ഓക് മരത്തിലും പൈൻ മരത്തിലും കാണുന്നവ. ഏതായാലും, ഈ പറഞ്ഞ കാര്യങ്ങൾ നമ്മളെ മറ്റൊരു കഥയിലേക്കാണ് എത്തിക്കുന്നത്."

അദ്ധ്യായം 33

ഘോഷയാത്രപ്പുഴക്കൾ

“പൈൻ മരച്ചില്ലകളുടെ തുമ്പത്ത്, ഇലകളിൽ പൊതിഞ്ഞ്, വെള്ളനിറത്തിലുള്ള വലിയ സിൽക്ക് സഞ്ചികൾ തൂങ്ങിക്കിടക്കുന്നത് നാം പലപ്പോഴും കണ്ടിട്ടുണ്ട്. ഈ സഞ്ചികൾ മുകളിൽ വീർത്തും ചുവട്ടിൽ കൂർത്തും, പെയറിന്റെ ആകൃതിയിലുമാണ് കണപ്പെടാറുള്ളത്. ചിലപ്പോൾ അവ ഒരു മനുഷ്യന്റെ തലയുടെ അത്ര വലുപ്പമുണ്ടാകും. ചുവന്ന രോമമുള്ള വെൽവെറ്റ് പോലെയുള്ള പട്ടുനൂൽ പ്പുഴക്കളുടെ കൂട്ടം താമസിക്കുന്ന കൂടുകളാണ് അവ. ഒരു പൂമ്പാറ്റയിടുന്ന മുട്ടയിൽ നിന്ന് വരുന്ന പുഴക്കൾ. അവക്ക് താമസിക്കുവാൻ നിർമ്മിക്കുന്ന കൂടുകളാണ് ഈ വെള്ള പട്ട് സഞ്ചികൾ. എല്ലാ പുഴക്കളും തങ്ങളുടെ കൂട്ടുകുടുംബത്തിന് താമസിക്കുവാനുള്ള കൂട് നിർമ്മാണത്തിൽ പങ്കെടുക്കുന്നു. ഈ കൂടിന്റെ ഉൾഭാഗം നേരിയ പട്ട് പാളികൾ കൊണ്ട് പലേ അറകളായി വേർത്തിരിച്ചിട്ടുണ്ട്. വീതികൂടിയ സ്ഥലത്തോ, ചിലപ്പോൾ വേറെ എവിടെയെങ്കിലുമോ, നല്ല വാവട്ടമുള്ള ഫണൽ ആകൃതിയിലുള്ള ദ്വാരം കാണാം. അവക്ക് വരികയും പോവുകയും ചെയ്യുവാനുള്ള വാതിലാണ് അത്. അവിടിവിടെ ആയി മറ്റ് ദ്വാരങ്ങളും ഉണ്ടായിരിക്കും. പുഴക്കൾ മഞ്ഞുകാലം കൂട്ടിനുള്ളിൽത്തന്നെയാണ് കഴിച്ചുകൂട്ടുക. ചൂടുകാലത്ത് രാത്രികളിലും അധികം ചൂടുള്ള പകലുകളിലും അവ തങ്ങളുടെ വെള്ളക്കൂട് സ്വയ രക്ഷയ്ക്കായി ഉപയോഗിക്കുന്നു. “നേരം പുലർന്നാൽ അവ പൈൻ മരത്തിൽ നിറഞ്ഞിരുന്ന് അതിന്റെ ഇല തിന്നുവാൻ തുടങ്ങും. വയർ നിറഞ്ഞാൽ വെയിലിന്റെ ചൂടിൽ നിന്ന് രക്ഷപ്പെടുവാനായി തിരിച്ച് കൂട്ടിലേക്ക് കയറും. ഈ പുഴക്കൾ പൈൻ മരത്തിന് മുകളിലേക്കോ, താഴെ നിലത്തുകൂടി ഇഴഞ്ഞ് മറ്റൊരു മരത്തിൽ കയറുവാൻ പോകുമ്പോഴോ, എപ്പോഴും ഒരു ജാഥ പോകുന്നതുപോലെ,

വരിതെറ്റാതെ ഒന്നിന് പുറകെ ഒന്നായിട്ടാണ് യാത്ര ചെയ്യുക. അതുകൊണ്ടാണ് അവയ്ക്ക് ഘോഷയാത്രപ്പുഴ എന്ന പേരുകിട്ടിയത്."

"കൂട്ടത്തിൽ മിടുക്കുള്ള ഒന്ന് മുൻപിൽ നടന്ന് വഴികാട്ടി ആകുന്നു. ഒട്ടും തന്നെ സ്ഥലം വിടാതെ, രണ്ടാമൻ അതിനെ പിന്തുടരുന്നു. അതിന് പുറകിൽ മൂന്നാമൻ, അങ്ങിനെ കൂട്ടിലുള്ള എല്ലാ പുഴുക്കളുടെയും കൂടി ഒരു ജാഥ രൂപം കൊള്ളുന്നു. നൂറുകണക്കിന് പുഴുക്കൾ ഒരു ജാഥയിലുണ്ടാകും. അതിൽ ഓരോന്നും മുൻപിൽ പോകുന്ന പുഴുവിന്റെ പിന്നിൽ തല കൊണ്ട് തൊട്ടിട്ടുണ്ടാകും. അതുകൊണ്ട്, വളഞ്ഞു പുളഞ്ഞു പോകുന്ന ജാഥയാണെങ്കിലും നേരെപ്പോകുന്ന ജാഥയാണെങ്കിലും ഇടക്ക് വിടവുകളുണ്ടാകില്ല. മണ്ണിൽ വലത്തോട്ടും ഇടത്തോട്ടും ഇളകുന്ന ഒരു മാലകണക്കെ അവ നീങ്ങുന്നത് കൗതുകകരമായ കാഴ്ചയാണ്. അടുത്തടുത്തായി പലേ കൂടുകളുമുണ്ടെങ്കിൽ അവയിൽ നിന്ന് പുറപ്പെടുന്ന ജാഥകൾ തമ്മിൽ കൂട്ടിമുട്ടുമ്പോൾ അവർ യാത്ര തുടരുന്ന കാഴ്ച കണ്ടാൽ അതിശയമാകും. ചലിക്കുന്ന മാലകൾ എന്നവയെ വിളിക്കാം. ആ മാലകൾ അന്യോന്യം കുറുകെ മുറിച്ചു കടക്കുമ്പോൾ അവ കൂടിക്കലരുകയും കുരുക്കാകുകയും കുരുക്കഴിയുകയും ചെയ്തുകൊണ്ട് ചഞ്ചല പ്രകൃതി പ്രദർശിപ്പിക്കും. ഇതൊന്നും ഒരുതരത്തിലും അവരെ കുഴക്കുന്നില്ല. ഒരു ഘോഷയാത്രയിലെ എല്ലാ പുഴുക്കളും ഒരേ വേഗതയിലാണ് നടക്കുക. ഒരെണ്ണം പോലും മുൻപിൽപോകുന്നതിനെ മറികടക്കുകയോ പിന്തള്ളപ്പെടുകയോ വഴി തെറ്റിപ്പോകുകയോ ഉണ്ടാകില്ല. തങ്ങളുടെ സ്ഥാനം തെറ്റിക്കാതെ, മുൻപിൽ പോകുന്നതിന്റേതിനനുസരിച്ച് തങ്ങളുടെയും വേഗത പൊരുത്തപ്പെടുത്തിക്കൊണ്ടാണ് അവ നീങ്ങുക. ജാഥയുടെ ഗതി നിർണ്ണയിക്കുന്നത്, മുൻപിൽ പോകുന്ന മാർഗ്ഗദർശിയാണ്. അത് വലത്തോട്ട് തിരിഞ്ഞാൽ പുറകെ വരുന്നതെല്ലാം വലത്തോട്ട് തിരിയും; അത് ഇടത്തോട്ടു തിരിഞ്ഞാൽ അതിന് പിറകെ മറ്റെല്ലാം. ഏറ്റവും മുൻപിൽ പോകുന്നത് നിന്നാൽ അതിന് പുറകിലെ രണ്ടാമൻ നിൽക്കും, അപ്പോൾ മൂന്നാമൻ, അതിനുശേഷം നാലാമൻ, അങ്ങിനെ ആ ജാഥ മുഴുവൻ ക്ഷണനേരം കൊണ്ട് നിശ്ചലമാകും. പരിശീലനം ലഭിച്ച അച്ചടക്കമുള്ള പട്ടാളക്കാരെപ്പോലെയാണ് അവയുടെ ചലനം."

"ഭക്ഷണം അന്വേഷിച്ചുള്ള പര്യടനം ഫലം കണ്ടു കഴിഞ്ഞാൽ പിന്നെ അവക്ക് തിരിച്ചുപോകാനുള്ള സമയമായി. അവ തങ്ങളുടെ കൂട്ടിൽനിന്ന് ബഹുദൂരം സഞ്ചരിച്ചു കഴിഞ്ഞിട്ടുണ്ടാകും. കൂട്ടിൽ തിരിച്ചെത്തണം. പുൽക്കാടിന്റെ ഇടയിൽ, കുറ്റിച്ചെടിയുടെ കീഴിൽ, വഴിയിലെ തടസ്സങ്ങൾക്ക് അപ്പുറമുള്ള തങ്ങളുടെ ആവാസകേന്ദ്രം അവ എങ്ങിനെ കണ്ടുപിടിക്കുന്നു എന്നത് കൗതുകകരമാണ്. അവയെ നയിക്കുന്നത്

കാഴ്ച ശക്തിയാണോ? മണമാണോ? കുറ്റിക്കാട്ടിൽ നിന്ന് വരുന്ന അനേകം മണങ്ങൾ അവയെ വഴി തെറ്റിക്കയില്ലേ? ഇല്ലേയില്ല! കാഴ്ചശക്തിയെക്കാളും ഘ്രാണശക്തിയേക്കാളും സൂക്ഷ്മതയുള്ള ഒരു ജന്മവാസനയാണ് അവയെ നയിക്കുന്നത്. അവയുടെ സഹജാവ ബോധം അവരെ എന്നും തുണക്കുന്നു. വിവേചന ശക്തിയോ ബുദ്ധി സാമർത്ഥ്യമോ ഇല്ലാത്ത ഈ ജീവികൾ അവയുടെ ജീവിതം എത്ര അടുക്കും ചിട്ടയോടും കൂടിയാണ് മുൻപോട്ട് കൊണ്ടുപോകുന്നത് എന്ന് അതിശയത്തോടെ മാത്രമേ നോക്കിക്കാണുവാൻ കഴിയൂ. എല്ലാം നിയന്ത്രിക്കുന്ന പ്രകൃതിയുടെ അനന്തവും നിത്യവുമായ യുക്തിതന്നെയാണ് അവയേയും നയിക്കുന്നത്. നാം നമ്മുടെ പാതകൾ കല്ല് പാകി ഗതാഗത യോഗ്യമാക്കുമ്പോൾ ഈ ഘോഷയാത്രപ്പുഴുക്കൾ പട്ട് വിരിച്ചാണ് അവയുടെ പാതകൾ സുഗമമാക്കുന്നത്. അവ പാതകളിൽ പട്ട് വിരിച്ച് അതിൽ കൂടി മാത്രമേ സഞ്ചരിക്കുകയുള്ളൂ! തുടർച്ചയായി പട്ട് നെയ്ത് വഴിനീളെ ഒട്ടിച്ചുകൊണ്ടാണ് അവ നീങ്ങുന്നത്. നടന്ന് നീങ്ങുമ്പോൾ ഓരോ പുഴുവും തുടർച്ചയായി തല പൊക്കുകയും താഴ്ത്തുകയും ചെയ്യുന്നത് കാണാം. തല പൊക്കുമ്പോൾ അവയുടെ കീഴ്ചുണ്ടിൽ ഉള്ള സ്പിന്നററ്റിൽ നിന്ന് നൂല് നീണ്ടുവരും, താഴ്ത്തുമ്പോൾ ആ നൂല് അവകടന്നു പോയി ക്കൊണ്ടിരിക്കുന്ന പാതയിൽ ഒട്ടിക്കുന്നു. വീണ്ടും തല പൊക്കുകയും താഴ്ത്തുകയും ചെയ്യുമ്പോൾ കുറേക്കൂടി നൂല് ചുണ്ടിൽ നിന്ന് നീണ്ടുവരികയും അത് പാതയിൽ ഒട്ടിക്കുകയും ചെയ്യും. മുൻപിൽ പോകുന്ന പുഴുവിന്റെ പിൻഗാമിയും ഇതേ പ്രക്രിയ തുടരുന്നു. അങ്ങിനെ, അനേകം പുഴുക്കൾ പട്ടുനൂൽ ഒട്ടിച്ച് കടന്നു പോകുമ്പോൾ ആ വഴി ഒരു പട്ട് പരവതാനി വിരിച്ചതുപോലെ ആകും. തിരിച്ചുപോകുമ്പോൾ, എത്ര വളഞ്ഞ വഴി ആണെങ്കിലും, ഈ പട്ടുപാത പിന്തുടർന്നാണ് ഘോഷയാത്ര വഴി തെറ്റാതെ തിരിച്ചു പോകുന്നു."

"ഘോഷയാത്ര തടസ്സപ്പെടുത്തണമെങ്കിൽ അതിന്റെ മാർഗ്ഗത്തിൽ ഒരു വിരൽ വെച്ചാൽ മാത്രം മതി. പട്ട് പാത മുറിയും. ഭയവും അവിശ്വാസവും പ്രകടമാക്കിക്കൊണ്ട് ജാഥയുടെ പോക്ക് നിലയ്ക്കും. മുന്നോട്ട് പൊകണോ, വേണ്ടയോ! പൊട്ടിയ പട്ടുനൂൽ അന്വേഷിച്ച് തലകൾ പൊങ്ങുകയും താഴുകയും ചെയ്യും. ഒടുക്കം, ധൈര്യം സംഭരിച്ച് ഒരു പുഴു നൂല് മുറിഞ്ഞു പോയ തുണ്ടിന്റെ ഒരറ്റത്തുനിന്ന് മറ്റെ അറ്റത്തെക്ക് പട്ട് വിരിച്ചുകൊണ്ട്, നടന്നുനീങ്ങും. അതിന് പിറകെ മറ്റുള്ളവരും അതുതന്നെ ചെയ്യും. അങ്ങിനെ പൊട്ടിയ പാത കേടുപാടുകൾ തീർത്ത് സഞ്ചാര യോഗ്യമാക്കി അവർ യാത്ര തുടരുന്നു."

"ഓക്ക് മരത്തിലെ ഘോഷയാത്രപ്പുഴുക്കൾ മറ്റൊരു രീതിയിലാണ്

നടന്ന് നീങ്ങുന്നത്. അവയുടെ ദേഹം മുഴുവൻ വെളുപ്പ് കറുപ്പായി നിറം മാറിയ നീണ്ട രോമമാണ്. ഒരു കൂട്ടിൽ എഴുന്നൂറ് മുതൽ എണ്ണൂറ് വരെ പുഴുക്കളുണ്ടാകും. ഒരു സംഘടിത യാത്രക്ക് പരിപാടി ഇടുമ്പോൾ, ഒരു പുഴു കൂട്ടിൽനിന്നിറങ്ങി, കുറച്ച് ദൂരം ചെന്ന്, മറ്റുള്ള പുഴുക്കൾക്ക് തങ്ങളുടെ റാങ്ക് അനുസരിച്ച് വരിയായി നിൽക്കുവാനും ഒരു സേനാ വിഭാഗം ഉണ്ടാക്കുവാനും ഉള്ള സാവകാശം കൊടുക്കും. ആദ്യത്തെ പുഴു വേണം ജാഥ നയിക്കുവാൻ. അതിനെ പിന്തുടർന്ന് മറ്റ് പുഴുക്കൾ, ഒന്നിന് പിറകെ ഒന്നായിട്ടല്ല, പക്ഷേ മൂന്നോ നാലോ നിരകളായി അവ അണി നിരക്കും. ഇത് മറ്റ് ഘോഷയാത്ര പുഴുക്കൾക്ക് വിപരീതമായിട്ടാണ്. ഇങ്ങിനെ സൈന്യം തയ്യാറായിക്കഴിഞ്ഞാൽ, അവരുടെ യാത്ര തുടങ്ങുകയായി. അണിയുടെ തലവൻ മുൻപിൽ നടന്ന് മാർഗ്ഗദർശി ആകുന്നു. തലവന് തൊട്ട് പിറകിൽ നടക്കുന്ന അണി തമ്മിൽ തമ്മിൽ അകലം വിട്ടാണ് നടക്കുക. പിറകെ വരുന്നവരുടെ സംഖ്യ കൂടിവരുന്നതുകൊണ്ടാണ് ഇത്. ചിലപ്പോൾ അത് പതിനഞ്ചും പതിനാറും നിരകൾ വരെ ആകാറുണ്ട്. എങ്കിലും അവർ അടി തെറ്റാതെ കൃത്യം അകലം സൂക്ഷിച്ച് പട്ടാളക്കാരെ പോലെയാണ് നീങ്ങുക. ഒരിക്കലും ഒരു പുഴുവിന്റെ തല മുൻപിൽ പോകുന്നതിന്റെ തലയുടെ മുൻപിൽ എത്തില്ല. ഈ പുഴുക്കളും നടന്നു നീങ്ങുമ്പോൾ വഴിനീളെ പട്ടുനൂൽ ഒട്ടിച്ചുകൊണ്ടാണ് പോകുക. മടങ്ങിവരാനുള്ള വഴി നിശ്ചയമുണ്ടാകുവാനാണ് ഇത്."

"ഘോഷയാത്രപ്പുഴുക്കൾ, പ്രത്യേകിച്ചും, ഓക്ക് മരപ്പുഴുക്കൾ, തൊലി ഉരിഞ്ഞുകളയുവനായി തങ്ങളുടെ കൂടുകളിലേക്ക് മടങ്ങുന്നു. നിങ്ങൾ ഈ കൂട് തൊടുകയാണെങ്കിൽ അവയുടെ കൊഴിച്ചുകളഞ്ഞ തൊലിയുടെ പൊടി കയ്യിലും മുഖത്തും പറ്റിപ്പിടിക്കുകയും അവിടെയെല്ലാം നീര് വെക്കുകയും ചെയ്യും. ഇത് പലപ്പോഴും ദിവസങ്ങളോളം അസ്വസ്ഥത സൃഷ്ടിക്കാറുണ്ട്. കാറ്റുള്ളപ്പോൾ ഇവയുടെ കൂടിന്റെ ചുവട്ടിൽ നിന്നാൽ പോലും അതിൽനിന്നുള്ള പൊടി കാറ്റിൽ പറന്നു വന്ന് ദേഹത്ത് ചൊറിച്ചിലും മറ്റും ഉണ്ടാക്കും." "അവയുടെ ഈ ചൊറിച്ചിലുണ്ടാക്കുന്ന മുടി ഇല്ലായിരുന്നെങ്കിൽ--" ജൂൾസ് തന്റെ ആഗ്രഹം പറയുവാൻ തുടങ്ങിയപ്പോൾത്തന്നെ പോളമ്മവൻ അത് മുഴുമിപ്പിച്ചു, "എങ്കിൽ, ജൂൾസ് അവയെ കാണുവാൻ കൂട്ടിലേക്ക് എത്തി നോക്കുമായിരുന്നു. സാരമില്ല, അത്ര വലിയ അപകടമൊന്നുമില്ല. എങ്കിലും നമുക്ക് പൈൻ മരത്തിലെ ഘോഷയാത്ര പുഴുക്കളെ കാണാമല്ലോ. അവ ഓക്ക് മര പുഴുക്കളുടെ അത്രകണ്ട് അപകടകാരികളല്ല. നല്ല വെയിലുള്ളപ്പോൾ പൈൻ മരത്തിലെ കൂട് കാണിക്കാൻ ഞാൻ ജൂൾസിനെ കൊണ്ടുപോകാം. എമിലിനും ക്ലെയറിനും വെയില് താങ്ങാൻ ബുദ്ധിമുട്ടായിരിക്കും."

അദ്ധ്യായം 34

കൊടുങ്കാറ്റ്

പോളമ്മാവനും ജൂൾസും ഇറങ്ങി പുറപ്പെട്ടപ്പോൾ വാസ്തവത്തിൽ നല്ല വെയിലായിരുന്നു. കടുത്ത ചൂടും. അതിൽ നിന്ന് രക്ഷപ്പെടുവാനായി പുഴുക്കൾ അവയുടെ പട്ട് കൂടുകളിൽ തന്നെ ഇരിക്കുന്നുണ്ടാകുമെന്ന് അവർക്കറിയാം. വെയിലിന് ഇത്ര ചൂടാകുന്നതിന് മുൻപൊ പിൻപോ പോകുകയാണെങ്കിൽ ഒഴിഞ്ഞ കൂടുകൾ മാത്രമേ കാണുകയുള്ളൂ. മനസ്സ് നിറയെ പ്രതീക്ഷയുമായി, ചൂടെല്ലാം അവഗണിച്ച് ജൂൾസ് ഉത്സാഹത്തോടെ മുൻപിൽ നടന്നു. അവൻ കഴുത്തിൽ ചുറ്റിയിരുന്ന മഫ്ലർ അഴിച്ചു, ജാക്കറ്റ് ഊരി ചുമലിലിട്ടു. കുത്തിപ്പിടിക്കാൻ ഒരു വേലിപ്പത്തൽ പോളമ്മാവൻ അവന് ശരിയാക്കി കൊടുത്തിരുന്നു. അതിനിടക്ക്, ചീവീടുകൾ പതിവിലും കൂടുതൽ ശബ്ദത്തിൽ ചിലക്കുവാൻ തുടങ്ങി; കുളത്തിൽനിന്ന് തവളകളുടെ കരച്ചിൽ, നിർത്താതെയുള്ള ഈച്ചകളുടെ മൂളിപ്പറക്കൽ, പാതയിലെ പൊടി പറത്തിക്കൊണ്ട് അടിക്കടി വീശിയടിക്കുന്ന കാറ്റ്. എന്നാൽ ജൂൾസ് ഇതൊന്നും ശ്രദ്ധിച്ചില്ല. പോളമ്മാവൻ, പക്ഷേ, അടിക്കടി ആകാശത്തേക്ക് നോക്കുന്നുണ്ടായിരുന്നു. പടിഞ്ഞാറുനിന്ന് വരുന്ന ചുവപ്പുകലർന്ന മൂടൽമഞ്ഞ് അദ്ദേഹത്തെ അസ്വസ്ഥനാക്കി. “ചിലപ്പോൾ മഴ പെയ്തേക്കും. നമുക്ക് വേഗം നടക്കാം,” അദ്ദേഹം പറഞ്ഞു. ഏതാണ്ട് മൂന്നു മണിയായപ്പോൾ അവർ പൈൻമരക്കാട്ടിൽ എത്തി. പോളമ്മാവൻ പട്ട് കൂടുള്ള ഒരു കമ്പ് ഓടിച്ചെടുത്തു. അതിൽ പുഴുക്കൾ ഉണ്ടായിരുന്നു. പെട്ടെന്ന് കാലാവസ്ഥ മോശമായപ്പോൾ അവ തിരക്കിട്ട് കൂട്ടിലേക്ക് മടങ്ങിയതാകാം. അതിനെക്കുറിച്ച് സംസാരിച്ചുകൊണ്ട് അവർ രണ്ടുപേരും മടക്ക യാത്ര തുടങ്ങുന്നതിനു മുൻപ് കുറച്ചുനേരം പൈൻ മരത്തിന്റെ ചുവട്ടിലിരുന്നു.

“ഘോഷയാത്രക്കാർ പൈൻ മരത്തിന്റെ ഇലകൾ തിന്നുവാനായി

ക്കൂട്ടിൽ നിന്നും പുറത്തിറങ്ങുന്നു. ആ പുഴക്കൾ മരം മുഴുവൻ പരക്കും എന്ന് പറഞ്ഞല്ലോ," ജൂൾസ് പറഞ്ഞു.

"ഇക്കാണുന്ന കമ്പിൽ ഇലയൊന്നും അവശേഷിച്ചിട്ടില്ല. പല കമ്പുകളുടെയും സ്ഥിതി ഇതുതന്നെ. ആ പൈൻ മരം നോക്കൂ. അഗ്നിക്ക് ഇരയായതുപോലെ ഇല്ലേ? ഇലകൾ ഒട്ടുമുക്കാലും പോയിരിക്കുന്നു. ഘോഷയാത്ര പുഴുക്കൾ അരിവെച്ച് നടന്നു പോകുന്നത് ആകർഷണീയമായ കാഴ്ച തന്നെയാണ്. പക്ഷേ, അവയുടെ ആക്രമണത്തിൽ കരിഞ്ഞുപോകുന്ന വമ്പൻ പൈൻ മരത്തിന്റെ കാര്യത്തിൽ എനിക്ക് സഹതാപമുണ്ട്." പോളമ്മാവൻ പറഞ്ഞു, "ഈ മരങ്ങളുടെ ഉടമസ്ഥർക്ക് ശ്രദ്ധ ഉണ്ടായിരുന്നെങ്കിൽ അവർ തണുപ്പുകാലത്ത്, പുഴുക്കളെല്ലാം പട്ടുക്കൂടുകളിൽ അഭയം പ്രാപിച്ചിരിക്കുന്ന സമയത്ത്, ആ കൂടുകൾ എല്ലാം ശേഖരിച്ചു കത്തിച്ച് കളഞ്ഞേനെ. അല്ലെങ്കിൽ മരങ്ങളുടെ വളർച്ച മുരടിച്ചു പോകും. നമ്മുടെ കായ്കനി തോട്ടത്തിലെ സ്ഥിതി വളരെ മോശമാണ്. അവിടെ ഈ ഘോഷയാത്ര പുഴുക്കളെപ്പോലെ ധാരാളം പുഴുക്കൾ പട്ടുനൂൽ കൂടുകൾ ഉണ്ടാക്കിയിട്ടുണ്ട്. ചൂടുകാലത്ത് അവ കൂട്ടിൽ നിന്ന് പുറത്തിറങ്ങി ഇലയും കുമ്പും എല്ലാം തിന്നുതീർക്കും. ചെടികൾ മൊട്ടിടുന്നതിന് മുൻപെ മണിക്കൂറുകൾക്കകം നശിച്ചുപോകും. അതുകൊണ്ട് എപ്പോഴും ശ്രദ്ധിച്ചുകൊണ്ടിരിക്കണം. വസന്ത കാലത്തിന് മുൻപ് അവയെ ചെടികളിൽ നിന്ന് എടുത്ത് കത്തിച്ചുകളണം. ഒന്നും രക്ഷപ്പെട്ടു പോകരുത്. ചെടികളുടെ ഭാവി അതിനനുസരിച്ചിരിക്കും. മനുഷ്യനും പുഴുക്കളുമായുള്ള ഈ യുദ്ധത്തിൽ നമ്മെ സഹായിക്കുവാൻ മറ്റ് ജീവികളും ഉണ്ട്. പ്രത്യേകിച്ച് പക്ഷികൾ. അവ ഇല്ലെങ്കിൽ മനുഷ്യനെക്കാൾ അംഗ സംഖ്യയിൽ വളരെ മുൻപോട്ട് നിൽക്കുന്ന പുഴുക്കൾ നമ്മുടെ കൃഷി അപ്പാടെ നശിപ്പിച്ചേനെ. നമ്മുടെ സഹായികളായ കിളികളെപ്പറ്റി മറ്റൊരവസരത്തിൽ പറയാം. ഇപ്പോൾ കാലാർവസ്ഥ മോശമായിക്കൊണ്ടിരിക്കയാണ്. നമുക്ക് ഉടനെ പോകണം." ചുവന്ന മൂടൽമഞ്ഞ് കട്ടിക്കൂടിക്കൂടി ഇരുണ്ട് വരുന്നു. ആകാശം മുഴുവൻ ഇരുണ്ടു. പാടത്ത് ചെടികൾ കാറ്റത്താടുന്നത് പോലെയാണ് പൈൻ മരങ്ങൾ ഇളകുന്നത്. കൊടുങ്കാറ്റിന് മുൻപ് മണ്ണിൽ നിന്നുയരുന്ന ഗന്ധം വായുവിൽ നമുക്ക് അറിയാം.

"ഇപ്പോൾ തിരിച്ച് യാത്ര പുറപ്പെടേണ്ട. കൊടുങ്കാറ്റ് വരുന്നുണ്ട്. നമ്മൾ അതിൽപ്പെട്ടുപോകും. നമുക്ക് വേഗം ഒരു സുരക്ഷിത താവളം കണ്ടുപിടിക്കാം." അകലെനിന്ന് മങ്ങിയ തിരശ്ശീല പോലെ, ഒരു പന്തയക്കുതിരയെ വെല്ലുന്ന വേഗതയോടെ മഴ ഇരച്ചു വരുന്നത്

ആകാശത്ത് കാണാം. കാതടപ്പിക്കുന്ന ഇടിവെട്ടിൻ്റെയും കണ്ണഞ്ചിപ്പിക്കുന്ന മിന്നലിൻ്റെയും അകമ്പടിയോടെ നൊടിയിടകൊണ്ട് മഴ ഇങ്ങെത്തിക്കഴിഞ്ഞു.

“നമുക്ക് ഈ ഭീമാകാരൻ പൈൻ മരത്തിന്റെ ചുവട്ടിൽത്തന്നെ നിൽക്കാം, പോളമ്മാവാ. ഇവിടെ മഴ നനയില്ല.” ജൂൾസിന് കുറേശ്ശെ പേടിയായിത്തുടങ്ങി.

“അത് വേണ്ട മോനേ. ഈ അപകടകാരിയായ മരത്തിന്റെ സമീപത്തുനിന്നുതന്നെ നമുക്ക് വേഗം രക്ഷപ്പെടണം,” അതും പറഞ്ഞ് ജൂൾസിന്റെ കയ്യും പിടിച്ച് പോളമ്മാവൻ മഴയത്തേക്കിറങ്ങി. അദ്ദേഹം അവനെയും കൊണ്ട് പാറ തുരന്നുണ്ടായ ഒരു പൊത്തിനുള്ളിൽ അഭയം തേടി. അപ്പോഴേക്കും മഴ പൂർവ്വാധികം ശക്തിയോടെ പെയ്തുതുടങ്ങിയിരുന്നു.

അവർ അവിടെ നിശ്ശബ്ദരായി പേമാരിയുടെ ഉന്മത്ത താണ്ഡവം കണ്ട് ഒരു കാൽമണിക്കൂറോളം നിന്നു കാണും. പെട്ടെന്ന്, ഇരുട്ടിനെ കീറിമുറിച്ച്, കണ്ണഞ്ചിക്കുന്ന ഒരു വെളിച്ചം ഭയാനകമായ ഒരു ഇടിവെട്ട് ശബ്ദത്തോടെ പൈൻ മരത്തിനെ തൊട്ടു. ആകാശം ഇടിഞ്ഞു വീഴുന്ന

പ്രതീതി സൃഷ്ടിക്കുവാൻ ആ ഇടിവെട്ടിന് കഴിഞ്ഞു. കണ്ണടച്ച് തുറക്കുന്ന സമയമേ അതുണ്ടായുള്ളൂ. ജൂൾസ് പേടിച്ച് കൈകൾ കൂട്ടിപ്പിടിച്ച് മുട്ടുകുത്തി. അവൻ കരഞ്ഞുകൊണ്ട് പ്രാർഥിക്കുകയായിരുന്നു. എന്നാൽ പോളമ്മാവന്റെ ശാന്തതക്ക് ഒരു പതർച്ചയും കണ്ടില്ല.

“ധൈര്യമായിരിക്കൂ, ജൂൾസ്. വരൂ, നമുക്ക് കൈ കോർത്ത് ദൈവത്തിനോട് നന്ദി പറയാം. വലിയൊരു അപകടത്തിൽനിന്നാണ് നമ്മൾ രക്ഷപ്പെട്ടത്. നമ്മൾ മഴ കൊള്ളാതെ അഭയം തേടുവാൻ പോയ പൈൻ മരത്തിലാണ് ഇടിവെട്ട് കൊണ്ടത്.”

“ഓ! ഞാൻ പേടിച്ചുപോയി. മരിച്ചുപോകും എന്ന് തോന്നി. മഴ വകവെക്കാതെ എന്നെയും കൊണ്ട് മരച്ചുവട്ടിൽ നിന്ന് പോരുമ്പോൾ, അവിടെ ഇടിവെട്ട് കൊള്ളുമെന്ന് അമ്മാവനറിയുമായിരുന്നോ?”

“ഓ, ഇല്ല! അതാർക്കും അറിയാൻ പറ്റില്ല. വലിയ മരങ്ങൾ ഇടിവെട്ടുമ്പോൾ അപകടകാരികളാകുമെന്ന് അറിയാമായിരുന്നു. അതുകൊണ്ടാണ് ഞാൻ വേറെ ഇടം തേടിയത്. എനിക്ക് മന:സ്സാന്നിദ്ധ്യം നല്കിയ ദൈവത്തിനോട് നമുക്ക് നന്ദി പറയാം.?”

“മരം അപകടകാരിയാണ് എന്ന് തോന്നുവാൻ എന്താണ് കാരണം?” ജൂൾസ് ചോദിച്ചു. അത് ഞാൻ പറയാം. മറ്റുള്ളവരും കൂടി

വന്നോട്ടേ. എല്ലാർവർക്കും കേൾക്കാമല്ലോ. ഇടിവെട്ടുന്ന സമയത്ത് മരങ്ങളുടെ ചുവട്ടിൽ നിൽക്കുന്നത് അപകടകരമാണ്. അത് അവർക്കും പറഞ്ഞുകൊടുക്കണം."

"അപ്പോഴേക്കും മഴക്കാറ് ദൂരേക്ക് നീങ്ങിക്കഴിഞ്ഞിരുന്നു. ഒരു വശത്ത് അസ്തമന സൂര്യന്റെ ചുവന്ന കിരണങ്ങൾ, എതിർ വശത്ത് മഴപെയ്തു തോർന്ന ആകാശത്ത് വർണ്ണാഭമായ മഴവിൽക്കൊടി! പോളങ്കിളും ജൂൾസും കാണാൻ പറ്റാതെപോയ പുഴക്കുടിനെ പറ്റി ആലോചിച്ചുകൊണ്ട് തിരികെ നടന്നു.

അദ്ധ്യായം 35

വിദ്യുച്ഛക്തി

ജൂൾസ് തിരിച്ചെത്തിയപ്പോൾ അന്നത്തെ സാഹസങ്ങളെക്കുറിച്ച് തന്റെ സഹോദരങ്ങളോട് വിശദമായി പറഞ്ഞു. ഇടിവെട്ടിന്റെ ഭാഗം വന്നപ്പോൾ ക്ലെയർ പേടിച്ച് ആലില പോലെ വിറച്ചു.

"പൈൻ മരത്തിൽ ഇടിവെട്ട് കൊള്ളുന്നത് കണ്ടാൽ ഞാനാണെങ്കിൽ ഭയന്ന് മരിച്ചുപോയിട്ടുണ്ടാകും," അവൾ പറഞ്ഞു. ആദ്യത്തെ വിഹ്വലതകൾ കെട്ടടങ്ങിയപ്പോൾ അവരുടെ സ്വാഭാവിക ജിജ്ഞാസ തലപൊക്കി. ഇടിവെട്ടിനെക്കുറിച്ച് പോളമ്മാവനോട് കൂടുതൽ ചോദിക്കണമെന്നവർ തീരുമാനിച്ചു. ജൂൾസ് വിഷയം എടുത്തിട്ടു.

"എനിക്കിപ്പോൾ പേടിയൊക്കെ മാറിയ സ്ഥിതിക്ക് അമ്മാവൻ ഇനി പറയൂ, നമ്മൾ എന്തുകൊണ്ടാണ് ഇടവെട്ടുമ്പോൾ മരത്തിന് ചുവട്ടിൽ നിൽക്കരുത് എന്ന് പറഞ്ഞത്? എമിലിനും അതറിയുവാൻ താൽപ്പര്യമുണ്ടാകും, എനിക്കുറപ്പാണ്."

"ഇടിവെട്ട് ശരിക്കും എന്താണ്? അതാണെനിക്ക് ആദ്യം അറിയേണ്ടത്,"എമിൽ പറഞ്ഞു. "എനിക്കും," ക്ലെയറും ശരിവെച്ചു. "അത് മനസ്സിലായാൽ പിന്നെ മരത്തിന്റെ ചുവട്ടിൽ നില്ക്കുന്നതിന്റെ അപകടം തിരിച്ചറിയുവാൻ ബുദ്ധിമുട്ടുണ്ടാകില്ല."

"വളരെ ശരിയാണ്. നിങ്ങൾക്ക് ഇടിവെട്ടിനെക്കുറിച്ച് എന്തറിയാമെന്ന് ആദ്യം നൊക്കട്ടെ." പോളമ്മാവൻ സമ്മതിച്ചു. എമിൽ തുടക്കമിട്ടു, "വലിയൊരു ഇരുമ്പ് ഗോളകം ആകാശത്തട്ടിന്റെ മുകളിൽ കൂടി ഉരുട്ടുന്ന

ശബ്ദമാണ് അത് എന്നാണ് ഞാൻ ചെറുതായിരുന്നപ്പോൾ വിശ്വസിച്ചിരുന്നത്, ആകാശത്തിന്റെ തട്ട് എവിടെയെങ്കിലും പൊട്ടുമ്പോൾ ആ ഇരുമ്പ് ഗോളകം താഴേയ്ക്ക് പതിക്കുകയും ഇടിവെട്ടിന്റെ ശബ്ദം

കേൾക്കുകയും ചെയ്യും, എന്നൊക്കെയാണ് ചെറിയ കുട്ടിയായിരിക്കു മ്പോൾ ഞാൻ കരുതിയിരുന്നത്. എന്നാൽ, ഇപ്പോൾ വലുതായപ്പോൾ അങ്ങിനെയൊന്നും ഞാൻ വിശ്വസിക്കുന്നില്ല."

"നീ വലുതയോ? എന്റെ കോട്ടിന്റെ അവസാനത്തെ ബട്ടൻ വരെക്കൂടി നിനക്ക് പോക്കമില്ല. എങ്കിലും നിന്റെ യുക്തി വിചാരം വിക സിക്കുകയാണ്. ഇപ്പോൾ ഇരുമ്പ് ഗോളക പോലെയുള്ള കെട്ടുകഥക ളൊന്നും നിന്റെ ബുദ്ധിക്ക് നിരക്കുന്നില്ല. അതാണ് സത്യം." അടുത്തത് ക്ലയർ സംസാരിച്ചു.

"എനിക്കും പണ്ട് ഞാൻ വിശ്വസിച്ചിരുന്ന വിശദീകരണമൊന്നും ഇപ്പോൾ സ്വീകാര്യമായി തോന്നുന്നില്ല. അന്ന് ഞാൻ കരുതിയിരുന്നത്, പഴയ ഇരുമ്പ് സാമഗ്രികൾ നിറച്ച ഒരു വാഗൺ ആണ് ഇടിവെട്ട് ഉണ്ടാ ക്കുന്നത് എന്നാണ്. അത് ശബ്ദമുണ്ടാക്കിക്കൊണ്ട് ആകാശത്തിന്റെ തട്ടിൽ കൂടി ഓടുന്നു. അതിന്റെ ചക്രം എവിടെയെങ്കിലും ഉരയുമ്പോൾ കൊള്ളിയാൻ മിന്നുന്നു; കുതിരക്കുളമ്പടി കല്ലിൽ ഉരയുമ്പോൾ തീപ്പൊരി പാറുന്നതുപോലെ. ചെങ്കുത്തായ, വഴുക്കലുള്ള ഗിരി പാർശ്വങ്ങളാണ് അതിന്റെ ആകാശ മാർഗ്ഗം. വാഗൺ മറിഞ്ഞാൽ അതിലുള്ള ഇരുമ്പ് സാമഗ്രികൾ നിലം പൊത്തും. അത് മരങ്ങളും വീടുകളും തകർക്കും. എനിക്കുതന്നെ എന്റെ കഥ കേട്ട് ചിരിയാണ് വരുന്നത്. പക്ഷേ, വിശ്വ സിക്കുവാൻ എനിക്ക് മറ്റൊരു കഥയില്ല. ഇടിവെട്ടിനെ കുറിച്ച് ഇപ്പോഴും എനിക്ക് കാര്യമായി ഒന്നും അറിയില്ല."

"നിങ്ങളുടെ ബാല്യകാല കൽപ്പനക്കൊത്ത അറിവായിരുന്നു ലോഹശബ്ദമുണ്ടാക്കുന്ന ആകാശത്തട്ട്. എന്നാൽ ഇനി ഒന്ന് മനസ്സിലാ ക്കിക്കൊള്ളൂ: ആകാശം ഒരു ഘനീഭവിച്ച വസ്തു അല്ല. അത് ഭാവനാപ രമായ ഒരു ദൃഷ്ടിവിഷയം മാത്രമാണ്. ഭൂഗോളത്തെ വലയം ചെയ്തിട്ടുള്ള വായുവിന്റെ കട്ടിക്കനുസരിച്ച് അതിന് കിട്ടുന്ന ഭംഗിയുള്ള നീല നിറമാണ് നാം കാണുന്ന ആകാശ നീലിമ. അതായത്, നമുക്ക് മുകളിൽ ആകാ ശത്തട്ടില്ല, കട്ടിയുള്ള വായുപടലം മാത്രമേ ഉള്ളൂ, അതിനും മുകളിൽ, നക്ഷത്രങ്ങൾ എത്തുന്നത് വരെ ബഹുദൂരം ശൂന്യത മാത്രം."

"ശരി, ഇനി ഞങ്ങൾ ആകാശത്തിന്റെ ലോഹത്തട്ട് എന്ന ഒന്ന് വിശ്വസിക്കില്ല. അങ്ങിനെ ഒന്നില്ല എന്ന് എമിലിനും ക്ലയറിനും എനിക്കും ഇപ്പോൾ അറിയാം. പോളമ്മാവൻ തുടർന്നുകൊള്ളൂ," ജൂൾസ് പറഞ്ഞു.

"തുടരാനൊ? അവിടെയാണ് വിഷമം. നിങ്ങൾക്കറിയാമോ കുട്ടികളെ, നിങ്ങളുടെ സംശയങ്ങൾ പലപ്പോഴും എന്നെ കുഴക്കുന്നതാണ് എന്ന്? 'തുടർന്നോളൂ'എന്ന് പറയുവാൻ എന്തെളുപ്പം! അത് നിങ്ങൾക്ക്

പോലുമ്മാവന്റെ അറിവിലുള്ള വിശ്വാസമാണ് കാണിക്കുന്നത്. നിങ്ങളുടെ ജിജ്ഞാസയെ തൃപ്തിപ്പെടുത്തുന്ന ഉത്തരമാണ് നിങ്ങൾ പ്രതീക്ഷിക്കുന്നത്. നമ്മുടെ ബുദ്ധിക്ക് ഉൾക്കൊള്ളുവൻ കഴിയാത്ത പലേ കാര്യങ്ങളുമുണ്ട് എന്ന് നിങ്ങൾ ആദ്യം മനസ്സിലാക്കണം. പ്രായവും പക്വതയും അറിവും ഉണ്ടാകുമ്പോൾ, ഇന്ന് മനസ്സിലാകാത്ത പലതും നിങ്ങൾക്ക് തനിയെ വ്യക്തമാകും. ഇടിവെട്ട് ആ ഗണത്തിൽപ്പെട്ടതാണ്. കുറേ കാര്യങ്ങൾ പറഞ്ഞുതരുവാൻ ഞാൻ തയ്യാറാണ്. ഇതൊരു ബുദ്ധിമുട്ടുള്ള വിഷയമായതുകൊണ്ട് നിങ്ങൾക്ക് എല്ലാം മനസ്സിലാകണമെന്നില്ല. എല്ലാം കാലക്രമേണ വ്യക്തമായി വരും."

"ശരി, അമ്മാവൻ പറഞ്ഞുതരു. ഞങ്ങൾ ശ്രദ്ധിച്ച് കേൾക്കാം," ജൂൾസ് ഉറപ്പ് നല്കി.

"അങ്ങിനെ ആവട്ടെ. നമുക്ക് വായു കാണുവാനോ തൊടുവാനോ കഴിയില്ലല്ലോ. കാറ്റില്ലെങ്കിൽ വായു ഉണ്ടെന്ന് തന്നെ നമുക്ക് അറിയാൻ പറ്റില്ല. എന്നാൽ, ഒരു കൊടുങ്കാററിൽ പോപ്ലർ മരം വളയുകയും ഇലകൾ ജലാശയത്തിൽ വിതറി വീഴുകയും മരങ്ങൾ കടപുഴകുകയും കെട്ടിടങ്ങളുടെ മേൽത്തട്ട് പറന്നു പോവുകയും ചെയ്യുമ്പോൾ വായുവിന്റെ അസ്തിത്വം നമുക്കെങ്ങിനെ നിഷേധിക്കുവാൻ കഴിയും? വായു ഒരിടത്തു നിന്ന് മറ്റൊരിടത്തേക്ക് ശക്തിയിൽ ഒഴുകുന്നതിനെ ആണ് കാറ്റ് എന്ന് പറയുന്നത്. അതുകൊണ്ട് ശാന്തമായിരിക്കുമ്പോൾ നിരുപദ്രവി ആയ, അഗോചരമായ വായു അതിന്റെ തീഷ്ണ രൂപത്തിൽ, ഹിംസാത്മകമായി ചലിക്കുന്ന സമയത്ത്, അപകടകാരിയായ ഒരു ദ്രവ്യ പദാർത്ഥമാണ്.

അതായത്, സാന്നിധ്യം അനുഭവപ്പെടുത്താതെ നമുക്ക് ചുറ്റും, നമ്മെ ചുറ്റിക്കൊണ്ട്, നിലനിൽക്കുന്ന പദാർത്ഥങ്ങളുണ്ട്. നാമതിനുള്ളിലാണ് ജീവിക്കുന്നത്, പക്ഷേ നമുക്കതിനെ കാണാനോ തൊടാണോ കഴിയുന്നില്ല."

"ഇനി, വായുവിനേക്കാൾ ഒളിഞ്ഞിരിക്കുന്ന, അഗോചരമായ, കണ്ടുപിടിക്കാൻ കഴിയാത്ത ഒന്നുണ്ട്. അത് സർവ്വവ്യാപിയാണ്, നമ്മളിലുണ്ട്, എന്നാൽ വളരെ നിശ്ചല ശാന്തമായി ഇരിക്കുന്നതുകൊണ്ട് നിങ്ങൾ അതിനെക്കുറിച്ച് ഇതുവരെ കേട്ടിട്ടുപോലുമുണ്ടാകില്ല." എമിലും ക്ലെയറും ജൂൾസും തമ്മിൽ തമ്മിൽ നോക്കി. എല്ലാടത്തും ഉള്ളതും അവർ ഇതുവരെ മനസ്സിലാക്കാത്തതുമായി എന്താണ്? അവർക്ക് ഒരെത്തും പിടിയും കിട്ടിയില്ല. നിങ്ങൾ ഒരു നൂറുകൊല്ലം നോക്കിയാലും പിടികിട്ടുകയില്ല. ഞാൻ പറയുന്ന കാര്യം അത്രക്കും അദൃശ്യമായ ഒന്നാണ്. വലിയ പണ്ഡിതന്മാർക്കുപോലും വളരെ ഗാഢമായി

അന്വേഷിച്ചാലെ അതേക്കുറിച്ച് മനസ്സിലാക്കുവാൻ പറ്റൂ. അവർ പിന്തുടർന്ന പാത തന്നെ നമുക്കും സ്വീകരിക്കാം." പോളങ്കിൾ വലുപ്പ് കുറന്ന ഒരു കുപ്പി സീലിങ് വാക്സ് എടുത്ത് ഷർട്ടിന്റെ കൈ മുഴുവൻ തേച്ചുപിടിപ്പിച്ചു. എന്നിട്ട് അത് ഒരു തുണ്ട് കടലാസ്സിന്റെ അരികത്തു വെച്ചു. കുട്ടികൾ ആകാംക്ഷയോടെ നോക്കിക്കൊണ്ടിരിന്നു. കടലാസ്സ് പറന്ന് വാക്സിൽ ഒട്ടിപ്പിടിച്ചു! പലതവണ ഈ പരീക്ഷണം തുടർന്നു. ഓരോ തവണയും ആരും തൊടാതെതന്നെ കടലാസ്സു തുണ്ട് ഉയർന്ന് വാക്സിൽ പോയി ഒട്ടിപ്പിടിച്ചു.

"സീലിങ് വാക്സ് ആദ്യം കടലാസ്സിനെ ആകർഷിച്ചില്ല, എന്നാൽ പിന്നീട് അങ്ങിനെ സംഭവിച്ചു. തുണിയിൽ ഉരച്ചപ്പോൾ അതിന് എന്തോ സംഭവിച്ചു. അതിന് ആകർഷണ സ്വഭാവം കൈ വന്നു. ഇതാണ് വിദ്യുച്ഛക്തി. തുണിയിൽ ഒരു കഷ്ണം ഗ്ലാസ്സോ ഒരു തുണ്ടം സൾഫറോ സീലിങ് വാക്സോ ഉരച്ചാൽ വിദ്യുച്ഛക്തി ഉണ്ടാകും. ഈ സാധനങ്ങൾ എല്ലാം തുണിയിൽ ഉരച്ചാൽ അതിലേക്ക് ഘനം കുറഞ്ഞ കടലാസ്സ്, വാക്സ്, വൈക്കോൽ തുണ്ട് എന്നിവ അകർഷിക്കപ്പെട്ടും. ഇന്ന് വൈകീട്ട് പൂച്ച നമ്മളെ ഒരു കാര്യം പഠിപ്പിക്കും. നമുക്ക് നോക്കാം."

അദ്ധ്യായം 36

ഒരു പൂച്ചപ്പരീക്ഷണം

തണുത്തു വരണ്ട കാറ്റ് വീശിക്കൊണ്ടിരുന്നു. തലേന്നാളത്തെ കൊടുംകാറ്റാണ് കാരണം. അംബ്രോയിസിനിയമ്മയുടെ പ്രതിഷേധങ്ങൾ വകവെക്കാതെ പോളമ്മാവൻ അടുക്കളയിലെ സ്റ്റൗ കത്തിച്ചു. തീകത്തിക്കുവാൻ പറ്റിയ കാലാർവസ്ഥ അല്ല എന്നവർ പരാതിപ്പെട്ടുകൊണ്ടിരുന്നെങ്കിലും പോളമ്മാവൻ അതൊന്നും കേട്ടതായി ഭവിച്ചില്ല.

"വേനൽക്കാലത്ത് ആ അടുപ്പിൽ തീകത്തിക്കുന്നത് എന്തിനാണ്? നമ്മൾ ചൂടുകൊണ്ട് ഉരുകി ചത്തുപോകും. ഈ സാറല്ലാതെ ആരും ഇങ്ങിനെ ഒരു പ്രവൃത്തി ചെയ്യില്ല," അവർ പിറുപിറുത്തുകൊണ്ടിരുന്നു.

പോളമ്മാവൻ മനസ്സിൽ എന്തോ പദ്ധതി ഇട്ടിട്ടുണ്ട്. എംബ്രോയിസിനിയമ്മയെ ശ്രദ്ധിക്കാതെ പോളമ്മാവൻ മേശക്കരികിലിട്ടിരുന്ന കസേരയിൽ ഇരുന്നു. ശാപ്പാടൊക്കെ കഴിഞ്ഞ് തള്ളപ്പൂച്ച കസേരയിൽ കയറി ചൂടുപിടിച്ച ഇരുമ്പടുപ്പിന് പുറംതിരിഞ്ഞ് കിടപ്പായി. അധികം താമസിക്കാതെ അത് സുഖ നിദ്രയിലാണ്ടു. പോളമ്മാവൻ വിചാരിച്ചതു പോലെ ഒക്കെ കാര്യങ്ങൾ പുരോഗമിക്കുന്നുണ്ട്. ചൂടിനെപ്പറ്റി ഉയർന്നു വന്ന പരാതികളൊന്നും അദ്ദേഹം കേട്ടതായി ഭാവിച്ചില്ല.

അദ്ദേഹം കുട്ടികളോട് ചോദിച്ചു, "നിങ്ങൾക്ക് വേണ്ടിയാണ് തീ കത്തിച്ചത് എന്നാണോ കരുതുന്നത്? അല്ല, അത് പൂച്ചക്ക് വേണ്ടിയാണ്. അതിന് വേണ്ടി മാത്രം. അത് തണുത്തു വിറയ്ക്കുകയായിരുന്നു. ഇപ്പോൾ കണ്ടോ? എത്ര സുഖമായിട്ടാണ് അത് തീയിന്റെ അരികിൽ കിടന്നുറങ്ങുന്നത്!" പോളമ്മാവന്റെ ദയാപ്രകടനം കണ്ട് എമിൽ പൊട്ടിച്ചിരിക്കുവാൻ പുറപ്പെട്ടപ്പോൾ ക്ലെയർ അവനെ കൈമുട്ടുകൊണ്ട് തോണ്ടി അത് വിലക്കി. ക്ലെയറിന്റെ സംശയത്തിന് അടിസ്ഥാനമുണ്ടായിരുന്നു. അവർ

ഭക്ഷണം കഴിച്ചുകഴിഞ്ഞപ്പോൾ പോളമ്മാവൻ ഇടിവെട്ടിനെക്കുറിച്ചുള്ള സംഭാഷണം തുടർന്നു.

"പൂച്ചയെ വെച്ച് ഒരു അത്ഭുതം കാണിക്കാമെന്ന് ഞാൻ ഇന്ന് രാവിലെ പറഞ്ഞില്ലേ? നമ്മുടെ പൂച്ചസാറിന് സമ്മതമാണെങ്കിൽ അത് ഞാനിപ്പോൾ കാണിക്കാം." അദ്ദേഹം പൂച്ചയെ എടുത്ത് മടിയിൽ വെച്ചു. അതിന്റെ രോമം ചുട്ടുപൊള്ളുന്നുണ്ടായിരുന്നു. "ജൂൾസ്, ലൈറ്റ് കെടുത്തൂ. നമുക്ക് ഇരുട്ടത്തുവേണം ഈ പരീക്ഷണം നടത്തുവാൻ." ജൂൾസ് ലൈറ്റ് കെടുത്തി. പോളമ്മാവൻ പൂച്ചയുടെ രോമത്തിൽ കൂടി പലപ്രാവശ്യം കയ്യോടിച്ചു. അതാ, അത്ഭുതം! പൂച്ചരോമം നിറയെ തിളങ്ങുന്ന മുത്തുകൾ! കൈകൾ ചലിക്കുന്നതിനനുസരിച്ച് വെളിച്ചത്തിന്റെ പിണറുകൾ അവിടെ പ്രത്യക്ഷപ്പെടുകയും അപ്രത്യക്ഷമാവുകയും ചെയ്യുന്നു. രോമത്തിൽ കരിമരുന്ന് പ്രയോഗം നടക്കുന്നതുപോലെ. എല്ലാർവരും അന്തംവിട്ട് പൂച്ചയുടെ രോമത്തിലേക്ക് നോക്കിക്കൊണ്ട് നിന്നു. അംബ്രോയിസിനിയമ്മ നിലവിളിച്ചു, "എല്ലാം കഴിഞ്ഞു! നമ്മുടെ പൂച്ച ഇതാ തീ ഉണ്ടാക്കുന്നു!" ജൂൾസ് ആണ് ചോദിച്ചത്, "ഈ തീ കത്തുമോ? പോളമ്മാവന്റെ കൈ പൊള്ളുന്നില്ലേ?പൂച്ച കരയുന്നില്ല ല്ലോ."

"ഇത് തീ അല്ല. സീലിങ് വാക്സ് ഓർമ്മയില്ലേ? അത് തുണിയിൽ ഉരച്ചപ്പോൾ തുണ്ട് കടലാസ്സിനെ ആകർഷിച്ചില്ലേ? രണ്ടും തമ്മിൽ ഉരക്കുമ്പോൾ ഉണ്ടാകുന്ന വൈദ്യുതി കാരണമാണ് അത് സംഭവിച്ചത് എന്ന് ഞാൻ അന്ന് പറഞ്ഞത് ഓർക്കുന്നോ? അതുപോലെ, ഞാൻ പൂച്ചയുടെ രോമം തലോടിയപ്പോൾ കുറേക്കൂടി വലിയ തോതിൽ വൈദ്യുതി ഉണ്ടായി. അതുകൊണ്ടാണ് മിന്നല് പോലെ അത് കാണുവാൻ സാധിച്ചത്."

"കൈ പൊളളില്ലെങ്കിൽ ഞാനും ഒന്ന് നോക്കട്ടെ," ജൂൾസ് മുൻകൈ എടുത്തു. ജൂൾസ് പൂച്ചയുടെ രോമത്തിൽ കൂടി കൈ ഓടിച്ചു. വെളിച്ചത്തിന്റെ പിണറുകൾ അപ്പോഴും ചെറിയ ശബ്ദത്തോടെ പൊട്ടി പ്പുറപ്പെട്ടു. എംബ്രോയിസിനിയമ്മക്ക് പേടിയായി. അവർക്ക് എന്തോ കൂടോത്രം നടക്കുകയാണെന്ന് തോന്നിക്കാണും. പൂച്ചയെ പിന്നെ അവർ മോചിപ്പിച്ചു. അതിനും ക്ഷമ പോയിത്തുടങ്ങിയിരുന്നു. പോളമ്മാവൻ അതിനെ പിടിച്ചില്ലായിരുന്നെങ്കിൽ അത് ആരെയെങ്കിലും ചിലപ്പോൾ മാന്തിയേനെ.

അദ്ധ്യായം 37

കടലാസ്സുകൊണ്ട് പരീക്ഷണം

"പൂച്ച പിണക്കം കാണിച്ച് തുടങ്ങിയതുകൊണ്ട് നമുക്ക് ഇനി വിദ്യുച്ഛക്തി ഉണ്ടാക്കുവാൻ വേറെ വഴി നോക്കാം. ഒരു തുണ്ട് കടലാസ്സ് രണ്ടാക്കി മടക്കി അതിന്റെ രണ്ടറ്റവും പിടിക്കുക. എന്നിട്ട്, അത് നന്നായി ചൂടാക്കുക, കത്തിക്കരുത്. എത്ര ചൂടാകുന്നോ, അത്രയും വൈദ്യുതി ഉണ്ടാകും. നല്ല ചൂടായിക്കഴിഞ്ഞാൽ മടിയിൽ നേരത്തെ ചൂടാക്കി ഇട്ടിരിക്കുന്ന കമ്പിളിത്തുണിയിൽ ഉരസുക. നിങ്ങളുടെ ട്രൗസർ വൂൾ ആണെങ്കിൽ അതിൽ ഉരസാം. കടലാസ്സിന്റെ നീളത്തിലായിരിക്കണം ഉരസുന്നത്. കുറച്ചുനേരമിത് ചെയ്തുകഴിഞ്ഞ് കടലാസ്സ് എവിടെയും തൊടാതെ ഉയർത്തുക. ഉടനെതന്നെ അത് ഒരു ഇരുമ്പ് താക്കോലിന് അരികിലേക്ക് കൊണ്ടുവരിക. വൈദ്യുതിയുടെ മിന്നൽ പിണറുകൾ നിങ്ങൾക്ക് കാണാം. പിന്നെയും പിണറുകൾ കാണണമെങ്കിൽ പിന്നെയും ഇതെല്ലാം ആവർത്തിക്കണം. കാരണം, ഇരുമ്പ് അടുത്ത് വന്നു കഴിയുമ്പോൾ വൈദ്യുതി തീർന്നു പോകും."

"ആ ചൂടായ കടലാസ്സ് ചെറിയ കടലാസ്സ് തുണ്ടിന്റെയോ തൂവലിന്റെയോ

വൈക്കോൽ കഷണത്തിന്റെയോ അടുത്ത് കൊണ്ടുവന്നാൽ കാന്തം പോലെ അത് രണ്ടും ഒട്ടിപ്പിടിക്കുകയും തെറിപ്പിച്ചകറ്റുകയും മാറി മാറി ചെയ്യും." പോളമ്മാവൻ ഈ പറഞ്ഞതെല്ലാം ഒരു തുണ്ട് കടലാസ്സ് ചുരുട്ടി ഇവരെ കാണിച്ചു. കുട്ടികൾക്ക് കടലാസ്സിൽ നിന്ന് മിന്നല്പിണറുകൾ പുറപ്പെടുന്നത് കണ്ട് അത്ഭുതം അടക്കുവാൻ കഴിഞ്ഞില്ല. പൂച്ചയെ വെച്ചുള്ള പരീക്ഷണത്തിൽ പിണറുകൾ കൂടുതലുണ്ടായിരുന്നെങ്കിലും, ഇത്ര തെളിച്ചത്തോടെ ഉള്ളവ ആയിരുന്നില്ല. അന്ന്

എംബ്രോയിസിനിയമ്മയ്ക്ക് ജൂൾസിനെ ഉറങ്ങാൻ കൊണ്ടുപോകാൻ നല്ല പ്രായസമായിരുന്നു എന്ന് പറഞ്ഞാൽ മതിയല്ലോ. അവൻ പലേ സാധാനങ്ങളും എടുത്ത് ഉരക്കലും ഒട്ടിപ്പിക്കലും ചെയ്തുകൊണ്ടേ ഇരുന്നു. ഒടുക്കം പോളമ്മാവൻ

തന്നെ വരേണ്ടിവന്നു അവനെ കിടക്കയിലേക്ക് കൊണ്ടുപോകാൻ.

അദ്ധ്യായം 38

ഫ്രാങ്ക്ളിൻ ഡി. റൊമാൻസ്

പിറ്റേന്ന് ക്ലെയറിനും അവളുടെ രണ്ട് ചേട്ടന്മാർക്കും തലേന്ന് നടത്തിയ പരീക്ഷണങ്ങളെപ്പറ്റി മാത്രമേ സംസാരിക്കുവാനു ണ്ടായിരുന്നുള്ളൂ. രാവിലെ മുഴുവൻ അതുതന്നെ ആയിരുന്നു വിഷയം. പൂച്ച രോമത്തിൽനിന്നു വന്ന മിന്നൽ വെളിച്ചവും കടലാസ്സു തുണ്ടിനെ അത് ആകർഷിച്ചതും മറ്റും. അവരുടെ ഉത്സാഹം മുതലെടുത്തുകൊണ്ട് പോളമ്മാവൻ അടുത്ത വിഷയത്തിലേക്ക് കടന്നു."

"നിങ്ങൾ ആലോചിക്കുന്നുണ്ടാകും, ഞാൻ എന്താണ് ഇടിവെട്ടി നെക്കുറിച്ച് പറയുന്നതിന് മുൻപ് സീലിങ് വാക്സും കടലസ്സും പൂച്ചയുടെ രോമവും മറ്റും ഉരച്ചത് എന്ന്. അത് പറയുന്നതിന് മുൻപ് ഒരു കഥ കേട്ടോളൂ."

"ഒരു നൂറ്റാണ്ട് മുൻപ്, നേരാക് എന്ന സ്ഥലത്ത്, ഒരു പട്ടണത്തിലെ ഡി റോമസ് എന്ന ഊർജ്ജ തന്ത്രജ്ഞൻ ശാസ്ത്ര മേഘലയിലെ ഏറ്റവും പ്രധാനപ്പെട്ട ഒരു പരീക്ഷണം നടത്തി. കൊടുങ്കാറ്റടിക്കുന്ന ഒരു ദിവസം, ഒരു നൂലുണ്ടയും വലിയൊരു കെട്ട് കടലാസ്സുമായി അദ്ദേഹം പുറത്തേക്ക് ഇറങ്ങിപ്പോകുന്നത് കണ്ട ജിജ്ഞാസുക്കളായ ഏതാണ്ട് ഇരുന്നൂറോളം പേർ അദ്ദേഹത്തെ പിന്തുടർന്നു. പ്രസിദ്ധനായ ഒരു മജിസ്ട്രേറ്റ് ഈ കൊടുങ്കാറ്റിൽ എന്താണ് ചെയ്യാൻ പോകുന്നത്? കടമകൾ മറന്ന്, അദ്ദേഹത്തിന്റെ പദവിക്ക് അയോഗ്യമായ എന്തെ ങ്കിലും വിനോദമാണോ ലക്ഷ്യം? അല്ലേയല്ല! മനുഷ്യൻ ഇതുവരെ ചെയ്യാത്തൊരു കാര്യം ഡി റോമസ് പരീക്ഷിച്ചു നോക്കാൻ പോവുക യായിരുന്നു: മേഘങ്ങളുടെ ആഴങ്ങളിൽ ഇടിവെട്ടിച്ച് ആകാശത്തുനിന്നു തീ ആവാഹിച്ച് കൊണ്ടുവരുവാൻ ആണ് ശ്രമം!"

"പട്ടം പറത്തി അതിന്റെ ചരടിൽ കൂടി ഇടിവെട്ട് പരീക്ഷകന്റെ അടുത്തെത്തിക്കുന്ന വിദ്യ നിങ്ങൾക്ക് അപരിചിതമായിരിക്കില്ല. ഇവിടെ, ഇദ്ദേഹത്തിന്റെചാക്കുചരടിൽ ഉടനീളം ചെമ്പ് കമ്പി ഉണ്ടായിരുന്നു എന്ന് മാത്രം. അദ്ദേഹം തന്റെ കടലാസുകെട്ട് കാറ്റിൽ വിതറിയപ്പോൾ അത് ഇരുനൂറ് മീറ്ററോളം ഉയരത്തിലേക്ക് പറന്നുചെന്ന് കാറ്റിന്റെ ഗതി കാണിച്ചുകൊടുത്തു. ചരടിന്റെ കീഴറ്റത്ത് ഒരു പട്ടുനൂൽ ഘടിപ്പിച്ചിരുന്നു. ആ പട്ടുനൂൽ മഴ നനയാതെ ഒരു വീടിന്റെ വരാന്തയിൽ കെട്ടിയിട്ടു. മറ്റൊരു വടിയുടെ അറ്റത്ത് ഒരു തകരത്തിന്റെകുഴൽ കെട്ടി ഇട്ടു. അതിന്റെ മറ്റേ തുമ്പത്ത് ഒരു നീണ്ട ഗ്ലാസ്സ് കുഴൽ പിടിപോലെ അദ്ദേഹം ഘടിപ്പിച്ചു. ആ പിടിയിൽ പിടിച്ചുകൊണ്ടാണ് അദ്ദേഹം മേഘങ്ങളിൽ നിന്ന് വിദ്യുച്ഛക്തി ഉണ്ടാക്കിയത്. വിദ്യുച്ഛക്തി പട്ടത്തിൽ കെട്ടിയ ചെമ്പുകമ്പിയിൽ കൂടി കടന്ന് തകരക്കുഴലിൽ എത്തിച്ചേർന്നു. പട്ടുനൂലും ഗ്ലാസ്സ് പിടിയും, ഇടിവെട്ട് ഭൂമിയിലോ പോളങ്കിളിന്റെ കയ്യിലോ തട്ടാതെ സംരക്ഷിച്ചു. കാരണം, ഇവ വിദ്യുച്ഛക്തി കടത്തിവിടാത്ത വസ്തുക്കളാണ്.

നേരെമറിച്ച്, ലോഹങ്ങൾ വിദ്യുച്ഛക്തി കടത്തിവിടും."

"ഇത്തരത്തിലുള്ള ലളിതമായ ഒരു ഉപകരണം വെച്ചാണ് ഡി റോമസ് തന്റെ ശാസ്ത്രസംബന്ധമായ ദൃഢവിശ്വാസം തെളിയിച്ചത്. സാധാരണ ഗതിയിൽ, കുട്ടികളുടെ കളിസാധനം പോലെ ഉള്ള ഇത്തരത്തിലൊന്ന് കാറ്റത്തിട്ട് എന്ത് തെളിയിക്കുവാനാണ്? അതുപയോഗിച്ച് ഇടിവെട്ടിന്റെ ഗതി തിരിച്ചുവിട്ട് അതിനെ നമ്മുടെ ആവശ്യപ്രകാരം ഉപയോഗിക്കുവാൻ സാധിക്കുമെന്ന് പറഞ്ഞാൽ, ആരായാലും മണ്ടത്തരം എന്നേ പറയൂ. എന്നാൽ, നേരാകിലെ വിദ്വാൻ തന്റെ ആശയം സത്യമെന്ന്

തെളിയിക്കുന്നതിന്, നൂറുകണക്കിന് ആളുകളുടെ മുൻപിൽ പരീക്ഷണം നടത്തി കാണിക്കുവാൻ ധൈര്യപ്പെട്ടു. മറ്റുള്ളവർക്ക് അതിന്റെ വിജയ സാദ്ധ്യത സംശയാസ്പദമായിരുന്നെങ്കിലും, അദ്ദേഹം തന്റെ അഭിമാനം പണയപ്പെടുത്തുവാൻ ഉള്ള ആർജ്ജവം കാണിച്ചു, വിജയിക്കുകയും ചെയ്തു. ദൃഢവിശ്വാസം പ്രതിസന്ധികളെ തരണം ചെയ്യുന്നു."

"കൊടുങ്കാറ്റിന് മുന്നോടി ആയി മേഘങ്ങൾ പട്ടത്തിനു അരികിലേക്ക്

നീങ്ങിയപ്പോൾ ഡി റോമാസിന്റെ ഉദ്ദീപനസാധനമായ വടി അദ്ദേഹം ചരടിന്റെ തുമ്പത്ത് കെട്ടി ഇട്ടിരുന്ന തകരക്കുഴലിന്റെ അരികിൽ കൊണ്ടുവന്നു. പെട്ടെന്ന് അവിടെ കൊള്ളിയാൻ മിന്നി മറഞ്ഞു."

"ഇതുതന്നെയാണ് ഇന്നലെ വൈകുന്നേരം നമ്മൾ നല്ലപോലെ ഉരച്ച ഒരു തുണ്ട് കടലാസ്സിനരികിൽ താക്കോൽ കാണിച്ചപ്പോൾ സംഭവിച്ചത്," ജൂൾസ് പറഞ്ഞു.

"പൂച്ചരോമം തടവിയപ്പോഴും അത് തന്നെയാണ് ഉണ്ടായത്." "ശരിയാണ്. ഇതെല്ലാം വൈദ്യുതി തന്നെയാണ്. നമുക്ക് ഇപ്പോൾ ഡി. റൊമാൻസിലേക്ക് തിരിച്ചുപോകാം. പട്ടത്തിന്റെ ചരടിൽ ചെറിയതോതിൽ വിദ്യുച്ഛക്തി ഉണ്ടാകുന്നത് നിങ്ങൾ കണ്ടു. അതിന്റെ ശക്തി തുലോം

ദുർബ്ബലമായതുകൊണ്ട് അതിൽനിന്നു അപകടം ഉണ്ടാകുകയില്ല; അതുകൊണ്ട് ഡി. റൊമാൻസ് ഭയമില്ലാതെ കൈകൊണ്ട് അതിനെ കൈകാര്യം ചെയ്തു. ഓരോതവണ വിരലുകൾ ലോഹക്കുഴലിന്റെ അരികിൽ കൊണ്ടുവന്നപ്പോഴും, അദ്ദേഹത്തിന് ചെറിയ ഷോക്ക് അനുഭവപ്പെട്ടു. ചുറ്റും കൂടിയിരുന്നവർ അദ്ദേഹത്തിന്റെ നിർഭയത്വത്തിൽ

നിന്ന് ഉത്തേജനം കൈക്കൊണ്ട് അദ്ദേഹത്തെ അനുകരിച്ചു. സ്വർഗ്ഗലോകത്തെ തീനാളം ആവാഹിച്ച ലോഹക്കുഴൽ വിരലുകൾ കൊണ്ട് പിടിക്കുവാൻ അവർ മത്സരിച്ചു. അങ്ങിനെ അവർ കളിച്ചുകൊണ്ടിരുന്നപ്പോൾ, പെട്ടെന്ന് ശക്തിയായ ഒരു മിന്നൽപ്പിണർ ഉണ്ടാവുകയും ഡി. റൊമാൻസ് തെറിച്ചു വീഴുകയും ചെയ്തു. അവർ അപകടം മനസ്സിലാക്കി. ഓരോ നിമിഷവും കൊടുംകാറ്റ് ശക്തി കൂടി വരികയാണ്, കറുത്ത മേഘം പട്ടത്തിനുമുകളിൽ ഘനീഭവിച്ചു".

"ഡി. റൊമാൻസ് ഗൗരവഭാവം കൈക്കൊണ്ടുകൊണ്ട് എല്ലാർവരോടും മാറിനിൽക്കുവാൻ പറഞ്ഞു. ഭയം കീഴടക്കി തുടങ്ങിയ അവരുടെ നടുവിൽ, തന്റെ പരീക്ഷണ സാമഗ്രിയുടെ അടുത്ത്, ഏകനായി അദ്ദേഹം നിലകൊണ്ടു. വടിയിൽ ഘടിപ്പിച്ച ഗ്ലാസ്സ് പിടി ഉപയോഗിച്ച് ലോഹക്കുഴലിൽ നിന്ന് ഒരാളിനെ വലിച്ചെറിയുവാൻ ശക്തിയുള്ള തീപ്പൊരികളും, തുടർന്ന് പാമ്പുകളെ പോലെ വളഞ്ഞു പുളഞ്ഞ തീനാടകളും അദ്ദേഹം വലിച്ചെടുത്തു. ഈ നാടകൾ രണ്ട് മൂന്ന് മീറ്ററുകളോളം ഉയരത്തിൽ വളർന്നു. അത്ര ശക്തിമത്തായ തീ നാമ്പുകൾ അപകടകാരികളാണ്.

ആളെകൊല്ലുവാൻ അത് മതി. ഡി. റൊമാൻസിന് ചുറ്റും കൂടിനിന്നവരെക്കുറിച്ചുള്ള ആകാംക്ഷ കൂടി വരുന്നുണ്ടായിരുന്നു. അദ്ദേഹം അവരോടു കുറച്ചുകൂടി അകന്നു നിലക്കുവാൻ നിർദ്ദേശിച്ചു. കൊടിയ അപകടം തൊട്ട് മുൻപിൽ വന്നു നിന്നപ്പോഴും അദ്ദേഹം ശാന്തനായി തന്റെപരീക്ഷണങ്ങൾ തുടരുകയായിരുന്നു. അദ്ദേഹത്തിന് ചുറ്റും ചൂളക്കുഴലിന്റെ സ്ഫോടന ശബ്ദം; വായുവിൽ എന്തോ കത്തുന്ന മണം; പട്ടത്തിന്റെ ചരടിൽ വെളിച്ചത്തിന്റെ തിളങ്ങുന്ന ആവരണം; ആകാശവും ഭൂമിയും

തമ്മിൽ ഘടിപ്പിക്കുന്ന തീ നാടകൾ. സന്ദർഭവശാൽ മണ്ണിൽ കിടന്നിരുന്ന മൂന്ന് നീണ്ട സ്ട്രോ, വായുവിൽ പൊങ്ങി, ചരടിനോടടുത്തു, താഴെ വീണു, വീണ്ടും പൊങ്ങി, ഇങ്ങിനെ കാണികളെ അത്ഭുതപ്പെടുത്തിക്കൊണ്ട് തുള്ളിക്കളിച്ചു."

"ഇന്നലെ വൈകീട്ട് തൂവലും കടലാസുതുണ്ടുകളും വൈദ്യുതീകരിച്ച കടലാസ്സിലിനും മേശക്കും ഇടക്ക് ചാടിക്കളിച്ചത് അതുപോലെയാണ്," ക്ലയർ പറഞ്ഞു. "അതാണ് പോളമ്മാവൻ പറഞ്ഞത്. നമ്മൾ തിരുമ്മിയ കടലാസ്സ് തുണ്ട് ചെറിയതോതിലാണെങ്കിലും ഇടിവെട്ടിന്റെ എല്ലാ സ്വഭാവവും കാണിക്കും."

"ഞാൻ പറഞ്ഞത് നിങ്ങൾക്ക് മനസ്സിലാകുന്നുണ്ട് എന്ന് കണ്ടതിൽ എനിക്ക് സന്തോഷമുണ്ട്. അതേ. ഇടിവെട്ടും നമ്മൾ ഉണ്ടാക്കിയ വിദ്യുച്ഛക്തിയും തമ്മിൽ ബന്ധമുണ്ട്. ആ ബന്ധം തെളിയിക്കുവാനാണ് ഡിറൊമാൻസ് അപകടകരമായ പരീക്ഷണം നടത്തിയത്. അപകടം എന്താണെന്ന് നിങ്ങൾ കണ്ടുവല്ലോ. അദ്ദേഹം സ്ട്രോ തുള്ളിക്കളിക്കുന്ന പരീക്ഷണം കാണിച്ചുകൊണ്ടിരുന്നപ്പോൾ പെട്ടെന്ന് ആകാശം പിളർക്കുന്ന വലിയൊരു ഇടി വെട്ടി. ഭൂമിയിൽ വലിയൊരു കുഴി ഉണ്ടാക്കിക്കൊണ്ട് പൊടിപടലം അവിടെയാകെ നിറഞ്ഞു. എല്ലാർവരും പേടിച്ചു പോയി."

"അയ്യോ! ദൈവമേ! റൊമാൻസ് മരിച്ചോ?" ക്ലെയർ നിലവിളിച്ചുകൊണ്ട് ചോദിച്ചു.

"ഇല്ല. തന്റെ പരീക്ഷണം വിജയിച്ചതിൽ അദ്ദേഹം സന്തോഷവാനാവുകയാണ് ചെയ്തത്. മേഘങ്ങളിൽ നിന്ന് ഇടിവെട്ടിനെ പരീക്ഷകന്റെ അടുത്തെത്തിക്കുവാൻ സാധിക്കും എന്നും, ഇടിവെട്ടിന് കാരണം വിദ്യുച്ഛക്തി ആണ് എന്നും അദ്ദേഹം തെളിയിച്ചു. അത് ഒരു നിസ്സാരകാര്യമല്ല. അതിൽനിന്നാണ് ഇടിവെട്ടിൽ നിന്ന് രക്ഷപ്പെടുവാനായി കെട്ടിടങ്ങളുടെ മുകളിൽ വെക്കുന്ന ലോഹദണ്ഡുകണ്ടുപിടിച്ചത്. കണ്ടക്റ്റർ എന്നാണ് അതിന്റെ പേര്."

"ഇത്ര വലിയൊരു കണ്ടുപിടുത്തം നടത്തിയതിന് അദ്ദേഹത്തെ ധാരാളം സമ്മാനങ്ങളും മറ്റും കൊടുത്തു ലോകം ആദരിച്ചു കാണുമല്ലോ," ക്ലെയർ ചോദിച്ചു.

"കഷ്ടം എന്നല്ലാതെ എന്ത് പറയാൻ! കാര്യങ്ങൾ നാം കരുതുന്നതുപോലെ അല്ല പലപ്പോഴും നടക്കുന്നത്. സത്യത്തിന്റെ വഴി സുഗമമല്ല. അതിന് നൂറു പ്രതിസന്ധികൾ മറികടന്നുവേണം ലക്ഷ്യം കാണാൻ. ചിലപ്പോൾ ആ പ്രതികൂല സാഹചര്യങ്ങളിൽ നിന്ന് ചിലർ

കരകയറുകയില്ല. ഡി. റൊമാൻസിന് തന്റെ പരീക്ഷണം ബോർഡെക്സിൽ ആവർത്തിക്കണമെന്ന് ആഗ്രഹമുണ്ടായിരുന്നു. എന്നാൽ ആളുകൾ അദ്ദേഹത്തെ കല്ലെറിഞ്ഞ് ഓടിക്കുകയാണ് ചെയ്തത്. ഇടിവെട്ട് ആവാഹിക്കുന്ന അദ്ദേഹം, ക്ഷുദ്രോത്രം ചെയ്യുന്ന അപകടകാരിയായ മന്ത്രവാദി ആയിട്ടാണ് ആളുകൾ കണക്കാക്കിയത്. അദ്ദേഹത്തിന് പ്രാണരക്ഷാർത്ഥം ഓടി രക്ഷപ്പെടേണ്ടി വന്നു."

"ഡി. റൊമാൻസിന് കുറച്ചുകാലം മുൻപ്, വടക്കേ അമേരിക്കയിൽ, ബെഞ്ചമിൻ ഫ്രാങ്കളിൻ എന്ന ഒരു ശാസ്ത്രജ്ഞൻ ഇതുപോലെ ഒരു പരീക്ഷണം നടത്തുകയുണ്ടായി. അദ്ദേഹം ദരിദ്രനായ ഒരു സോപ്പ് നിർമ്മാതാവിന്റെ മകനായിരുന്നു. വീട്ടിലിരുന്ന് എഴുത്തും വായനയും പഠിക്കുവാനുള്ള സാമ്പത്തിക സ്ഥിതി മാത്രമേ അദ്ദേഹത്തിന് ഉണ്ടായിരുന്നുള്ളൂ. എന്നിട്ടും അദ്ദേഹം അക്കാലത്തെ ഏറ്റവും പ്രസിദ്ധനായ ആളായി തീർന്നു. 1752 ൽ കൊടുങ്കാറ്റുള്ള ഒരു ദിവസം, അദ്ദേഹം തന്റെ മകനെയും കൂട്ടി ഒരു പട്ടവും എടുത്ത് ഫിലഡൽഫിയയിൽ ഒരു ഗ്രാമത്തിലേക്ക് പോയി. പട്ടത്തിന്റെ നാലു മൂലയും ഗ്ലാസ്സ് കുഴലുകളുമായി ഘടിപ്പിച്ചിരുന്നു. അതിന് കമ്പി കൊണ്ടുണ്ടാക്കിയ ഒരു വാലും വെച്ചുകൊടുത്തു. പട്ടം അദ്ദേഹം കാറ്റിലേക്ക് വലിച്ചെറിഞ്ഞു. ആദ്യം ഒന്നും സംഭവിച്ചില്ല. ചരടിൽ വിദ്യുച്ഛക്തിയുടെ ഒരു ലക്ഷണവും കണ്ടില്ല. മഴ വന്നു. ചരട് നനഞ്ഞപ്പോൾ വിദ്യുച്ഛക്തിയുടെ സാമീപ്യം അവിടെ ഉണ്ടായി. അദ്ദേഹം ആനന്ദത്താൽ മതിമറന്ന്, അപകടം വകവെക്കാതെ കൈവിരലുകൾക്കുള്ളിൽ തീപ്പൊരികൾ ആവാഹിക്കുകയും ആ തീപ്പൊരികളുടെ കാഠിന്യം അദ്ദേഹത്തിന്റെ എല്ലാ സഹസികതയ്ക്കും തീകൊളുത്തുകയും ചെയ്തു."

അദ്ധ്യായം 39

ഇടിവെട്ടും ലോഹദണ്ഡും

"ഫ്രാങ്ക്ളിനും ഡി. റൊമാൻസും മറ്റ് പലരും തങ്ങളുടെ സമർത്ഥമായ പരീക്ഷണങ്ങൾ വഴി ഇടി മിന്നലിന്റെ അടിസ്ഥാന സ്വഭാവം എന്തെന്ന് നമുക്ക് കാണിച്ചുതന്നിട്ടുണ്ട്. അതിന്റെ ശക്തി ദുർബ്ബലമാണെങ്കിൽ അപകടം വരുത്താതെ അത് പരീക്ഷകന്റെ വിരലുകളിൽ പൊടിയുന്ന ശബ്ദവും മിന്നലുമായി പ്രത്യക്ഷപ്പെടും. അതോടൊപ്പം പരിസരത്തുള്ള ഘനം കുറഞ്ഞ വസ്തുക്കളെ അതിലേക്ക് ആകർഷിക്കും. അതുകൊണ്ടാണ് ഡി. റൊമാൻസിന്റെ പരീക്ഷണത്തിൽ പട്ടച്ചരടിലേക്ക് സ്ട്രോ ആകർഷിക്കപ്പെട്ടത്; നമ്മുടെ പരീക്ഷണത്തിൽ സീലിങ് വാക്സും ഉരച്ച കടലാസ് തുണ്ടും ഘനം കുറഞ്ഞ തുവലിനെ ആകർഷിച്ചല്ലൊ. ചുരുക്കത്തിൽ, ഇടിവെട്ടിന് കാരണം വിദ്യുച്ഛക്തിയാണ് എന്ന് ഇത് നമ്മെ പഠിപ്പിച്ചു."

"എല്ലാ വസ്തുവിലും തുല്യ അളവിൽ രണ്ട് തരം വിദ്യുച്ഛക്തി അടങ്ങിയിട്ടുണ്ട്. അത് രണ്ടും ഒന്നിച്ചായിരിക്കുന്ന അവസ്ഥയിൽ അതിന്റെ സാന്നിദ്ധ്യം ആർക്കും അനുഭവപ്പെടുകയില്ല. എന്നാൽ ഇവയെ വേർപ്പെടുത്തിയാൽ അവ എല്ലാപ്രതിസന്ധികളെയും മറികടന്ന്, പരസ്പ്പരം അന്വേഷിച്ച്, പൊട്ടിത്തെറികളും മിന്നൽപിണരുകളും സൃഷ്ടിച്ചു കൊണ്ട് പരക്കം പായും. ഒന്നിച്ചായാൽ അത് തിരിച്ചറിയാത്ത വിധം വീണ്ടും ശാന്തമാകും. രണ്ട് തരം വിദ്യുച്ഛക്തികളും പരസ്പരം പൂരകങ്ങളായും സമതുലിതങ്ങളായിക്കൊണ്ടും ആണ് വർത്തിക്കുന്നത്. ഒന്നിച്ച്, ശാന്തമായിരിക്കുമ്പോൾ അതിനെ ന്യൂട്രൽ ഇലക്ട്രിസിറ്റി എന്ന് വിളിക്കുന്നു. ഒരു

വസ്തുവിനെ വൈദ്യുതീകരിക്കുക എന്നുവെച്ചാൽ, അതിലെ വൈദ്യുതിയുടെ സ്വാഭാവിക ഘടകങ്ങളെ വേർതിരിക്കുക എന്നാണ് അർത്ഥം.

വിച്ഛേദിക്കുമ്പോൾ ഒന്നിച്ചുചേരാനുള്ള അതിന്റെ വാഞ്ഛ അക്രമാസക്തമായ രീതിയിൽ പുറത്തുവരും. കുട്ടിത്തിരുമ്മി പുറത്തുകൊണ്ടുവന്ന വൈദ്യുതി ഒരു രീതി മാത്രമാണ്. ഒന്നിൽ ആന്തരികമായുള്ള സ്വഭാവത്തിൽ മാറ്റം വരുത്തുമ്പോൾ രണ്ട് തരത്തിലുമുള്ള വൈദ്യുതി ഉണ്ടാകുന്നു. വെള്ളം സൂര്യ താപത്താൽ നീരാവിയായി മാറുമ്പോൾ ഉണ്ടാകുന്ന മേഘം വൈദ്യുതീകരിക്കപ്പെട്ടതാണ്. "വ്യത്യസ്തമായി വൈദ്യുതീകരിച്ച രണ്ട് മേഘങ്ങൾ തമ്മിലടുക്കുമ്പോൾ, അവയുടെ വിഘടന വൈദ്യുതികൾ ഒന്നിച്ചു ചേരുവാൻ വേണ്ടി തമ്മിലടുക്കുന്നു. അപ്പോഴാണ് മിന്നലോടുകൂടി ഇടിവെട്ടുന്നത്. അപ്പോൾ ഒരു തരത്തിൽ

വൈദ്യുതീകരിച്ച മേഘങ്ങളിൽ നിന്ന് പുറപ്പെട്ട വൈദ്യുതി, വേറെ തരത്തിൽ വൈദ്യുതീകരിച്ച മണ്ണിലെ ഒരു ബിന്ദുവിൽ എത്തിച്ചേരുന്നു. "സാധാരണയായി പെട്ടെന്ന് ഉണ്ടാകുന്ന ഇടിമിന്നലും തുടർന്നുള്ള പൊട്ടിത്തെറിക്കുന്ന ശബ്ദവും കാരണമാണ് ഇടി വെട്ടി എന്ന് നമ്മൾ അറിയുന്നത്. കൊടുംകാറ്റിന്റെനടുവിൽ ഭയമില്ലാതെ മേഘപാളികളിലേക്ക് ഉറ്റു നോക്കിക്കൊണ്ടിരുന്നാലെ ഇടിവെട്ട് കാണുവാൻ സാധിക്കൂ. ഒറ്റക്കോ ശാഖകളോടുകൂടിയോ ഉള്ള മിന്നൽ പിണരുകൾ ഇടതടവില്ലാതെ ആകാശത്ത് മിന്നിപ്പൊലിയുന്നത് അപ്പോൾ കാണാം. ചുട്ടുപഴുത്ത ചൂളയിലെ തീയിനുപോലും ഇത്രക്ക് പ്രകാശമുണ്ടാകില്ല."

"കൊടുങ്കാറ്റുണ്ടായ ദിവസം പൈൻ മരത്തിൽ ഇടിവെട്ട് കൊള്ളുന്നത് ഞാൻ കണ്ടു. ഒരു നിമിഷത്തേക്ക് ഞാൻ അന്ധയായി പോയി. അത്ര രൂക്ഷമായിരുന്നു അതിന്റെ വെളിച്ചം," ജൂൾസ് പറഞ്ഞു.

"അടുത്ത പ്രാവശ്യം ഇടിവെട്ടുമ്പോൾ ഞാൻ മിന്നല്പിണറുകൾ കാണും. പക്ഷേ, പോളമ്മാവൻ അടുത്തുവേണം. തന്നെ നിന്ന് ഇടിവെട്ട് നോക്കാൻ എനിക്ക് പേടിയാണ്," എമിൽ പറഞ്ഞു. "ഞാനും," ക്ലയർ പറഞ്ഞു. "പോളമ്മാവനുണ്ടെങ്കിൽ എനിക്കുംപേടിയില്ല." "ഞാനുണ്ടാകും, കുട്ടികളെ. എന്റെ സാമീപ്യം നിങ്ങൾക്ക് ആകാശത്ത് തീപിടിക്കുന്നതു കാണുവാൻ ഉള്ള ധൈര്യം തരുമെങ്കിൽ തീർച്ചയായും ഞാൻ അവിടെ ഉണ്ടാകും. എന്നാലും, ആകാശം വൈദ്യുതിപ്പിണറുകൾ പായിച്ച് ഇടിമുഴക്കം സൃഷ്ടിക്കുമ്പോൾ ദൈവത്തിന്റെ അജയ്യ ശക്തിയെക്കുറിച്ച് നാം വീണ്ടും വീണ്ടും ഓർമ്മിക്കും."

"ഭയം ഘനീഭവിച്ച നിങ്ങളുടെ മനസ്സുകളിൽ കൃതജ്ഞത ആവിർഭവിക്കുവാൻ പ്രയാസമായിരിക്കും. ഈ നിമിഷം, ഇടിമിന്നലിന്റെ ക്ഷണപ്രഭയിൽ, ക്ഷോഭ ജനകമായ പേമാരിയിൽ, ഇടിവെട്ടിൽ, ഇടവിടാതെ വീശിയടിക്കുന്ന കൊടുംകാറ്റിൽ, ദൈവത്തിന്റെ അദൃശ്യ കരങ്ങൾ

പ്രവർത്തിക്കുന്നുണ്ട്. ഇടിവെട്ട്, വാസ്തവത്തിൽ, മരണത്തെക്കാൾ, ജീവന് കാരണമാണ്. നാം ശ്വസിക്കുന്ന വായുവിലെ രോഗാണുക്കളെ ഇല്ലായ്മ ചെയ്യുന്നതിൽ ഇടിവെട്ടിന് വലിയൊരു പങ്കുണ്ട്. നമ്മൾ മുറികളിലെ വായു ശുദ്ധീകരിക്കുവാൻ സാമ്പ്രാണിയും മറ്റും കത്തിക്കാറുണ്ട ല്ലോ. അതുപോലെ, ഇടിവെട്ട് നമ്മുടെ ചുറ്റുമുള്ള വായുവിനെ അഗ്നിശുദ്ധി വരുത്തുന്നു. നമ്മളെ ഞെട്ടിക്കുന്ന, ഭയപ്പെടുത്തുന്ന ഓരോ ഇടിമിന്നലും സത്യത്തിൽ നമ്മുടെ സൗഖ്യം വാഗ്ദാനം ചെയ്യുന്നു. ഓരോ ഇടിവെട്ടും നാം ജീവിക്കുന്ന ഗ്രഹത്തിന്റെ പരിസ്ഥിതിശുദ്ധീകരണം നടത്തുന്നുണ്ട്. മഴയും ഇടിവെട്ടും നിലക്കുമ്പോൾ വായു മലിനവിമുക്തമായി, എത്ര ശുദ്ധമായിട്ടാണ് നമുക്ക് അനുഭവപ്പെടാറുള്ളത്. നമ്മുടെ ശ്വാസത്തിന് പുതുജീവൻ കൈവരുന്നില്ലേ? അതുകൊണ്ട്, ഭയപ്പാടുകൾ മറന്ന്, ഇടി വെട്ടിനെയും ഇടിമിന്നലിനെയും ദൈവത്തിന്റെ വരദാനമായി കണ്ട് നമുക്ക് ആ ശക്തിക്ക് സ്തുതിപറയാം."

"ഇങ്ങിനെയൊക്കെ ആണെങ്കിലും ഇടക്കെല്ലാം സംഭവിക്കുന്ന അപകടങ്ങൾ കാരണം നാം ഇതിന്റെ ഗുണങ്ങൾ എല്ലാം മറക്കുക യാണ് ചെയ്യുന്നത്. ദൈവഭയം മറ്റെല്ലാ ഭയങ്ങളെയും ഇല്ലായ്മ ചെയ്യു കയാണ് വേണ്ടത്. നമുക്ക് ശാന്തരായി, ഇടിവെട്ടിനോടുള്ള മനുഷ്യന്റെ ഭയം അപഗ്രഥിക്കാം. ഇടിവെട്ട് ഭൂമിയിലെ ഏറ്റവും ഭേദിക്കപ്പെടുവാൻ സാധ്യതയുള്ള ദുർബ്ബലമായ സ്ഥലത്തായിരിക്കും വന്നു പതിക്കുക. കാരണം, അവിടെയാണ് കനത്ത മേഘത്താൽ ആകർഷിക്കപ്പെട്ട്

വൈരുദ്ധ്യ വിദ്യുച്ഛക്തി, തന്നെ തേടുന്ന എതിർ ശക്തിയോട് കൂടി ച്ചേരുവാൻ തയ്യാറായി നിൽക്കുന്നത്."

"അപ്പോൾ, വിപരീത വൈദ്യുതികൾ ഒന്നായിത്തീരുവാൻ എപ്പോഴും

ശ്രമിച്ചുകൊണ്ടിരിക്കും, അല്ലേ?" കാര്യങ്ങൾ മനസ്സിലുറപ്പി ക്കുവാനുള്ള

തയ്യാറെടുപ്പിലായിരുന്നു ക്ലയർ. "മണ്ണിലുള്ള വൈദ്യുതി മേഘങ്ങളി ലെത്തുവാനുള്ള ശ്രമത്തിൽ ആ പ്രദേശത്തെ ഏറ്റവും ഉയരം കൂടിയ മരത്തിന്റെ മുകളിലെത്തുന്നു. മേഘങ്ങളിലുള്ള വൈദ്യുതിയാകട്ടെ, ശീഘ്ര ഗതിയിൽ താഴെ, മരത്തിന് മുകളിൽ എത്തുന്നു. തമ്മിൽ ആകൃഷ്ടരായ, എന്നാൽ ഒത്തു ചേരുവാൻ തുറന്ന ഇടമില്ലാത്ത ഈ രണ്ട് വൈദ്യുതിയും കൂട്ടിമുട്ടുന്നത് അപ്പോഴാണ്. അതോടെ തീ ഉണ്ടാകുന്നു. ഇങ്ങിനെയ ല്ലേ, പോളങ്കിൾ?" "എന്റെ കുട്ടി, ഇതിലും നന്നായി എനിക്കും കൂടി പറയാൻകഴിയില്ല. അതേ, ഈ കാരണം കൊണ്ടാണ് പൊക്കമുള്ള കെട്ടിടങ്ങളും, ടവറുകളും, മരങ്ങളും എല്ലാം ഇടിവെട്ടുന്ന സമയത്ത്

അപകടകാരികളാണ് എന്ന് പറയുന്നത്. ഇടി വെട്ടുന്ന സമയത്ത് മരത്തിന് ചുവട്ടിൽ അഭയം തേടരുത്. പ്രത്യേകിച്ചും ഒറ്റക്ക് നിൽക്കുന്ന ഉയരം കൂടിയ മരത്തിന് ചുവട്ടിൽ. താഴെ ഭൂമിയിൽ നിന്നുള്ള വൈദ്യുതി അവിടെയാണ് അടിഞ്ഞു കൂടിയിട്ടുണ്ടാവുക. അതിലേക്ക് ആകൃഷ്ടമായി ആകാശത്തെ വൈദ്യുതി കുതിച്ചെത്തും. എല്ലാ വർഷക്കാലത്തും ഇടിവെട്ട് കൊണ്ട് മരണപ്പെട്ടു എന്ന് നാം കേൾക്കുന്ന മിക്കവാറും എല്ലാർവരും ഉയരമുള്ള മരങ്ങളുടെ ചുവട്ടിൽ അഭയം തേടിയവരായി രിക്കും."

"അമ്മാവന് ഇക്കാര്യം അറിയില്ലായിരുന്നെങ്കിൽ, കൊടുങ്കാറ്റിന്റെ അന്ന് നമ്മൾ ഞാൻ പറഞ്ഞതുപോലെ പൈൻ മരത്തിന് ചുവട്ടിൽ നിന്ന് മരിച്ചു പോയേനെ."

"ഇടിവെട്ട് മരത്തിനെ കത്തിക്കുന്നതിനോടൊപ്പം നമ്മളിലും എത്തി ച്ചേരുമായിരുന്നോ എന്ന് തീർച്ചയില്ല. നമ്മുടെ അറിവില്ലായ്മ കൊണ്ട് അപകടം വരുത്തി വെച്ചിട്ട് ദൈവത്തിനെ പഴിചാരുന്നതിൽ അർത്ഥ മില്ല. സ്വയം ശ്രമിക്കുന്നവനെയേ ദൈവം രക്ഷിക്കൂ. നമ്മൾ അപകടം പതിയിരിക്കുന്ന മരത്തിൽ നിന്ന് ഓടിപ്പോയപ്പോൾ സുരക്ഷിതരായി വീട്ടിലെത്തി. എപ്പോഴും അപകടങ്ങളിൽ നിന്ന് രക്ഷപ്പെടണമെങ്കിൽ നിങ്ങൾക്ക് അറിവ് ഉണ്ടായിരിക്കണം എന്ന് ഓർത്തോളൂ. ചിലർ പറയും ഇടിവെട്ട് ഉള്ള സമയത്ത് ഓടരുത്, കതകും ജനാലയും വലിച്ചടക്ക രുത്, ഇത് വായുവിന്റെ ഗതിയിൽ തടസ്സം സൃഷ്ടിക്കും, മിന്നലേൽക്കും, എന്നെല്ലാം. ആ പറയുന്നതിൽ കഴമ്പില്ല. കാറ്റിന്റെ ഗതിക്കനുസരിച്ചല്ല

ഇടിമിന്നൽ വരുന്നത്. വേഗത്തിലോടുന്ന തീവണ്ടി വായുവിനെ അതിവേഗത്തിലല്ലേ സ്ഥാനഭ്രംശം ചെയ്യുന്നത്. പക്ഷേ, അനങ്ങാതെ നിൽക്കുന്ന ഏതൊരു വസ്തുവിലും പോലെ മാത്രമേ ഓടുന്ന തീവണ്ടിയി ലും ഇടിവെട്ട് കൊള്ളുവാൻ സാദ്ധ്യതയുള്ളൂ."

"ഇടിവെട്ടുമ്പോൾ എംബ്രോയിസിനിയമ്മ തിരക്കിട്ട് വാതിലും ജനലും അടയ്ക്കുന്നത് കാണാം,"എമിൽ പറഞ്ഞു.

"എംബ്രോയിസിനിയമ്മയും മറ്റെല്ലാർവരെയും പോലെയാണ്. പേടിപ്പിക്കുന്നതൊന്നും നമ്മുടെ കണ്ണിൽ പെട്ടില്ലെങ്കിൽ എല്ലാം സുര ക്ഷിതമായി എന്നാണ് അവരുടെ വിശ്വാസം. കതകടച്ചാൽ ഇടിവെട്ട് കേൾക്കേണ്ട,

ഇടി മിന്നൽ കാണേണ്ട, പക്ഷേ അത് നമ്മെ തരിമ്പും സുരക്ഷിത രാക്കുന്നില്ല."

"അപ്പോൾ പിന്നെ നമ്മൾ എന്ത് ചെയ്യണം?" ജൂൾസിന് അറിഞ്ഞേ തീരൂ.

"സാധാരണ ഗതിയിൽ ഒന്നും ചെയ്യുവാനില്ല. ദൈവത്തെ ഉറച്ച് വിശ്വസിക്കുക, അത്ര തന്നെ.

"ഉയരം കൂടിയ കെട്ടിടങ്ങളുടെ മുകളിൽ കണ്ടക്ടർ വെക്കാറുണ്ട്. ഫ്രാങ്ക്ളിന്റെ കണ്ടുപിടുത്തമാണ് അത്. കെട്ടിടത്തിന്റെ ഏറ്റവും ഉയർന്ന സ്ഥലത്ത് ഇരുമ്പ് കൊണ്ട് തീർത്ത ഒരു നീണ്ട് കൂർത്ത ദണ്ഡ് സ്ഥാപിക്കുന്നു. ഇതാണ് കണ്ടക്ടർ. ആ ദണ്ഡിന്റെ കീഴറ്റത്ത് നിന്ന് മറ്റൊരു ഇരുമ്പ് കുഴൽ മേൽക്കൂരയിൽക്കൂടിയും ചുവരുകൾക്കുള്ളിൽക്കൂടിയും കടന്ന് ഏതെങ്കിലും നനഞ്ഞ പ്രതലത്തിൽ എത്തിക്കുന്നു. കിണറാണെങ്കിൽ അത്രയും നല്ലത്. ഇടി വെട്ടുകയാണെങ്കിൽ അത് ഏറ്റവും ഉയർന്ന് നിൽക്കുന്ന കണ്ടക്ടറായ ഇരുമ്പ് ദണ്ഡിൽ ആയിരിക്കും കൊള്ളുക. അതാണല്ലോ മേഘത്തോട് ഏറ്റവും അടുത്ത് നിൽക്കുന്നത്. മാത്രവുമല്ല, ലോഹത്തിൽ തീർത്തതായതുകൊണ്ട്, വൈദ്യുതിക്ക് കടന്നുപോകാൻ ഏറ്റവും പറ്റിയ മാധ്യമമാണത്. കൂർത്ത അറ്റം ഫലസിദ്ധിക്ക് ആക്കം കൂട്ടുന്നു. അതിൽ തട്ടുന്ന വൈദ്യുതിപ്രവാഹം ആർക്കും ഹാനി വരുത്താതെ ചുവരിൽ കൂടി ഓടുന്ന ഇരുമ്പ് കുഴലിൽ കൂടി നേരെ ഭൂമിയുടെ അടിയിലുള്ള ജലാശയത്തിലേക്ക് കടന്ന് പോകുന്നു."

അദ്ധ്യായം 40

ഇടിവെട്ടിന്റെ പ്രത്യാഘാതങ്ങൾ

വിദ്യുച്ഛക്തി കടത്തിവിടാത്ത എല്ലാത്തിനെയും, ഇടിവെട്ട് തട്ടിത്തെറിപ്പിക്കുകയും പൊട്ടിക്കുകയും ചെയ്യുന്നു. പാറകൾ വളരെ ദൂരേക്ക് പൊട്ടിച്ചിതറിക്കുന്നു; നമ്മുടെ വീടിന്റെ മേൽക്കൂരയിൽ വിള്ളലുണ്ടാക്കുന്നു മരത്തിന്റെ തടികൾ പൊളിച്ച് വിറകുകഷ്ണങ്ങളാക്കുന്നു. മതിലുകളുടെ അടിത്തറവരെ ഇളക്കുന്നു. ഭൂമിതുളച്ച് കടന്നുപോകുന്ന വഴിയിലെ മണലൽ ഉരുക്കി പല ആകൃതിയിലുമുള്ള ഗ്ലാസ്സ് കുഴലുകൾ ഉണ്ടാക്കുന്നു. ലോഹച്ചങ്ങലകൾ, കമ്പികൾ, ലോഹം പൂശിയ ചട്ടക്കൂട്ടുകൾ എന്നിവയെ ചുവപ്പിച്ച്, ഉരുക്കി, ആവിയാക്കി വൈദ്യുതിക്ക് സുഗമമായി കടന്നു പോകാനുള്ള വഴി സൃഷ്ടിക്കുന്നു. ദേഹത്തുള്ള സ്വർണ്ണ ആഭരണങ്ങളോ ഉടുപ്പിലെ ലോഹക്കുടുക്കുകളോ നാണ്യങ്ങളോ ഇടിവെട്ടി തകർന്ന് പോയിട്ടും അവ ധരിച്ചിരുന്ന ആളിന് ഒന്നും സംഭവിക്കാതിരുന്ന സന്ദർഭങ്ങളും ഉണ്ടായിട്ടുണ്ട്. കരിയിലകളും കടലാസ്സു കഷണങ്ങളും കൂട്ടിയിട്ട ഇടങ്ങളിൽ ഇടിവെട്ട് കൊണ്ട് തീപ്പിടുത്തം ഉണ്ടായിട്ടുണ്ട്. "കടലാസ്സ് തിരുമ്മി വിദ്യുച്ഛക്തി ഉണ്ടാക്കുന്ന രീതി ഞാൻ നിങ്ങൾക്ക് കാണിച്ചു തന്നല്ലോ. അത് പക്ഷേ വളരെ ദുർബ്ബലമായ വൈദ്യുതിയാണ്. അതുകൊണ്ട് സൃഷ്ടിപരമായി ഒന്നും ചെയ്യുവാൻ കഴിയില്ല. കൂടിവന്നാൽ, തൊടുന്ന സ്ഥലത്ത് ഒരു ചെറിയ സൂചിക്കുത്ത് പോലെ തോന്നുമായിരിക്കാം. എന്നാൽ ശക്തിമത്തായ ഒരു ഉപകരണം ഉപയോഗിച്ച് നിർമ്മിക്കുന്ന വൈദ്യുതി ഒരാളിന് അപകടം വരുത്തുവാൻ പര്യാപ്തമായിരിക്കും. ദേഹത്തെ സന്ധികളിൽ ഷോക്ക് അനുഭവപ്പെടുകയും അയാൾ വിറക്കുകയും മുട്ടുകൾ ദുർബ്ബലമാവുകയും ചെയ്യും. അതിനേക്കാൾ കൂടിയ ശക്തിയുള്ള വൈദ്യുതി ആണെങ്കിൽ ദേഹം മുഴുവൻ വിറകൊള്ളുകയും അവയവങ്ങൾ വേർപ്പെട്ട് പോകുന്നതായി അനുഭവപ്പെടുകയും

എടുത്തെറിഞ്ഞതുപോലെ തെറിച്ചു വീഴുകയും ചെയ്യും. കാളകളെ ഷോക്കടിപ്പിച്ചു കൊല്ലുന്ന രീതി നിലവിലുണ്ട്."

"ഇടിവെട്ടിൽനിന്നുണ്ടാകുന്ന വൈദ്യുതി മനുഷ്യ നിർമ്മിതമായതിനെക്കാൾ പതിന്മടങ്ങ് ശക്തിമത്താണ്. അത് കൊണ്ടാൽ, മനുഷ്യനാണെങ്കിലും മൃഗമാണെങ്കിലും, തെറിച്ചു വീഴുകയും ഉടനടി മരിക്കുകയും ചെയ്യാം. ചിലപ്പോൾ ദേഹത്ത് ആഴത്തിലുള്ള മുറിവുകൾ ഉണ്ടാകും, ചിലപ്പോൾ ചെറിയൊരു പോറൽ പോലും ഉണ്ടാകില്ല. മുറിവിൽ നിന്നല്ല മരണം സംഭവിക്കുന്നത്, പെട്ടെന്നുണ്ടാകുന്ന തീഷ്ണമായ ഷോക്കിൽ നിന്നാണ്. ചിലപ്പോൾ ഷോക്ക് പ്രത്യക്ഷത്തിൽ ഒരാളിനെ കൊന്നതുപോലെ തോന്നുമെങ്കിലും, അയാൾ ശരിക്കും മരിച്ചിട്ടുണ്ടാകില്ല. അയാളുടെ ശ്വാസോച്ഛ്വാസവും രക്തചംക്രമണവും തൽക്കാലത്തേക്ക് നിലച്ചു പോയതാകാം. ആ സ്ഥിതി നീണ്ടുനിന്നാൽ അയാൾ മരിച്ചു പോകും. എന്നാൽ, മുങ്ങിച്ചാകുവാൻ പോയ ഒരാളിന് എങ്ങിനെ കൃത്രിമ ശ്വാസോച്ഛ്വാസം കൊടുത്ത് ജീവൻ തിരികെ പിടിക്കുന്നുവോ, അതുപോലെ ഇടിവെട്ട് കൊണ്ട ഒരാളിനെയും ചെയ്യുവാൻ സാധിക്കും. ചിലപ്പോൾ ആയാൾക്ക് ദേഹത്തെ ഏതെങ്കിലും ഒരു ഭാഗം സ്ഥിരമായോ താൽക്കാലികമായോ തളർന്നു പോയി എന്നും വരാം."

അദ്ധ്യായം 41

മേഘങ്ങൾ

ഇടിമിന്നലിനെക്കുറിച്ചുള്ള സംസാരം മേഘങ്ങളിലേക്ക് വഴിമാറ്റുവാൻ ഇതുതന്നെയാണ് ശരിയായ സമയം എന്ന് പോളമ്മാവൻ നിശ്ചയിച്ചു. ആകാശച്ചരുവിൽ പഞ്ഞിമല പോലെ മേഘങ്ങൾ ഉരുണ്ടുകൂടിയിട്ടുണ്ട്. കണ്ണിന് കുളിർമ്മയേകുന്ന സ്വർഗ്ഗീയമായ കാഴ്ച.

"നിങ്ങൾക്ക് ഓർമ്മയുണ്ടോ, ശീതകാലത്ത് പുലർച്ചെ മൂടൽമഞ്ഞുവന്ന് ഇവിടെയാകെ മൂടുന്നത്? സൂര്യനോ ആകാശമോ പോയിട്ട്, രണ്ടടി മുന്നോട്ട് കൂടി കാണാൻ കഴിയില്ല!"

"ജലകണികകൾ വായുവിൽ തങ്ങി നിൽക്കുന്നത് കാണാം." ക്ലയർ പറഞ്ഞപ്പോൾ ജൂൾസ് കൂട്ടിച്ചേർത്തു, "ആ മൂടൽമഞ്ഞിൽ എമിലിന്റെ കൂടെ ഞങ്ങൾ കള്ളനും പോലീസും കളിക്കാറുണ്ട്. മുൻപിൽ ഒരു കൈ അകലത്തിൽ ഒരാൾ വന്നു നിന്നാൽ പോലും കാണാൻ കഴിയില്ല."

"മൂടൽ മഞ്ഞും മേഘവും ഒന്നാണ്. മൂടൽമഞ്ഞ് നമുക്ക് ചുറ്റും നനഞ്ഞ തണുത്ത ചാരനിറമായി പരക്കുമ്പോൾ, മേഘം നമ്മിൽ നിന്നും വളരെ അകലെ ഭംഗിയുള്ള ഒരു കാഴ്ച വസ്തുവിനെപ്പോലെ നിലകൊള്ളുന്നു. മേഘങ്ങൾ പല നിറങ്ങളിലുമുണ്ട്: ആ കാണുന്നതുപോലെ കണ്ണഞ്ചിപ്പിക്കുന്ന വെള്ള, ചുവപ്പ്, സ്വർണ്ണ നിറം, തീച്ചുവപ്പ്, ചാരനിറം, കറുപ്പ് എന്നിങ്ങനെ അടിക്കടി അത് നിറം മാറിക്കൊണ്ടിരിക്കും. സൂര്യാസ്തമയ സമയത്ത് വെള്ള മേഘങ്ങൾ ചുവപ്പായി, തിളങ്ങുന്ന മഞ്ഞകലർന്ന തീ നിറമായി, ഉരുകി ഒലിക്കുന്ന സ്വർണ്ണ വർണ്ണമായി, മെല്ലെ മങ്ങിയ ചാരനിറമായി മാറും. ഒടുക്കം സൂര്യൻ അസ്തമിച്ചു കഴിഞ്ഞാൽ നിറങ്ങൾ ഒടുങ്ങി ആകാശം ഇരുളുന്നു. ഇതെല്ലാം സൂര്യ രശ്മി ഉണ്ടാക്കുന്ന വ്യതിയാനങ്ങളാണ്. എത്ര ഭംഗിയുള്ള മേഘങ്ങൾ ആണെങ്കിലും, സത്യത്തിൽ അവ വെറും ഈർപ്പമുള്ള മൂടൽ മഞ്ഞ് മാത്രമാണ്. അടുത്ത് ചെന്നാൽ നമുക്കിത് ഉറപ്പുവരുത്തുവാൻ കഴിയും."

"നമുക്കവയുടെ അടുത്തെത്തുവാൻ പറ്റുമോ?"എമിൽ ചോദിച്ചു. "തീർച്ചയായും. ബലമുള്ള ഒരു ജോഡി കാലുകൾ മാത്രമേ അതിന് ആവശ്യമുള്ളൂ. നല്ല ഉയരമുള്ള ഒരു മലയുടെ മുകളിലേക്ക് കയറുക. അപ്പോൾ മേഘങ്ങൾ നമ്മുടെ കാൽച്ചുവട്ടിലായിരിക്കും."

"പോളമ്മാവൻ മേഘങ്ങളെ കാൽച്ചുവട്ടിൽ കണ്ടിട്ടുണ്ടോ?"

"ചിലപ്പോഴൊക്കെ."

"അതൊരു കൗതുകകരമായ കാഴ്ചയായിരിക്കുമല്ലോ."

"വാക്കുകൾ കൊണ്ട് പറഞ്ഞറിയിക്കുവാൻ പ്രയാസമുള്ള ഭംഗിയാണ് അതിന്. എന്നാൽ, ആ മേഘങ്ങൾ വന്നു നമ്മെ വലയം ചെയ്താൽ അതത്ര സുഖമായിരിക്കില്ല. നാം ഒന്നും തന്നെ പുറത്തേക്ക് കാണുകയില്ല. വഴി തെറ്റും, ആകെക്കൂടി സ്ഥലഭ്രമം സംഭവിക്കും. അടികാണാത്ത ഗർത്തങ്ങളിലേക്ക് വീഴുവാൻ ഒരടി തെറ്റിയാൽ മതി. മുന്നിൽ നടക്കുന്ന വഴികാട്ടിയെപ്പോലും കാണാൻ സാധിക്കില്ല. അത്ര കനത്തതായിരിക്കും തിരശ്ശീല പോലെ മുന്നിൽ മൂടൽമഞ്ഞ്. അതുകൊണ്ട് മലമുകളിലെ മേഘങ്ങൾ എപ്പോഴും അത്ര ആകർഷണങ്ങളായിരിക്കില്ല. നിങ്ങൾക്ക് ഒരുനാൾ അത് മനസ്സിലാകും. ഏതായാലും, ഇപ്പോൾ നമുക്ക് നമ്മുടെ മനോരഥത്തിൽ കയറി മലമുകളിലേക്ക് പോകാം. സാഹചര്യങ്ങൾ അനുകൂലമാണെങ്കിൽ ഇതാണ് നമ്മൾ കാണുക:"

"തലക്ക് മുകളിൽ, തെളിഞ്ഞ ആകാശത്ത് കത്തി നിലക്കുന്ന സൂര്യൻ. കാൽക്കീഴിൽ വെളുത്ത പഞ്ഞിക്കെട്ട് പോലെ മേഘപാളികൾ ചിതറി കിടക്കുന്നു. കാറ്റ് അവയെ പർവ്വത ശൃംഗങ്ങളിലേക്ക് അടിച്ചുകൂട്ടി കൊണ്ടുപോകുന്നു. ആരോ അദൃശ്യ കൈകൾ കൊണ്ട് തള്ളിയിട്ട വലിയ പഞ്ഞിത്തുണ്ടുകൾ പോലെ അവ മലമുകളിലെത്തുന്നു. ഇടക്കിടെ ഒരു സൂര്യ കിരണം അതിന്റെ ആഴങ്ങളിലേക്ക് തുളച്ചുകയറി അതിന് സ്വർണ്ണാഗ്നി നിറം പകരുന്നു. മേഘപാളികൾക്ക് പിന്നിൽ സൂര്യനസ്തമിക്കുമ്പോൾ കാണുന്ന ദൃശ്യം ഇതിൽ നിന്ന് വ്യത്യസ്തമല്ല. എന്ത് സൗമ്യവർണ്ണച്ഛായ! അത് മുകളിലേക്ക് കയറി കയറി പോകുന്നു. അവിടെ അത് താഴ്വാരങ്ങളെ കാഴ്ചയിൽ നിന്ന് മറച്ചുകൊണ്ട് മലമുകളിൽ വെള്ള നാടകൾ പോലെ പരക്കുന്നു. നാം നിൽക്കുന്ന സ്ഥലം മാത്രം കടലിന്റെ നടുക്കുള്ള ദ്വീപ് പോലെ അതിന് മുകളിൽ ഉയർന്ന് നിൽക്കുന്നു. അവസാനം, ആ സ്ഥലവും മേഘങ്ങൾ കീഴടക്കുന്നു. നാം മേഘങ്ങളുടെ നടുക്ക്! നിറഭേദങ്ങളും ആകാരഭംഗിയും പോയി മറഞ്ഞു. ചുറ്റും ഇരുണ്ട മൂടൽമഞ്ഞ് മാത്രം. ഒരുകാറ്റ് വന്ന് എല്ലാം തൂത്തുവാരിക്കൊണ്ടുപോയെങ്കിൽ എന്ന് നാം ആശിച്ചുപോകും."

"ഇതാണ് കൂട്ടുകാരെ, ദൂരെനിന്ന് നോക്കുമ്പോൾ സൗന്ദര്യം നിറഞ്ഞിരിക്കുന്നു എന്ന മിഥ്യാ ബോധം സൃഷ്ടിക്കുന്ന മേഘങ്ങളുടെ നടുക്ക് അകപ്പെട്ടാലുള്ള അവസ്ഥ. എങ്കിലും ഇരുണ്ട, മ്ലാനമായ ഈ മേഘങ്ങൾക്കുള്ളിൽ ഭൂമിയുടെ ഫലോൽപ്പാദകങ്ങളായ ജലസംഭരണികൾ ഒളിഞ്ഞിരിക്കുന്നു. ഓരോ പരമാണുവും ദൈവത്തിന്റെ പദ്ധതിക്കനുസരിച്ചാണ് നിലനിൽക്കുന്നത്. എത്ര നിസ്സാരമായതിനും അതിന്റേതായ ഭംഗിയും പ്രയോജനവും നിശ്ചയിക്കപ്പെട്ടിട്ടുണ്ട്. കറുത്ത മേഘങ്ങളാണ് മഴയായി പെയ്ത് നമുക്ക് ജീവൻ നിലനിർത്തുവാനുള്ള ജലം നല്കുന്നത്. അതാണ് അവയുടെ ധർമ്മം. സൂര്യ കിരണങ്ങൾ കടന്നുപോകുമ്പോൾ നാനാ വർണങ്ങളായി പിരിഞ്ഞ് അലൗകിക പ്രകാശം പരത്തി അവ മനുഷ്യന്റെ സൗന്ദര്യാഭിരുചികളെ ഉണർത്തുന്നു. അതാണ് അതിന്റെ ആലങ്കാര ധർമ്മം."

"മേഘങ്ങൾ പല ഉയരങ്ങളിലാണ് നിലകൊള്ളുന്നത്. എങ്കിലും പലപ്പോഴും നാം കരുതുന്നത്ര ഉയരം അവക്കില്ല. ചിലത് താഴേക്കൂടി സാവധാനം ഇഴഞ്ഞ് നീങ്ങും, അവയാണ് മൂടൽമഞ്ഞ്. ചിലത് ചെറിയ മലകളുടെ അരികുകളിൽ പറ്റിപ്പിടിച്ചതുപോലെ, മറ്റ് ചിലവ മലമുകളിൽ. പൊതുവേ, 500 മീറ്ററിനും 1500 മീറ്ററിനും ഇടയിലിലുള്ള ഉയരത്തിലായിരിക്കും അവയെ കാണുക. അപൂർവ്വം ചിലപ്പോൾ അവ നാലുകാതം വരെ ഉയരും. അതിനും മുകളിൽ എല്ലാം ശാന്തമാണ്. മേഘങ്ങളില്ല, ഇടിവെട്ടില്ല, മിന്നലില്ല, മഞ്ഞോ മഴയോ ഇല്ല."

"ലോലമായ, പഞ്ഞിക്കെട്ട് ചുരുളുകൾ പോലെയുള്ള മേഘങ്ങളെ 'പ്രതാനം' അല്ലെങ്കിൽ 'സിറസ്' എന്ന് പറയുന്നു. അവ ചിലപ്പോൾ കടും നീല ആകാശത്ത് വെട്ടിത്തിളങ്ങുന്ന വെള്ളിക്കമ്പികൾ പോലെയാകും. അവയാണ് ഒരുകാതം പൊക്കത്തിൽ ഏറ്റവും ഉയരത്തിലുള്ളവ. അനവധി സിറസ് മേഘങ്ങൾ ഉരുണ്ടും കൂട്ടം കൂടിയും ആട്ടിൻ പറ്റം പോലെ ഇരുന്നാൽ അവയെ ചിത്ര വർണ്ണമാർന്ന 'ഡെപ്പൾഡ്' എന്ന് പറയും. കാലാവസ്ഥ മാറുന്നതിന് മുന്നോടിയായിട്ടാണ് അവ കാണപ്പെടുന്നത്. "വേനൽക്കാലത്ത് പഞ്ഞി മലകൾ പോലെ കാണുന്ന വെളുത്ത മേഘങ്ങളെ 'കുമുലസ്' എന്ന് വിളിക്കുന്നു. അവ കൊടുങ്കാറ്റിനെ പ്രവചിക്കുന്നു."

"അപ്പോൾ, ആ മലയുടെ അടുത്ത് കാണുന്നത് കുമുലസ് ആണോ? അവ പഞ്ഞിക്കെട്ട് പോലെ ഉണ്ട്. കൊടുങ്കാറ്റ് വരാൻ പോവുകയാണോ ?"ജൂൾസ് ചോദിച്ചു.

"എനിക്ക് തോന്നുന്നില്ല. കാറ്റടിച്ച് മേഘങ്ങൾ വഴി മാറി പോകുന്നു.

കൊടുങ്കാറ്റ് എപ്പോഴും അവയുടെ പരിസരത്തെവിടെയെങ്കിലും ആയിരിക്കും. അതാ! അത് കേട്ടോ!"

കുമുലസ് മേഘങ്ങളുടെ ഇടയിൽ പെട്ടെന്ന് കൊള്ളിയാൻ മിന്നി. കുറച്ചേറെ സമയത്തിന് ശേഷം ദൂരെനിന്ന് ഇടിവെട്ടിന്റെ ശബ്ദം കേട്ടു. ഉടനെ വന്നു ജൂൾസിന്റെയും എമിലിന്റെയും ചോദ്യം: "അതെന്താ അവിടെ മാത്രം മഴ പെയ്യുന്നത്? ഇവിടെ മഴയില്ലല്ലോ?കൊള്ളിയാൻ മിന്നിക്കഴിഞ്ഞ് കുറേസമയം കഴിഞ്ഞു മാത്രം ഇടിവെട്ടിന്റെ ശബ്ദം കേൾക്കുന്നത് എന്താണ്?" സംശയങ്ങൾ തുടർന്നു.

"അതെല്ലാം പറഞ്ഞു തരാം. ആദ്യം നമുക്ക് മറ്റുള്ള തരം മേഘ ങ്ങളെക്കുറിച്ച് മനസ്സിലാക്കാം. സൂര്യോദയ സമയത്തോ അസ്തമയ നേരത്തോ ക്രമരഹിതമായ പാളികളായി കാണപ്പെടുന്ന മേഘത്തിനെ 'സ്ലാറ്റ്സ്' എന്ന് പറയുന്നു. അവ ചക്രവാളത്തിൽ ഒന്നിന് മുകളിൽ മറ്റൊന്നായാണ് കാണപ്പെടുക. ശരൽക്കാലസൂര്യവെളിച്ചം മങ്ങിവരുന്ന നേരത്ത്, ഉരുകിയ ലോഹത്തിന്റെയും അഗ്നിയുടെയും നിറമായിരിക്കും ആ മേഘത്തിന്. പുലർച്ചെ കാണുന്ന സ്ലാറ്റ്സ് മിക്കവാറും മഴയുടെയും കാറ്റിന്റെയും മുന്നോടിയായിരിക്കും."

"ഒരേപോലെ ഉള്ള ഇരുണ്ട മേഘക്കൂട്ടങ്ങളെ 'നിംബസ്' എന്ന് വിളി ക്കുന്നു. അവ വേർതിരിച്ച് കാണുവാൻ ബുദ്ധിമുട്ടുള്ള ഒറ്റക്കൂട്ടമായാണ് എപ്പോഴും കാണപ്പെടുക. സാധാരണ ഈ മേഘങ്ങൾ മഴയായി പെയ്തൊഴിയും. ദൂരെനിന്ന് നോക്കുമ്പോൾ ആകാശത്തുനിന്ന് ഭൂമിയിലേ ക്ക് വീതിയിൽ നേർ രേഖകൾ വരച്ചതുപോലെ കാണാം. മഴ പടരുന്ന കാഴ്ചയാണ് അത്.

"ഇനി എമിലിന് സംശയം ചോദിക്കാം."

അദ്ധ്യായം 42

ശബ്ദതരംഗത്തിന്റെ വേഗത

"കുമുലസ് എന്ന ആ ഭീമാകൃതിയാർന്ന വെളുത്ത മേഘങ്ങൾക്കടിയിൽ ഇപ്പോൾ, ഈ സമയത്ത് ഒരു കൊടുംകാറ്റ് അടിച്ചു കൊണ്ടിരിക്കയാണ്. നമ്മൾ കൊള്ളിയാൻ മിന്നിയതു കണ്ടു, ഇടിവെട്ടു കേട്ടു. എന്നാൽ ഇവിടെ അതിന് നേരെ വിപരീതമായി, നല്ല തെളിഞ്ഞ നീലാകാശം. അതായത്, എല്ലായിടത്തും ഒരേസമയത്ത് മഴപെയ്യുന്നില്ല. ഒരിടത്ത് മഴ പെയ്യുമ്പോൾ മറ്റൊരിടത്ത് വെയിലായിരിക്കും. ഇവിടെ മഴയുള്ളപ്പോൾ ഇവിടുത്തെ ആകാശം കറുത്ത മേഘങ്ങൾ വന്നു മൂടിയിരിക്കും. ഇങ്ങിനെയൊക്കെയല്ലേ?" എമിൽ താൻ ഗ്രഹിച്ച കാര്യങ്ങൾ ഉറക്കെ അയവിറക്കി.

"കണ്ണുപൊത്തിയാൽ ആകാശം നമുക്ക് അദൃശ്യമാകുന്നില്ലേ?" പോളമ്മാവൻ വിശദീകരിക്കുവാൻ തുടങ്ങി, "അകലെയുള്ള വലിയ മേഘങ്ങൾ ആ ഫലം തന്നെയാണ് ഉണ്ടാക്കുന്നത്: നമുക്ക് ചുറ്റുമുള്ളതിനെ ആവരണം ചെയ്ത് അദൃശ്യമാക്കുന്നു. എന്നാൽ അത് നമ്മുടെ കാഴ്ചയെ മാത്രമാണ് ബാധിക്കുന്നത്. കാഴ്ചക്കപ്പുറത്ത്, മേഘങ്ങൾക്കപ്പുറം, ആകാശം ശാന്തവും സുന്ദരവുമായിരിക്കും. ഇപ്പോൾ ഇടി മുഴങ്ങുന്ന കുമുലസിന് താഴെ മഴ പെയ്യുമ്പോൾ ആകാശമിരുണ്ടിരിക്കുമെന്ന് നിങ്ങൾക്കറിയമല്ലോ. അവിടെയുള്ള ജനങ്ങൾ കറുത്ത വാനമേ കാണൂ. എന്നാൽ അവർ ഇവിടെ വരികയാണെങ്കിൽ ആകാശം തെളിഞ്ഞതായി കാണാം."

"വേഗതയാർന്ന ഒരു കുതിരപ്പുറത്തു കയറി അവർക്ക് മഴക്കാറിൽ നിന്നു വെയിലിലേക്കും വെയിലിൽ നിന്ന് മഴക്കാറിലേക്കും യാത്ര ചെയ്യാമല്ലോ," എമിൽ ചോദിച്ചു.

"ചിലപ്പോൾ സാധിച്ചേക്കാം എന്ന് മാത്രം. കാരണം, മേഘങ്ങൾ

വലിയ പ്രദേശങ്ങൾ മുഴുവൻ പരന്ന് കിടക്കുകയാണ്. മാത്രവുമല്ല, അവ വളരെ വേഗം ഒരിടത്തുനിന്ന് മറ്റൊരിടത്തേക്ക് നീങ്ങി പോകുന്നു; അത്രവേഗം ഒരു കുതിരക്കും യാത്രചെയ്യുവാൻ കഴിയില്ല. കാറ്റടിക്കു മ്പോൾ മേഘത്തിന്റെ നിഴൽ താഴെ ഭൂമിയിൽക്കൂടി നീങ്ങി പോകുന്നത് കാണാറില്ലേ? ആ നിഴൽ എത്ര വേഗത്തിലാണ് മലകളും താഴ്വരകളും പുഴകളും കടന്നു പോകുന്നത്! നിങ്ങൾ മലമുകളിൽ നിൽക്കുമ്പോൾ നിങ്ങളെ കടന്നു പോയ മേഘത്തിന്റെ നിഴൽ, നിങ്ങൾ രണ്ടടി താഴേ യ്ക്കിറങ്ങുമ്പോഴേക്കും അടുത്ത മലകടന്നിരിക്കും. അപ്പോൾ അതിനെ പിന്തുടരുക എന്നത് അസാധ്യമാണെന്ന് മനസ്സിലായില്ലേ?”

“വലിയൊരു ചുറ്റളവിൽ മഴ പെയ്താലും അത് സർവ്വ സാധാരണ മാണെന്ന് അർഥമില്ല. ഈ ഭൂമിയുമായി താരതമ്യം ചെയ്യുമ്പോൾ, വലിയൊരു വയലിലെ ചെറിയൊരു മൺകട്ടയുടെ സ്ഥാനമാണ് ആ മഴപെയ്യുന്ന ചുറ്റളവിനുള്ളത്. വായു മണ്ഡലത്തിൽ മേഘക്കീറുകൾ അങ്ങോട്ടും ഇങ്ങോട്ടും പാറി നടക്കുമ്പോൾ അവ നിഴലുകൾ, അല്ലെ ങ്കിൽ മഴ, താഴോട്ടയക്കുന്നു. അത് കടന്നു പോകുന്നിടത്ത് മാത്രമാണ് മഴ. മേഘങ്ങൾ മുകളിലോ ചുവട്ടിലോ എന്നതിനനുസരിച്ച്, ചിലപ്പോൾ മഴയും വെയിലും ഒരുമിച്ചും വരാം. ഉദാഹരണത്തിന്, ചില മലകളുടെ മുകളിൽ നിന്നാൽ മേഘങ്ങൾ താഴെ ആണെന്ന് കാണാം. മേഘ ങ്ങൾക്ക് താഴെ നല്ല മഴ കിട്ടുമ്പോൾ പർവ്വത ശൃംഗത്തിൽ ഒറ്റത്തുള്ളി മഴയില്ലാതെ തെളിഞ്ഞ സൂര്യ പ്രകാശമായിരിക്കും.”

“അക്കാര്യങ്ങളൊക്കെ നന്നായി മനസ്സിലായി. ഇനിചോദ്യം ചോദിക്കുന്നത് എന്റെ ഊഴമാണ്. ഇടിമിന്നൽ കഴിഞ്ഞ് കുറച്ചു നേരം കഴിഞ്ഞാണ് ഇടിവെട്ട് കേട്ടത്. അത് രണ്ടും ഒരുമിച്ച് സംഭവിക്കുന്നതാ യിട്ടും എന്ത് കൊണ്ടാണ് ഇങ്ങിനെ?”

“ഇടിവെട്ടുമ്പോൾ രണ്ട് കാര്യങ്ങൾ സംഭവിക്കുന്നു. മിന്നൽ പിണരും ശബ്ദവും - ഇടി മിന്നലും ഇടിവെട്ടും. വെടിക്കെട്ട് സമയത്ത് മരുന്നിന് തീ കൊളുത്തുമ്പോൾ ആദ്യം തീപ്പൊരിയും പിന്നെ പൊട്ടിത്തെറിയുടെ ശബ്ദവും ഉണ്ടാകുന്നത് പോലെ. വാസ്തവത്തിൽ അവ രണ്ടും ഒരേ സമയത്താണ് സംഭവിക്കുന്നത്. എന്നാൽ വെളിച്ചതരംഗങ്ങൾ ശബ്ദ തരംഗങ്ങളേക്കാൾ വളരെ വേഗത്തിൽ യാത്ര ചെയ്യുന്നതുകൊണ്ട് ദൂരെ നിൽക്കുന്ന ഒരാളിന്റെഅടുത്ത് ആദ്യം വെളിച്ചവും പിന്നെ ശബ്ദവും എത്തുന്നു. ദൂരെ നിന്ന് ഒരു വെടി വെച്ചാലും ആദ്യം മിന്നലും പുകയുമാണ് കാണുക. അതിന് ശേഷം മാത്രമേ സ്ഫോടന ശബ്ദം കേൾ ക്കുകയുള്ളൂ. ദൂരം കൂടും തോറും രണ്ടും തമ്മിലുള്ള സമയ വ്യത്യാസം

കൂടുന്നു. എന്നാൽ, കുറഞ്ഞ സമയം കൊണ്ട് വെളിച്ചം വളരെ ദൂരം സഞ്ചരിക്കും. അതുകൊണ്ട്, സംഭവിച്ച ഉടൻ തന്നെ അത് ദൃഷ്ടിക്ക് ഗോചരമാകും. ശബ്ദം നമ്മിലെത്തുന്നത് സംഭവസ്ഥലത്തുനിന്നുള്ള ദൂരം അനുസരിച്ചായിരിക്കും. ഈ ദൂരം അളക്കുവാൻ സാധിക്കും."

"ഒരു വെടിവെച്ചാലുണ്ടാകുന്ന മിന്നലും അതിൽ നിന്നുണ്ടാകുന്ന ശബ്ദവും പത്ത് നമിഷത്തെ ഇടവേളയ്ക്ക് ശേഷമാണ് ഒരാളിൽ എത്തുന്നത് എന്ന് സങ്കൽപ്പിക്കുക. വെടി നടന്ന ഇടത്തു നിന്ന് അത് കേട്ട സ്ഥലത്തേക്കുള്ള ദൂരം അളക്കുക. അത് 3400 മീറ്റർ ആണെന്ന് കണ്ടു എങ്കിൽ ശബ്ദം ഒരു നിമിഷത്തിൽ 340 മീറ്റർ ദൂരം സഞ്ചരിച്ചു. വളരെ നല്ല വേഗത തന്നെ. എന്നാൽ വെളിച്ചത്തിന്റെ വേഗത കണക്കാക്കുമ്പോൾ ഇത് ഒന്നുമല്ല!"

"ഇങ്ങിനെ, വെളിച്ചവും ശബ്ദവും യാത്രചെയ്യുന്ന വേഗതയുടെ വ്യത്യാസം ചില വസ്തുതകൾക്ക് കാരണമാകുന്നു. ദൂരെ മരം വെട്ടുന്ന ഒരാളിന്റെ മഴു താഴുന്നതും കല്ലാശാരി കല്ല് മുറിക്കുന്നതും നമ്മുടെ ദൃഷ്ടിപഥത്തിലാണ് ആദ്യം എത്തുന്നത്. അതിന് ശേഷമേ ശബ്ദം കേൾക്കുകയുള്ളൂ."

ജൂൾസ് ഓർമ്മിച്ചു, "ഞായറാഴ്ച പള്ളിയിൽ പോകുമ്പോൾ പള്ളിമണി അടിക്കുന്നത് ഞാൻ ദൂരെനിന്ന് കണ്ടു. അത് കണ്ട ശേഷം കുറച്ചു കഴിഞ്ഞാണ് മണിയുടെ ശബ്ദം കേട്ടത്. അതിന്റെ കാരണം ഇപ്പോൾ എനിക്ക് മനസ്സിലായി."

"ഇടി വെട്ടിന്റെ സമയത്ത് മിന്നലും ശബ്ദവും തമ്മിലുള്ള അന്തരം എത്ര നിമിഷങ്ങളാണ് എന്ന് നോക്കിയാൽ നമ്മൾ കൊടുങ്കാറ്റിൽ നിന്ന് എത്ര അകലെയാണ് എന്ന് അറിയുവാൻ കഴിയും."

"ഒരു നിമിഷം വലിയ സമയമാണോ?" എമിൽ നിഷ്ക്കളങ്കമായി ചോദിച്ചു.

"അത് ഒരു പ്രാവശ്യം പൾസ് മിടിക്കുന്ന സമയമാണ്. നമ്മൾ ആകെ ചെയ്യേണ്ടത്, ഇടി മിന്നൽ കണ്ട സമയം മുതൽ ഇടി വെട്ട് കേട്ട സമയം വരെ ഒന്ന്, രണ്ട്, മൂന്ന്.. എന്നിങ്ങിനെ എണ്ണുകയാണ്. വളരെ പതുക്കെയോ വളരെ വേഗത്തിലോ ആകരുത്."

എല്ലാവരും ആകാശം നോക്കി നിൽപ്പായി. ഒടുക്കം ഒരു ഇടിമിന്നൽ ഉണ്ടായി. അവർ പോളമ്മാവൻ പറഞ്ഞത് പോലെ എണ്ണുവൻ തുടങ്ങി. എണ്ണി പന്ത്രണ്ടായപ്പോഴേക്കും ചെറിയ ശബ്ദത്തിൽ ഇടിവെട്ട് മുഴങ്ങി.

പോളങ്കിൾ പറഞ്ഞു, "ശബ്ദം യാത്ര ചെയ്ത് ഇവിടെ എത്തുവാൻ

പന്ത്രണ്ട് നിമിഷങ്ങൾ എടുത്തു. ശബ്ദ തരംഗങ്ങൾ ഒരു നിമിഷം 340 മീറ്റർ ആണ് യാത്ര ചെയ്യുക എന്ന് കരുതുക. അപ്പോൾ നമ്മൾ കേട്ട ശബ്ദം എത്ര ദൂരെനിന്നായിരിക്കും വന്നിട്ടുണ്ടാവുക?"

ക്ലയർ പറഞ്ഞു, "340 നെ 12 കൊണ്ട് ഗുണിക്കണം."

"ശരി. എന്നാൽ അങ്ങിനെ ഒന്ന് ചെയ്തു നോക്കു."

ഉടനെ വന്നു ഉത്തരം: "4080 മീറ്റർ."

അമ്മാവൻ പറഞ്ഞു, "അതായത് ഇടി മിന്നിയത് 4080 മീറ്റർ ദൂരെയായിരുന്നു.നമ്മൾ മഴപെയ്യുന്ന സ്ഥലത്ത് നിന്ന് ഒരു കാതം ദൂരത്താണ് നിൽക്കുന്നത്."

"ഇത് നല്ല എളുപ്പമാണ്. അനങ്ങാതെ നിന്ന നിൽപ്പിൽ ഒന്ന്,രണ്ട്, മൂന്ന് എന്ന് എണ്ണി, നമുക്ക് ഇടി വെട്ടിയത് എത്ര ദൂരെയാണെന്ന് കണ്ടു പിടിക്കാം."

"അതേ. കൂടുതൽ സമയമെടുത്താൽ, മേഘങ്ങൾ കൂടുതൽ ദൂരെയാണ് എന്ന് മനസ്സിലാക്കാം. മിന്നൽ കഴിഞ്ഞ ഉടനെ ശബ്ദം കേട്ടാൽ, അത് വളരെ അടുത്താണെന്ന് മനസ്സിലാക്കാം. പൈൻ മരക്കാട്ടിൽ കൊടുങ്കാറ്റടിച്ച ദിവസം ജൂൾസിന് അത് മനസ്സിലായിട്ടുണ്ടാകും."

"ഇടിമിന്നൽ കണ്ടുകഴിഞ്ഞാൽ അപകടം ഒഴിഞ്ഞുപോയിക്കഴിഞ്ഞു എന്നാണ് അർത്ഥം എന്ന് ഞാൻ കേട്ടിട്ടുണ്ട്," ക്ലയർ പറഞ്ഞു.

"ഇടിമിന്നൽ ആണ് വൈദ്യുതിയുടെ പൊട്ടിത്തെറി. അതുകഴിഞ്ഞാൽ അപകടം കഴിഞ്ഞുപോയി എന്നാണ് അർത്ഥം. ഇടിവെട്ടിന്റെ ശബ്ദം എത്ര ഉറക്കെയാണെങ്കിലും അതിൽ നിന്ന് അപകടമൊന്നുമുണ്ടാകില്ല."

അദ്ധ്യായം 43

വെള്ളക്കുപ്പി പരീക്ഷണം

മൂടൽ മഞ്ഞ് ഭൂമിക്കു മുകളിൽ പരക്കുന്നതിന് പകരം, പൊങ്ങി ആകാശത്ത് ഒഴുകി നടക്കുന്നതിനെയാണ് മേഘങ്ങൾ എന്ന് പറയുന്നത് എന്ന് പോളമ്മാവൻ പറഞ്ഞു എങ്കിലും, എന്താണ് മൂടൽ മഞ്ഞ് എന്നൊ അത് ഉണ്ടാകുന്നത് എങ്ങിനെ എന്നൊ പറഞ്ഞിരുന്നില്ല. അതുകൊണ്ട് പിറ്റേന്ന് അദ്ദേഹം അതിനെക്കുറിച്ച് പറയുവാൻ തയ്യാറായി വന്നു.

"കുട്ടികളെ, അംബ്രോയിസിനിയമ്മ നനഞ്ഞ തുണി പുറത്തു വെയിലത്ത് തോരയിടുന്നത് എന്തിനാണ്? അത് ഉണക്കുവാൻ, അല്ലേ? തുണി ഉണങ്ങുമ്പോൾ അതിലെ വെള്ളം എങ്ങോട്ട് പോകുന്നു?"

"വെള്ളം അതിൽനിന്ന് വറ്റിപ്പോകുന്നു. എങ്ങോട്ട് പോകുന്നു എന്ന് പറയാൻ പ്രയാസമാണ്," ജൂൾസ് ഉത്തരം പറഞ്ഞു.

"അത് വായുവിൽ മാഞ്ഞുപോവുകയാണ് ചെയ്യുന്നത്. വായുവിൽ ലയിച്ചുചേർന്ന ജലാംശത്തിനെ പിന്നെ വേർതിരിച്ച് കാണുവാൻ കഴിയില്ല. ഒരു കുന ഉണങ്ങിയ മണ്ണ് വെള്ളം കൊണ്ട് നനച്ചാൽ, ആ വെള്ളം അതിനെ നനച്ചുകൊണ്ട് അതിൽ വ്യാപിക്കുന്നു. അതോടെ മണ്ണിന് പുതിയൊരു രൂപം വരും: അത് മുൻപ് ഉണങ്ങിയതായിരുന്നു, ഇപ്പോൾ നനഞ്ഞതായി. മണ്ണ് അതിൽ വീഴുന്ന വെള്ളം വലിച്ചെടുക്കുന്നു. വായുവും ഇതുതന്നെയാണ് ചെയ്യുന്നത്. അത് തുണിയിലെ വെള്ളം വലിച്ചെടുത്ത് സ്വയം നനയുന്നു. അപ്പോൾ, വെള്ളവും വായുവും വേർതിരിച്ച് അറിയുവാൻ പറ്റാത്ത വിധം ഒന്നാകുന്നു. അങ്ങിനെ അലിഞ്ഞു ചേർന്ന വെള്ളത്തിനെ നീരാവി എന്നാണ് വിളിക്കുന്നത്. വെള്ളത്തിനെ നീരാവി ആക്കുന്ന പ്രക്രിയയ്ക്കു ബാഷ്പീകരണം എന്ന് പറയുന്നു. ഉണക്കാനിട്ട നനഞ്ഞ തുണിയിലെ വെള്ളം ആവിയായി, വായുവിൽ അലിഞ്ഞ്,

വേർതിരിക്കുവാൻ കഴിയാത്ത നീരാവിയായി, കാറ്റിന്റെ ഗതിക്കനുസരിച്ച് ചിതറിപ്പോകുന്നു. വെയിലത്തിട്ട നനഞ്ഞ ഒരു തുവാല വളരെ വേഗം ഉണങ്ങുന്നതും, മഴക്കാറ് മൂടിക്കെട്ടിയ തണുത്ത ഒരിടത്ത് ഇട്ട നനഞ്ഞ തുവാല ഉണങ്ങാൻ അതിലും വളരെ കൂടുതൽ സമയമെടുക്കുന്നതും നിങ്ങൾ കണ്ടിട്ടുണ്ടല്ലോ."

ക്ലയർ ഉടൻ പറഞ്ഞു, "നല്ല വെയിലുള്ള ദിവസം അംബ്രോയിസിനിയമ്മക്ക് തുണിയലക്കാൻ വലിയ ഉത്സാഹമാണ്."

"തോട്ടത്തിലെ ചെടികൾ നനച്ചുകഴിഞ്ഞാൽ എന്താണ് സംഭവിക്കുന്നത്? വെയിലത്ത് വാടി തല കുനിച്ച് നിന്നവ എല്ലാം പുതുജീവൻ കൈക്കൊണ്ട് നിവർന്നത് കാണാം. ശ്രദ്ധിച്ചാൽ അവയുടെ തമ്മിൽ തമ്മിലുള്ള സന്തോഷ സംഭാഷണ ശകലങ്ങൾ നമുക്ക് മനസ്സിലാക്കാൻ കൂടി കഴിയും! അവ എന്നും അങ്ങനെതന്നെ നിന്നിരുന്നെങ്കിൽ എന്ന് നമ്മൾ ആശിച്ചുപോകില്ലേ? പക്ഷേ, എന്ത് ചെയ്യാൻ! പിറ്റേന്ന് വീണ്ടും ഉണങ്ങിയ മണ്ണിൽ, ദാഹിച്ചു വരണ്ട് വെള്ളവും കാത്ത് തല കുമ്പിട്ട നിൽക്കുന്ന ചെടികളെയാണ് നാം കാണുക. അപ്പോൾ, തലേന്ന് നമ്മൾ കോരിയൊഴിച്ച വെള്ളമൊക്കെ എവിടെപ്പോയി? അതെല്ലാം നീരാവിയായി, വായുവിൽ ലയിച്ച് വളരെ മുകളിലേക്കുയർന്ന്, മേഘമായി തീർന്ന്, വീണ്ടും മഴയായി ഭൂമിയിലേക്ക് പതിക്കുവാൻ തയ്യാറായിക്കാണും. ചെടികൾ നനക്കുവാൻ വെള്ളം പമ്പ് ചെയ്യുമ്പോൾ ജൂൾസ് എപ്പോഴെങ്കിലും കരുതിക്കാണുമോ, കിണറ്റിൽ നിന്ന് കോരി മണ്ണിൽ ഒഴിക്കുന്ന വെള്ളം വിശാലമായ അന്തരീക്ഷത്തിൽ ലയിച്ച് മേഘമാകാൻ പോവുകയാണ് എന്ന്!"

"ചെടിക്ക് വെള്ളമൊഴിക്കുമ്പോൾ, വാസ്തവത്തിൽ ഞാൻ അന്തരീക്ഷത്തിനാണ് വെള്ളമൊഴിക്കുന്നത് എന്ന് ഒരിക്കലും കരുതിയിരുന്നില്ല. എന്നാൽ ഇപ്പോൾ ഞാൻ മനസ്സിലാക്കുന്നത്, അന്തരീക്ഷമാണ് ഏറ്റവും ദാഹിച്ചിരിക്കുന്നത് എന്നാണ്. ചെടി സ്വൽപ്പം മാത്രം വെള്ളം കുടിക്കുമ്പോൾ, വായു ബാക്കി മുഴുവൻ വലിച്ചെടുക്കുന്നു. അതുകൊണ്ടാണ് നമുക്ക് എല്ലാ ദിവസവും ചെടിക്ക് വെള്ളമൊഴിക്കേണ്ടിവരുന്നത്," ജൂൾസിന് കാര്യങ്ങൾ മനസ്സിലായി.

"ഒരു കിണ്ണം നിറയെ വെള്ളമെടുത്ത് വെയിലത്ത് കൊണ്ടുവെച്ചാൽ എന്ത് സംഭവിക്കും?"

"ഞാൻ പറയാം," എമിലിന് പറയുവാൻ തിടുക്കമായി. "പതുക്കെപ്പതുക്കെ, വെള്ളം മുഴുവൻ അദൃശ്യമായ നീരാവിയായിപ്പോകും. കിണ്ണത്തിൽ ഒന്നും അവശേഷിക്കുകയില്ല."

“ആ കിണ്ണത്തിലും, മണ്ണിലും, തുണിയിലും ഉണ്ടായിരുന്ന ജലത്തിന് സംഭവിച്ചത് തന്നെയാണ് വലിയ തോതിൽ ഈ ഭൂമിയിൽ ആകെയുള്ള ജലത്തിനും സംഭവിക്കുന്നത്. കരയെക്കാൾ മൂന്നിരട്ടി പരപ്പിലുള്ള കടലുകളും പുഴകളും അരുവികളും തോടുകളും ചതുപ്പ് നിലങ്ങളും കുളങ്ങളും കിണറുകളും മറ്റും മറ്റുമായി അന്തരീക്ഷം എപ്പോഴും സമ്പർക്കത്തിലാണ്. അന്തരീക്ഷ വായു അതിന്റെ ദാഹം തീർക്കുവാൻ ഇവയിൽ നിന്നെല്ലാം തുടർച്ചയായി ജലാംശം സ്വീകരിച്ചുകൊണ്ടിരിക്കുന്നു. അതുകൊണ്ട് വായുവിൽ എപ്പോഴും ചൂടിന്റെ തോതനുസരിച്ച്, കൂടിയ അളവിലോ കുറഞ്ഞ അളവിലോ ഈർപ്പം കലർന്നിരിക്കും.”

“കണ്ണുകൊണ്ട് കാണുവാൻ സാധിക്കാതെ വായുവിൽ അലിഞ്ഞു ചേർന്ന്കിടക്കുന്ന ഈർപ്പം വേർതിരിച്ചെടുക്കുവാൻ എളുപ്പമാണ്: വായു കുറച്ചൊന്നു തണുപ്പിക്കുകയെ വേണ്ടൂ. നമ്മൾ ഒരു നനഞ്ഞ സ്പോഞ്ച് പിഴിഞ്ഞാൽ അതിലെ വെള്ളം പുറത്തു വരുമല്ലോ. കൈ കൊണ്ടുള്ള ആ പിഴിയൽ പോലെയാണ് തണുപ്പ് ഈർപ്പമുള്ള വായുവിൽ ചെയ്യുന്നത്. തണുപ്പടിച്ച് ഈർപ്പമുള്ള വായുവിലെ ജലകണങ്ങൾ പുറത്തു വരുന്നു. ക്ലയർ പോയി ഒരു കുപ്പിയിൽ നല്ല തണുത്ത വെള്ളം കൊണ്ടുവരു. ഞാൻ ഈ വിദ്യ കാണിച്ചുതരാം.”

ക്ലയർ അടുക്കളയിലേക്ക് ഓടിപ്പോയി ഒരു കുപ്പി ഐസ് വെള്ളവുമായി തിരിച്ചുവന്നു. പോളമ്മാവൻ അതിന്റെ പുറം തുവ്വാലകൊണ്ട് നന്നായി തുടച്ചിട്ട് ഉണങ്ങിയ ഒരു തട്ടത്തിൽ എടുത്തുവെച്ചു.

അല്പ സമയത്തിനകം ആ കുപ്പിയുടെ പുറം ഭാഗം വെളുത്ത പുകപോലെ എന്തോ വന്നു മൂടി, അകത്തെ വെള്ളം കാണാൻ പറ്റാതായി. സ്വൽപ്പം കൂടി കഴിഞ്ഞപ്പോൾ കുപ്പിയുടെ പുറത്ത് ചെറിയ വെള്ള ചാലുകൾ പ്രത്യക്ഷപ്പെട്ടു. അവ താഴെ തട്ടത്തിലേക്ക് ഒഴുകാൻ തുടങ്ങി. കാൽ മണിക്കൂർ കഴിഞ്ഞപ്പോഴേക്കും തട്ടത്തിൽ ഒരു ചെറിയ ടംബ്ലർ നിറക്കാനുള്ള വെള്ളമായി!

“കുപ്പിയുടെ വശങ്ങളിൽ കൂടി ഒഴുകുന്ന വെള്ളം അതിനുള്ളിൽ നിന്നല്ല എന്നത് വ്യക്തമാണ്. കുപ്പിക്ക് തുളകളില്ല. കുപ്പിയുടെ തണുത്ത പ്രതലത്തിൽ തൊട്ടപ്പോൾ, ചുറ്റുമുള്ള വായു തണുത്തു. അപ്പോൾ അതിൽ അടങ്ങിയിട്ടുള്ള ജലാംശം പുറത്തുവന്നു. കുപ്പിയിൽ തണുത്ത വെള്ളത്തിന് പകരം ഐസ് ആയിരുന്നെങ്കിൽ ഇതിൽ കൂടുതൽ വെള്ളം തട്ടത്തിൽ വീഴുമായിരുന്നു.”

“ഇതുപോലെതന്നെയാണ് ഗ്ലാസ്സിൽ നല്ല തണുത്ത ഐസ് വെള്ളം കുടിക്കാനെടുക്കുമ്പോഴും. ഗ്ലാസ്സിന്പുറത്ത് വെള്ളത്തുള്ളികൾ വന്നു

നിറയും," ക്ലയർ.

"അതും വായുവിലെ ജലാംശമാണ്."

"വായുവിൽ അദൃശ്യമായി ധാരാളം ജലമുണ്ടോ?" ജൂൾസിന് സംശയം.

"ചെറിയൊരളവ് വെള്ളം ഉണ്ടാകാൻ വലിയൊരിടത്തിൽ പരന്നു കിടക്കുന്ന വായു വേണം. വേനൽക്കാലത്തെ ചൂടിലാണ് വായുവിൽ ഏറ്റവും കൂടുതൽ ഈർപ്പം ഉണ്ടായിരിക്കുക. 60,000 ലിറ്റർ അത്തരം വായു ഉണ്ടെങ്കിലേ ഒരു ലിറ്റർ വെള്ളം ഊറ്റി എടുക്കുവാൻ കഴിയൂ."

"അത്ര അധികമൊന്നുമല്ലല്ലോ," ജൂൾസ് അഭിപ്രായപ്പെട്ടു.

"അന്തരീക്ഷത്തിന്റെ വലുപ്പം ചിന്തിക്കുമ്പോൾ അത് വളരെ അധികം തന്നെയാണ്."

"കുപ്പിവെള്ളം വെച്ചുള്ള പരീക്ഷണം നമ്മെ രണ്ട് കാര്യങ്ങളാണ് പഠിപ്പിക്കുന്നത്: ഒന്നാമതായി, വായുവിൽ അദൃശ്യമായി നീരാവി ഉണ്ട്; രണ്ടാമതായി, ആ നീരാവി തണുപ്പിച്ചാൽ അത് ആദ്യം മഞ്ഞും പിന്നീട് വെള്ളത്തുള്ളികളുമായി മാറും. ഈ പ്രക്രിയയെ സാന്ദ്രീകരണം എന്ന് വിളിക്കുന്നു. ചൂട് വെള്ളത്തിനെ നീരാവിയാക്കുന്നു, തണുപ്പ് ആ നീരാവിയെ തിരിച്ച് വെള്ളമാക്കുന്നു. ബാക്കി നമുക്ക് വൈകീട്ട് സംസാരിക്കാം."

അദ്ധ്യായം 44

മഴ

"ഇന്ന് രാവിലെ പറഞ്ഞ കാര്യങ്ങളിൽ നിന്ന് മേഘം ഉണ്ടാകുന്നത് എങ്ങിനെ എന്ന് മനസ്സിലായിക്കാണുമല്ലോ. ഭൂമിയുടെ നനഞ്ഞ പ്രതലങ്ങളിൽ നിന്നും - പുഴ, അരുവി, കുളം കടൽ തുടങ്ങിയുള്ള എല്ലാ ജലാശയങ്ങളിൽനിന്നും - തുടർച്ചയായി ജലം നീരാവിയായി അന്തരീക്ഷത്തിൽ അലിഞ്ഞു ചേരുന്നുണ്ട്. അന്തരീക്ഷത്തിന് വേണ്ടത്ര ചൂടുണ്ടെങ്കിൽ ഈ നീരാവി നമുക്ക് അദൃശ്യമായി നിലകൊള്ളും. ഉയരം കൂടുംതോറും ചൂട് കുറഞ്ഞു വരുന്നതുകൊണ്ട് അവിടെ അതിന് അദൃശ്യമായി നിലനിൽക്കുവാനാവില്ല. അത് സാന്ദ്രീകരിച്ച് നീരാവിയും മഞ്ഞും മേഘവുമായി മാറുന്നു."

"അന്തരീക്ഷത്തിന്റെ വളരെ തണുത്ത ഉയർന്ന തലങ്ങളിൽ എത്തുമ്പോൾ മേഘം ബാഷ്പീകരിച്ച് ചെറിയ വെള്ളത്തുള്ളികളായി രൂപാന്തരപ്പെട്ട് മഴയായി പെയ്യുന്നു. തുടക്കത്തിൽ ഈ മഴ വളരെ ദുർബ്ബലമായിരിക്കും. അത് താഴേയ്ക്ക് പതിക്കുമ്പോൾ മർഗ്ഗ മദ്ധ്യേ അതുപോലുള്ള വെള്ളത്തുള്ളികളുമായി ചേർന്ന് മഴയുടെ വ്യാപ്തി വർദ്ധിക്കുന്നു. എത്ര ഉയരത്തിൽനിന്നാണ് ഉത്ഭവിക്കുന്നത് എന്നതിനനുസരിച്ചാണ് മഴയുടെ വ്യാപ്തി. പക്ഷേ, ഒരു പരിധി വിട്ട് അത് വർദ്ധിക്കുകയില്ല. അല്ലെങ്കിൽ ചെടികളുടെ മുകളിൽ വെള്ളം കുത്തി ഒഴിച്ചതുപോലെ വീണ് അതിനെ നിലം പരിശാക്കിക്കളയും. സാവധാനത്തിലുള്ള ബാഷ്പീകരണം വേഗത്തിലായാൽ എന്ത് സംഭവിക്കും? അപ്പോഴും, അതിന്റെ ശക്തിയിൽ മരങ്ങൾ പിളരും, കൃഷി ചതഞ്ഞരഞ്ഞു പോകും, വീടുകളുടെ മേൽക്കൂര പൊളിഞ്ഞു വീഴും. എന്നാൽ, നമുക്ക് കിട്ടുന്ന മഴ പ്രകൃതി ഒരുക്കിയ ഒരു അരിപ്പയിൽകൂടി അരിച്ച് വരുന്നതുപോലെ, കാഠിന്യംകുറഞ്ഞ് ചെറിയ തുള്ളികളായി പതിക്കുന്നു. എങ്കിലും, ചില

സമയങ്ങളിൽ അതിന്റെ കാഠിന്യം ഭയപ്പെടുത്തും വിധം രക്തവും തുരിശും പോലെയിരിക്കും എന്നത് ശരിയാണ്."

"എന്താ പറഞ്ഞത്? രക്തവും തുരിശുമെന്നോ? ഞാൻ അവിടെ ഉണ്ടെങ്കിൽ പേടിച്ചു പോകും," എമിൽ ഇടയ്ക്ക് കയറി പറഞ്ഞു.

"ഞാനും," ക്ലയർ ഒപ്പം കൂടി.

"അപ്പറഞ്ഞത് ശരിയാണോ?" ജൂൾസ് ചോദിച്ചു.

"അതേ. ഞാൻ ശരിക്കുള്ള കാര്യങ്ങൾ മാത്രമേ പറയൂ എന്നറിയില്ലേ? കാണുമ്പോൾ രക്തവും തുരിശുമാണെന്ന് തോന്നുന്ന മഴത്തുള്ളികൾ ഉണ്ട്. ആ മഴ ചുവരുകളിലും നടപ്പാതകളിലും ചെടികളിലും നടന്നു പോകുന്നവരുടെ കുപ്പായങ്ങളിലും രക്തത്തുള്ളികൾ പോലെ ചുവന്ന പുള്ളിക്കുത്തുകൾ ഉണ്ടാക്കുന്നു. മറ്റ് ചിലപ്പോൾ ആകാശത്ത് നിന്ന് തുരിശിന്റെ മഞ്ഞ നിറത്തിലുള്ള പൊടി വിതറിക്കൊണ്ട് മഴ പെയ്യും. എന്നാൽ ഇതൊന്നും രക്തമോ തുരിശോ അല്ല. കാറ്റടിച്ച് മണ്ണിൽ നിന്ന് അന്തരീക്ഷത്തിൽ പൊങ്ങിപ്പോയ പലജാതി പൊടി പടലങ്ങൾ മഴവെള്ളത്തിൽ കലരുന്നതാണ് അത്. വസന്ത കാലത്ത് ദേവതാരു മരക്കാടുകൾ പൂക്കുമ്പോൾ, അവയുടെ ചെറുപുഷ്പങ്ങളിൽ നിന്ന് മഞ്ഞപ്പൊടി കാറ്റിൽ പൊങ്ങിപ്പരന്ന് വായുവിൽ തങ്ങി നിൽക്കും. അത്തരം പൊടികൾ ലില്ലി പോലുള്ള മിക്ക പുഷ്പങ്ങളിലും ഉണ്ടാകും."

"ലില്ലി മണക്കുമ്പോൾ മൂക്കിൽ ആ പൊടി പറ്റാറുണ്ട്," ജൂൾസ് ഓർത്തു.

"അതുതന്നെ! അതിനെയാണ് പൂമ്പൊടി എന്ന് പറയുന്നത്. അതുപോലുള്ള പൂമ്പൊടി കാറ്റടിച്ച് വായുവിൽ തങ്ങിനിൽക്കുന്ന സമയത്ത് മഴ പെയ്താൽ അത് വെള്ളത്തിൽ കൂടി ഒലിച്ചിറങ്ങി തുരിശ് മഴ പോലെയും രക്ത മഴ പോലെയും ഒക്കെ തോന്നിക്കും."

"അപ്പോൾ അവയെ പേടിക്കേണ്ടതില്ലല്ലോ," ക്ലയർ പറഞ്ഞു.

"തീർച്ചയായും ഇല്ല. എങ്കിലും എല്ലാവർക്കും അതിനെ പേടിയാണ്. ഭൂമി അവസാനിക്കുവാൻ പോകുന്നു എന്നാണ് അവർ ധരിക്കുന്നത്. ഇതാണ് ഞാൻ എപ്പോഴും പറയാറുള്ളത്, അജ്ഞതയാണ് നമ്മുടെ ശത്രു, അറിവ് നമ്മളെ അനാവശ്യ ഭയപ്പാടുകളിൽ നിന്നും മോചിപ്പിക്കുന്നു."

ജൂൾസ് ധൈര്യസമേതം പറഞ്ഞു, "ഇനി ഏത് നിറത്തിലുള്ള മഴയും എന്നെ ഭയപ്പെടുത്തുകയില്ല."

"മഴ ഇല്ലാതെ തന്നെ ആകാശത്ത് നിന്ന് പലജാതി ധാതു

പദാർത്ഥങ്ങൾ താഴേയ്ക്ക് വീഴാം. മണ്ണ്, ചോക്ക് പൊടി, റോഡിലെ പൊടി, അങ്ങിനെ പലതും. ചെറിയ പാറ്റകളും മത്സങ്ങളും, പ്രാണികളും, തവള ക്കുഞ്ഞുങ്ങളും വരെ വീണതായി രേഖപ്പെടുത്തിയിട്ടുണ്ട്. ഇവയെല്ലാം ശക്തിയായ കാറ്റടിച്ച് വായുവിൽ ഉയർന്ന് മഴയോട് കൂടിയോ അല്ലാതെയോ താഴേയ്ക്ക് വീണതാണ്. ആഞ്ഞടിക്കുന്ന കൊടുങ്കാറ്റിന് ഘനം കുറഞ്ഞ വസ്തുക്കൾ അടിച്ചുപറത്തി ബഹുദൂരം കൊണ്ടുപോയി താഴേയ്ക്കിടുവാൻ സാധിക്കും എന്ന വസ്തുത പരിഗണിക്കുമ്പോൾ ഈ അസാധാരണ മഴയെക്കുറിച്ചുള്ള വിസ്മയം ഇല്ലാതാകുന്നു."

"മറ്റുചില സന്ദർഭങ്ങളിൽ ഇങ്ങിനെയല്ല പ്രാണികൾ മുകളിൽ നിന്ന് വീഴുന്നത്. വരൾച്ചയും പട്ടിണിയും അനുഭവപ്പെടുന്ന ചില ഇടങ്ങളിൽ നിന്നും പുൽച്ചാടികളെപ്പോലെയുള്ള ചില ജന്തുക്കൾ വലിയ കൂട്ടമായി ചേർന്ന് മറ്റ് ഇടങ്ങളിലേക്ക് പോകുവാൻ തയ്യാറെടുക്കുന്നു. ഇങ്ങിനെ ദേശാന്തര വാസത്തിന് പോകുന്ന ജീവികൾ സൂര്യനെത്തന്നെ മറക്കു വാൻ പ്രാപ്തിയുള്ള വലിയ കൂട്ടമായി, ദിശാസൂചന എവിടെനിന്നോ കിട്ടിയത് പോലെ, വായുവിൽ സഞ്ചരിക്കുന്നു. ഈ യാത്ര ദിവസങ്ങ ളോളം നീണ്ടു നിൽക്കും. അത് അവസാനിക്കുന്നത് ചിലപ്പോൾ വിളഞ്ഞു കിടക്കുന്ന പാടങ്ങളിലായിരിക്കും. ഒരു ജീവനുള്ള കൊടുങ്കാറ്റുപോലെ ഈ പ്രാണിക്കൂട്ടം അവിടെ പറന്നിറങ്ങുന്നു. കുറച്ച് മണിക്കൂറുകൾക്കകം അവിടം അവർ തരിശാക്കിക്കളയും. പുല്ല്, മരത്തിലെ ഇലകൾ, ധാന്യ ങ്ങൾ, പരജീവികൾ എന്നിവ ഒന്നും അവർ ബാക്കി വെച്ചേക്കില്ല. അവിടം ഒരഗ്നിബാധ ഉണ്ടായതുപോലെ ഒരു പുൽക്കൊടി പോലും അവശേഷിക്കാതെ തരിശായിപ്പോകും. അൾജീരിയയിൽ ഇങ്ങിനെ പുൽച്ചാടികൾ വിളമുഴുവൻ തിന്നു തീർത്ത്, ക്ഷാമം ഉണ്ടായി, ആളുകൾ ഭക്ഷണം കിട്ടാതെ മരിച്ചുപോയിട്ടുണ്ട്."

"അഗ്നിപർവ്വതങ്ങൾ കനൽ മഴ ചൊരിയുന്നു. പൊട്ടിത്തെറിക്കു മ്പോൾ, വളരെ ഉയരത്തിൽ പുറത്തേക്ക് വിടുന്ന അവശിഷ്ടത്തിനെ അഗ്നിപർവ്വതചാരം എന്ന് പറയുന്നു. ഈ പൊടി വിശാലമായ കറുത്ത മേഘങ്ങളെപ്പോലെയാണ്. പകൽ നേരത്ത് ഇരുണ്ട രാത്രി പോലെ ഇരുട്ട് പരത്തുവാൻ അതിന് കഴിയും. ഈ ചാരം ഭൂമിയിൽ വന്നു വീഴുമ്പോൾ ആ പ്രദേശത്തെ മൃഗങ്ങളും ചെടികളും അതിനുള്ളിൽ ശ്വാസം കിട്ടാതെ ചത്തുപോകാം."

അദ്ധ്യായം 45

അഗ്നിപർവ്വതങ്ങൾ

“സമയം വൈകിയിട്ടില്ല, അമ്മാവാ. ചാരമഴ പെയ്യിക്കുന്ന അഗ്നിപർവ്വതങ്ങളെക്കുറിച്ച് പറയൂ. ഞങ്ങൾ കേൾക്കാൻ കാത്തിരിക്കുകയാണ്,” ജൂൾസ് പറഞ്ഞു.

‘അഗ്നിപർവ്വതം’ എന്ന വാക്ക് കേട്ടതും, ഉറക്കം പിടിച്ച് തുടങ്ങിയിരുന്ന എമിൽ കണ്ണ് തിരുമ്മി എഴുന്നേറ്റു. അവനും പോളമ്മാവൻ പറയുന്നതെല്ലാം കേൾക്കണം.

“അഗ്നിപർവ്വതം എന്ന് പറയുന്നത്, പുകയും കരിയും, തീക്കട്ട പോലെയുള്ള പാറക്കഷണങ്ങളും, ഉരുകിഒലിക്കുന്ന ലാവയും പുറത്തേക്ക് വമിപ്പിക്കുന്ന പർവ്വതമാണ്. അനേകം കാതങ്ങൾ ചുറ്റളവുള്ള ഒരു തുറന്ന കോളാമ്പിയുടെ വാ പോലെയാണ് അതിന്റെ മേൽവശം. അതിനെ ക്രേറ്റർ എന്ന് വിളിക്കുന്നു. ക്രേറ്ററിന്റെ കീഴറ്റം അത്യധികം ആഴമുള്ള ഒരു ചിമ്മിണിപോലെയുള്ള ഘടനയാണ്. നേപ്പിൾസിനടുത്തുള്ള വെസൂവിയസ്, സിസിലിയിലെ എറ്റ്ന, ഐസ്‌ലാന്റിലെ ഹെക്ല എന്നിവയാണ് പ്രധാനപ്പെട്ട അഗ്നിപർവ്വതങ്ങൾ. മിക്കവാറും സമയങ്ങളിൽ ഇവ സൗമ്യമായിരിക്കും; അല്ലെങ്കിൽ, മുകളിൽക്കൂടി പുക വമിക്കുന്നുണ്ടായിരിക്കും, അത്രമാത്രം. അപൂർവ്വമായി മാത്രമേ അവ പൊട്ടിത്തെറിക്കുകയുള്ളൂ. ആ സന്ദർഭങ്ങളിൽ അതിനുള്ളിൽ നിന്ന് ഭയപ്പെടുത്തുന്ന മുരൾച്ച കേൾക്കാം. പർവ്വതം കുലുങ്ങും, അതിനുള്ളിൽ നിന്ന് ഉരുകിഒലിക്കുന്ന പാറക്കഷണങ്ങളും മറ്റും തുടർച്ചയായി പുറത്തേക്ക് തെറിച്ചു വീണുകൊണ്ടിരിക്കും. അപ്പോഴാണ് അഗ്നിപർവ്വതം പൊട്ടിത്തെറിച്ചു എന്ന് പറയുന്നത്. അതെന്താണെന്ന് നിങ്ങൾക്ക് മനസ്സിലാകുവാൻ ഞാൻ യൂറോപ്പിലെ ഏറ്റവും വലിയ വെസുവിയസ് അഗ്നിപർവ്വതത്തിന്റെ പൊട്ടിത്തെറിയെക്കുറിച്ച് പറയാം.”

“അന്തരീക്ഷം ശാന്തമായിരിക്കുമ്പോൾ പർവ്വതത്തിന്റെ ഒത്ത നടുവിലെ കുഴിയിൽ പുക നിറഞ്ഞ് അത് അവിടെ നിന്ന് ഏതാണ്ട് ഒരു മൈലോളം കുത്തനെ മുകളിലേക്ക് ഉയരുകയാണെങ്കിൽ ആ അഗ്നിപർവ്വതം പൊട്ടിത്തെറിക്കാറായതിന്റെ ലക്ഷണമാണ് അത്. ഉയർന്ന് പൊങ്ങിയ പുക സൂര്യനെ നമ്മുടെ ദൃഷ്ടിയിൽ നിന്ന് മറക്കുന്ന ആവരണം സൃഷ്ടി ക്കുന്നു. പൊട്ടിത്തെറിക്ക് കുറച്ച് ദിവസങ്ങൾ മുൻപ്, പുകപടലങ്ങൾ പർവ്വതത്തിന് മുകളിൽ കറുത്ത മേഘമായി അടിഞ്ഞുകൂടുന്നു. കുറച്ച് കഴിയുമ്പോൾ വെസുവിയസ്സിന് ചുറ്റുമുള്ള ഭൂമി കുലുങ്ങുവാൻ തുടങ്ങും. ഭൂമിക്കടിയിൽ നിന്ന് ഇരമ്പുന്ന സഫോടന ശബ്ദം കൂടിക്കൂടി വരും. അത് ഉച്ചസ്ഥായിയിലെത്തുമ്പോൾ ഉഗ്രമായ പൊട്ടിത്തെറി ഉണ്ടാകുന്നു. മലമുകളിൽ പീരങ്കികൾ വെടിയുതിർക്കുകയാണോ എന്ന് തോന്നും.”

“അടുത്ത നിമിഷം അവിടെനിന്ന് 2000, 3000 മിറ്റർ ഉയരത്തിൽ അഗ്നിഗോളങ്ങൾ ഉയരുന്നതാണ് കാണുക. മലമുകളിൽ കൂടി നീങ്ങി പോകുന്ന മേഘങ്ങൾ അഗ്നിയുടെ ചുവപ്പ് ഏറ്റുവാങ്ങി ആകാശം തീ പിടിച്ചത് പോലെ ഉണ്ടാകും.ദശലക്ഷക്കണക്കിന് തീപ്പൊരികൾ ഇടി മിന്നൽ പോലെ മുകളിൽ കത്തി ജ്വലിയിക്കുന്ന വായുവിൽ എത്തിച്ചേരുന്നു. നീങ്ങി പോകുന്ന വഴിയിൽ അർദ്ധവൃത്താകൃതിയിൽ വെട്ടിത്തിളങ്ങുന്ന തീനാമ്പുകൾ അവശേഷിപ്പിച്ചുകൊണ്ട് അഗ്നിപർവ്വതത്തിന്റെ ചരിവിൽ അത് തീമഴയായി വന്നുവീഴുന്നു. ആ തീ മഴയിൽ പല മീറ്ററുകൾ വരെ വലുപ്പമുള്ള വലിയ കല്ലുകളാണ്, വലിയ കെട്ടിടങ്ങൾ വരെ തകർക്കുവാൻ കരുത്തുള്ള വേഗതയിൽ വന്നു വീഴുന്നത്. മനുഷ്യ നിർമ്മിതമായ ഏത് മെഷീനിന് ഇത്ര വലുപ്പമുള്ള കല്ലുകൾ ഇത്രയും ഉയരത്തിൽ തൊടുത്തുവിടാൻ കഴിയും?നമ്മുടെ എല്ലാ കഴിവുകളും ഉപയോഗിച്ച് ഒരിക്കൽ പോലും ചെയ്യുവാൻ പറ്റാത്ത കാര്യമാണ് അഗ്നിപർവ്വതം പലതവണ ചെയ്തുകൊണ്ടിരിക്കുന്നത്. ചിലപ്പോൾ ആഴ്ചകളോളവും മാസങ്ങളോളവും ഈ ചുട്ടുപൊള്ളുന്ന ചെങ്കല്ലുകൾ വെസുവിയസ് മുകളിലേക്ക് തെറിപ്പിച്ചുകൊണ്ടിരിക്കും. ദൂരെനിന്ന് നോക്കുമ്പോൾ വെടിക്കെട്ട് നടക്കുകയാണെന്ന് തോന്നും.”

“ഹോ! ഭയാനകമെങ്കിലും എന്ത് ഭംഗിയുള്ള കാഴ്ചയായിരിക്കും അത്!” എമിൽ പറഞ്ഞു.

“അഗ്നിപർവ്വതത്തിന്റെ മുകളിലുള്ള ആളുകൾക്ക് എന്ത് സംഭവിക്കും?”

“ആ സമയത്ത് അവർ അവിടെ നിന്ന് പോകും. അല്ലെങ്കിൽ,

പുകയിൽ ശ്വാസം മുട്ടി, ചുട്ടു പഴുത്ത കരിങ്കല്ലുകൾ ദേഹത്ത് വന്നു വീണ് അവരുടെ ജീവൻ നഷ്ടപ്പെട്ടു."

"അഗ്നിപർവ്വതത്തിന്റെആഴങ്ങളിൽ നിന്ന് ഉരുകി ഒലിച്ച ലാവ സൂര്യനെപ്പോലെ വെട്ടിത്തിളങ്ങുന്ന തീപ്പുഴയായി പുറത്തേക്ക് ഒഴുകി അതിന്റെ മുകളിലെ ക്രേറ്ററിൽ വന്ന് നിറയുന്നു. ദൂരെ, സമതലത്തു നിന്ന് പൊട്ടിത്തെറിയുടെ വികാസം കണ്ട് നിൽക്കുന്നവർക്ക്, വായുവിന്റെ മുകൾത്തട്ടിലെപ്രകാശം ലാവപ്രവാഹത്തെ കുറിച്ച് മുന്നറിയിപ്പ് നല്കുന്നു. ക്രേറ്ററിൽ ലാവവന്ന് നിറഞ്ഞുകഴിഞ്ഞാൽ ഭൂമി ഒരു കുലക്കത്തോടെ ഇടിവെട്ടി പൊട്ടിത്തുറക്കുന്നു. പിന്നെ, എല്ലാ വിടവുകളിൽ കൂടിയും ക്രേറ്ററിന്റെ വശങ്ങളിൽ കൂടിയും പുഴകളായി ലാവ ഒഴുകിത്തുടങ്ങും. വെട്ടിത്തിളങ്ങുന്ന കൊഴുത്ത ഉരുകിയ ലോഹം പോലെയുള്ള ലാവയുടെ ഉജ്ജ്വലമായ ആ പ്രവാഹം മെല്ലെമെല്ലെ മുൻപോട്ട് ഒഴുകുമ്പോൾ, അതിന്റെ മുൻഭാഗം നീങ്ങിക്കൊണ്ടിരിക്കുന്ന തീപ്പുഴ പോലെയാണ്. ചലിക്കുവാൻ സാധിക്കുന്നതിനെല്ലാം ഓടി രക്ഷപ്പെടാം. ചലന ശേഷി ഇല്ലാത്തവയെ അത് വിഴുങ്ങുന്നു. മരങ്ങളും കെട്ടിടങ്ങളും ഒരു നിമിഷം കൊണ്ട് കത്തി കരിക്കട്ടയായി നിലം പൊത്തുന്നു, വലിയ കരിങ്കല്ലുകൾ ഉരുകി സ്ഫടികമായി തീരുന്നു."

"അധികം വൈകാതെ ലാവയുടെ ഒഴുക്ക് നിലക്കും. ഭൂമിക്കടിയിൽ നിന്ന് സ്വതന്ത്രമായ പൊള്ളുന്ന നീരാവി അസാദ്ധ്യമായ ശക്തിയോടു കൂടിയാണ് പുറത്തേക്ക് വരുന്നത്. അതോടൊപ്പം, പൈശാചികമായ മേഘങ്ങളിൽ ഒഴുകി നടക്കുന്ന നനുത്ത പൊടിപടലങ്ങളുടെ ചുഴലി ക്കാറ്റ് അടുത്തുള്ള സമതലപ്രദേശങ്ങളിൽ വന്നടിയുന്നു; അല്ലെങ്കിൽ, നൂറിൽപ്പരം യോജനകൾ ദൂരെ കൊണ്ടുപോയി നിക്ഷേപിക്കുന്നു. ഒടുക്കം എല്ലാം കെട്ടടങ്ങി പർവ്വതം ശാന്തമാകുന്നു."

"അഗ്നിപർവ്വതത്തിനരികിലുള്ള സ്ഥലങ്ങളിൽ അഗ്നി ചെന്നെത്തു കയില്ലേ? ആ സ്ഥലങ്ങൾ അതിൽ നിന്ന് പുറപ്പെടുന്ന ചാരംകൊണ്ട് മൂടപ്പെടില്ലേ?" ജൂൾസിന്റെ സംശയം.

"നിർഭാഗ്യവശാൽ അതിനുള്ള സാധ്യതകളുണ്ട്, അങ്ങിനെ സംഭ വിച്ചിട്ടുമുണ്ട്. ഇപ്പോൾ നിങ്ങൾക്ക് ഉറങ്ങാനുള്ള സമയമായി. ബാക്കി ഞാൻ നാളെ പറയാം."

അദ്ധ്യായം 46
കറ്റാനിയ

"അഗ്നിപർവ്വതത്തിന്റെ അടുത്തുള്ള പട്ടണങ്ങളിലേക്ക് ലാവപ്പുഴ ഒഴുകി എത്തില്ലേ എന്ന് ഇന്നലെ ജൂൾസ് എന്നോടു ചോദിച്ചു. അതിന് ഉത്തരം തരുന്ന ഒരു കഥ ഞാൻപറയാം. എറ്റ്ന മല പൊട്ടിത്തെറിച്ച കഥയാണ്," പോളമ്മവൻ പറഞ്ഞു തുടങ്ങി.

"എറ്റ്ന അഗ്നിപർവ്വതം സിസിലിയിലല്ലേ? അവിടെയല്ലേ 'നൂറ് കുതിരകൾ' എന്ന വലിയ ചെസ്റ്റ്നട്ട് മരം ഉള്ളത്?" ക്ലയർ ചോദിച്ചു.

"അതെ. ഇതുവരെ രേഖപ്പെടുത്തിയിട്ടുള്ളതിൽ വെച്ച് ഏറ്റവും ശക്തിയേറിയ പൊട്ടിത്തെറി ഇരുനൂറു വർഷങ്ങൾക്ക് മുൻപ് സിസിലിയിൽ ഉണ്ടായതാണ്."

"ഒരു രാത്രി, കൊടുങ്കാറ്റിന് ശേഷം, ഭൂമി വിറകൊള്ളുവാൻ തുടങ്ങി. പല വീടുകളും തകർന്നു. കാറ്റത്ത് പുൽ നാമ്പുകൾ ആടി ഉലയുന്നതു പോലെ വൻ മരങ്ങൾ ഇളകിയാടി, ഭയന്നോടുന്ന മനുഷ്യരുടെ കാൽച്ചുവട്ടിൽ നിന്ന് ഭൂമി തെന്നി മാറി. അവർ അഗാധ ഗർത്തങ്ങളിലേക്ക് വീണുമറഞ്ഞു. ആ നിമിഷം ഭൂമിയിൽ നാലുകാതം നീളത്തിലുള്ള ഒരു പിളർപ്പിന്റെ ഉള്ളിൽ നിന്ന് എറ്റ്ന പൊട്ടിത്തെറിച്ചു. പിളർപ്പിന്റെ അരികുകളിൽ മറ്റ് അഗ്നിപർവ്വതങ്ങൾ വാ തുറന്നു. അവയിൽ നിന്ന് ഭയാനകമായ ശബ്ദത്തോടുകൂടി കറുത്ത പുകയും ചുട്ടുപഴുത്ത മണലും ശക്തിയോടെ പുറത്തേക്ക് പ്രവഹിച്ചു. വൈകാതെ, ഇവയിൽ ഏഴെണ്ണം അഗാധമായ ഒരു ഗർത്തത്തിൽ ഒന്നായിത്തീർന്നു. അതിൽനിന്ന് നാലു മാസത്തോളം കരിയും ലാവയും പുറത്തുവന്നു, അതോടൊപ്പം നിലക്കാത്ത ഇടി മുഴക്കവും മിന്നലും. പുതിയ അഗ്നിപർവ്വത ദ്വാരങ്ങളുമായി ഒരു ബന്ധവുമില്ലാത്തത് പോലെ എറ്റ്നയുടെ ക്രേറ്റർ ആദ്യം ശാന്തമായി കാണപ്പെട്ടെങ്കിലും, കുറച്ച് ദിവസങ്ങൾക്കകം അത് ഉണർന്നെഴുന്നേറ്റു;

ആകാശം മുട്ടെ ഉയരത്തിൽ തീ നാളങ്ങളും പുകയും പുറത്തുവന്നു. അടുത്ത നിമിഷം ക്രേറ്ററിന് മുകളിലെ മകുടം പർവ്വതത്തിന്റെഅടിത്തട്ടിലേക്ക് പതിക്കുകയാണ് ചെയ്തത്. അടുത്ത ദിവസം നാല് പാർവ്വതാരോഹണ വിദഗ്ധർ എറ്റ്നയുടെ മുകളിൽ കയറുവാനുള്ള ധൈര്യം കാണിച്ചു. അപ്പോഴേക്കും ക്രേറ്റർ വളരെ വലുതായിട്ടുണ്ടായിരുന്നു. മുൻപ് ഒരു കാതം വ്യാസമുണ്ടായിരുന്ന അതിന്റെ രന്ധ്രഭാഗചുറ്റളവ് ഇപ്പോൾ രണ്ട് കാതമായി.”

“ആ സമയം മുഴുവൻ വീടുകളും കാടുകളും കൃഷി ഇടങ്ങളും തകർത്തുകൊണ്ട് പർവ്വതത്തിന്റെ എല്ലാ വിടവുകളിൽ കൂടിയും സമതലങ്ങളിലേക്ക് ലാവ ഒഴുകുകയായിരുന്നു. കനത്ത മതിലുകളാൽ ചുറ്റപ്പെട്ട്, അഗ്നിപർവ്വതത്തിൽ നിന്ന്ചില കാതങ്ങൾക്കപ്പുറം, കടൽക്കരയിൽ സ്ഥിതി ചെയ്തിരുന വലിയൊരു പട്ടണമാണ് കറ്റാനിയ. ഉരുകി ഒലിച്ച ലാവ കറ്റാനിയയുടെ മതിൽക്കെട്ട് വരെ എത്തിയപ്പോഴേക്കും അത് പലേ ഗ്രാമങ്ങളും നിരപ്പാക്കിക്കഴിഞ്ഞിരുന്നു. കററാനിയ നിവാസികളെ ഭയപ്പെടുത്തുവാനെന്ന വണ്ണം ആ ലാവപ്പുഴ ഒരു കുന്ന് ഒന്നടങ്കം കടപുഴക്കി ദൂരേക്ക് വലിച്ചുകൊണ്ടു പോയി; ഒരു മുന്തിരിത്തോട്ടം ഒന്നോടെ പൊക്കിഎടുത്ത്, അതിലെ ഇലപ്പടർപ്പുകൾ കരിഞ്ഞു കരിക്കട്ട ആയി അദൃശ്യമാകുന്നതുവരെ ഒഴുക്കിക്കൊണ്ട്പോയി. ഒടുക്കം, ഉഗ്രജ്ജ്വാലകളോടുകൂടി ആ പുഴ പരന്നുകിടക്കുന്ന ഒരു താഴ്വാരത്തിലെത്തി. അതോടെ കറ്റാനിയക്കാർ രക്ഷപ്പെട്ടു എന്ന് ആശ്വസിച്ചു. എന്നാൽ സംഭവിച്ചത് നേരെ മറിച്ചാണ്: ആറ് മണിക്കൂറുകൾക്കുള്ളിൽ ലാവ താഴ്വാരം നിറഞ്ഞ് കവിഞ്ഞ്, പത്തു മീറ്റർ ഉയരവും അര കാതം വീതിയുമുള്ള ഒരു പുഴയായഒഴുകി, പട്ടണത്തിലെത്തി. അപ്പോഴേക്കും അസാദ്ധ്യമായ ഭാഗ്യം കൊണ്ട്, മറ്റൊരു പുഴ അതിനെ കുറുകെ മുറിച്ചു കടന്നു പോവുകയും അതിന്റെ ഗതി മാറുകയും ചെയ്തു. അങ്ങിനെ ഒഴുകി പട്ടണത്തിൽ നിന്ന് ഒരു കല്ലേറിന്റെ അകലത്തിലെത്തിയ ലാവപ്പുഴ പട്ടണത്തിന്റെ മതിലുകൾക്ക് കേടുപാടുകൾ വരുത്തിയ ശേഷം വഴിമാറി കടലിനെ ലക്ഷ്യമാക്കി ഒഴുകുവാൻ തുടങ്ങി.”

“അഗ്നിപർവ്വതത്തിൽ നിന്നുയർന്ന തീമല പട്ടണത്തിലേക്ക് ഒഴുകിയടുത്തപ്പോൾ ഞാൻ കറ്റാനിയൻകാരുടെ ജീവനെക്കുറിച്ച് ഭയപ്പെട്ടുപോയി,” എമിൽ ഇടയ്ക്ക് പറഞ്ഞു.

“എല്ലാം കഴിഞ്ഞിട്ടില്ല.” പോളമ്മാവൻ തുടർന്നു, “തീപ്പുഴ കടലിനെ ലക്ഷ്യമാക്കി നീങ്ങിത്തുടങ്ങി എന്ന് പറഞ്ഞുവല്ലോ. അവിടെ, വെള്ളവും തീയും തമ്മിൽ ഒരു പൊരിഞ്ഞ യുദ്ധം നടന്നു. 1500 മീറ്റർ വ്യാപ്തിയും 24

മീറ്റർ ഉയരവുമുള്ള ചലിക്കുന്ന ഒരു മതിലായി കടലിലേക്ക് അടുക്കുകയായിരുന്നു ലാവ. തിരമാലകൾ വന്നടിക്കുമ്പോൾ അതിൽനിന്ന് ഭയാനകമായ ശീൽക്കാര ശബ്ദത്തോടെ ആവി ഉയർന്നു. അത് ആകാശത്തെ കറുത്ത മേഘങ്ങൾ കൊണ്ട് മൂടി, ആ പ്രദേശമാകെ ഉപ്പുമഴ പെയ്യിച്ചു. കുറച്ച് ദിവസങ്ങൾക്ക് ശേഷം കടൽ മുന്നൂറു മീറ്ററോളം ഉൾവലിഞ്ഞു."

"എന്നിട്ടും കറ്റാനിയായിൽനിന്ന് അപകടം വിട്ടുമറിയില്ല. ഓരോ ദിവസവും പുതിയ കൈവഴികളുമായി ലാവപ്പുഴ പട്ടണത്തിലേക്ക് അടുത്തു. മതിലിനു മുകളിൽകൂടി നഗരനിവാസികൾ ഭീതിയോടെ പ്രകൃതിയുടെ താണ്ഡവം കണ്ടുനിന്നു. ലാവ പട്ടണത്തിന്റെ പുറം മതിൽക്കെട്ട് വരെ എത്തി. ജ്വലിക്കുന്ന തീപ്പുഴ മിനുറ്റ് വെച്ച് അന്തമില്ലാതെ മെല്ലെ ഉയർന്നു കൊണ്ടിരുന്നു. അത് മതിലിന്റെ മുകളറ്റം വരെ എത്തി, മതില് തകർത്തുകൊണ്ട് പട്ടണത്തിൽ പ്രവേശിച്ചു!"

"ദൈവമേ! എല്ലാവരും മരിച്ചോ?" ക്ലയർ ചോദിച്ചു.

"ഇല്ല. ലാവയുടെ ഒട്ടിപ്പിടിക്കുന്ന സ്വഭാവം കാരണം അത് വളരെ പതുക്കെയേ ഒഴുകുകയുള്ളൂ. ആളുകൾക്ക് മുന്നറിയിപ്പ് കൊടുക്കുവാനുള്ള സമയം ലഭിക്കും. അവർക്ക് ഒഴിഞ്ഞു പോകാം. എന്നാൽ സ്ഥാവര വസ്തുക്കൾക്കാണ് കോട്ടം തട്ടിയത്. ലാവ പരന്നൊഴുകി. പട്ടണം ഒന്നടങ്കം നാശത്തിലേക്ക് കൂപ്പുകുത്തിക്കൊണ്ടിരിക്കുമ്പോൾ കുറച്ച് ധൈര്യശാലികൾ അഗ്നിപർവ്വതത്തിനോട് യുദ്ധം പ്രഖ്യാപിച്ചുകൊണ്ട് രംഗത്തിറങ്ങി. കൽമതിലുകൾ പണിത് തീപ്പുഴക്ക് മാർഗ്ഗ തടസ്സം സൃഷ്ടിക്കുവാൻ അവർ തീരുമാനിച്ചു. ഒരു പരിധിവരെ അവർ വിജയിക്കുകയും ചെയ്തു. എന്നാൽ അത് കഴിഞ്ഞ് ഉണ്ടായതാണ് ഏറ്റവും ഫലവത്തായത്. ലാവപ്പുഴ സ്വയം ഘനീഭവിച്ച് ഒരാവരണം പോലെ ഒട്ടിച്ചേർന്നു വലിയ കല്ലുകളായി, അതിന്റെ ഒഴുക്കിന് മുകളിൽ അത് തന്നെ ചിറകെട്ടി! എങ്കിലും, ഈ ആവരണത്തിനകത്ത് ഉരുകിയ വസ്തുക്കൾ ആ നിലയിൽത്തന്നെ തുടരുകയും മുൻപോട്ടുള്ള അതിന്റെ പ്രയാണം തുടരുകയുമാണ് ചെയ്തത്. അത് സ്വയം നിർമ്മിച്ച ഘനീഭവിച്ച ആവരണം ചില നിർണ്ണായകമായ ഇടങ്ങളിൽ പൊട്ടിച്ച് പുഴയെ വഴിമാറ്റി, അപകടം ഒഴിവാക്കുവാൻ വഴിയുണ്ടാക്കാമെന്നവർ കണക്കുകൂട്ടി. അതുപ്രകാരം, അർപ്പിത മനസ്കരായ നൂറുകണക്കിന് ആളുകൾ ഇരുമ്പുപാരകൾ കൊണ്ട് അഗ്നിപർവ്വതത്തിൽ നിന്ന് അകലെയല്ലാത്ത ഇടത്തെ ആവരണങ്ങൾ തകർക്കുവാനായി അതിൽ ആഞ്ഞ് അടിക്കുവാൻ തുടങ്ങി. അകത്തെ ലാവയുടെ ചൂടിന്റെ കാഠിന്യം നിമിത്തം ഓരോ പണിക്കാരനും ഒരു സമയത്ത് മൂന്നോ നാലോ അടികൾ മാത്രമേ എൽപ്പിക്കുവാൻ

കഴിഞ്ഞുള്ളൂ. അതിനുശേഷം ശ്വാസം വീണ്ടെടുക്കുവാനായി അവർക്ക് പിൻവലിയേണ്ടി വന്നു. ഏതായാലും, അവർ പ്രതീക്ഷിച്ചത് പോലെ, തീപ്പുഴയുടെ ആവരണത്തിൽ വിടവുണ്ടാക്കിയപ്പോൾ അതിനുള്ളിൽ നിന്ന് ലാവ മറ്റൊരു ചാലായി പുറത്തേക്കൊഴുകി. കറ്റാനിയ രക്ഷിക്കപ്പെട്ടു. പക്ഷേ, അതിന് മുൻപ്, പട്ടണത്തിനുള്ളിലെ മുന്നൂറോളം വീടുകളും പള്ളികളും സമതലങ്ങളും ലാവ തിന്നു കഴിഞ്ഞിരുന്നു. കറ്റാനിയക്ക് പുറത്ത്, പതിനഞ്ചു മുതൽ പതിനെട്ട് നാഴിക ചുറ്റളവിൽ, പതിമൂന്ന് മീറ്റർ ഘനത്തിൽ ഒരു തട്ടുണ്ടായി, ലാവ ഇരുപത്തേഴായിരം മനുഷ്യരുടെ ജീവനെടുത്തു."

"കറ്റാനിയയെ രക്ഷിക്കുവാൻ സ്വന്തം ജീവൻ പണയപ്പെടുത്തിയ ധീരരായ രാജ്യസ്നേഹികളില്ലായിരുന്നെങ്കിൽ ഇന്ന് അങ്ങിനെ ഒരിടം തന്നെ ഉണ്ടാവുകയില്ല," ജൂൾസ് അഭിപ്രായപ്പെട്ടു.

"തീർച്ചയായും. കറ്റാനിയ കത്തിക്കരിഞ്ഞ് നമാവശേഷമായിപ്പോയിട്ടുണ്ടാകും. വെന്തുപോയ എല്ലാത്തിന്റെയും അവശിഷ്ടങ്ങൾ തണുത്തുറഞ്ഞ ലാവയുടെ അടിയിലാകും. ജീവൻ ബലികഴിക്കുവാൻ തയ്യാറായ, വെറും മൂന്നുനാല് ധീരരായ മനുഷ്യരാണ്, മുകളിലെ ദൈവത്തിൽ മാത്രം വിശ്വാസമർപ്പിച്ച് പ്രവർത്തിച്ച്, ഒരു നാടിനെ ഉന്മൂല നാശത്തിൽ നിന്ന് രക്ഷിച്ചത്. കുട്ടികളെ, ഒരു സന്ദർഭം വരികയാണെങ്കിൽ നിങ്ങൾക്കും ഇതുപോലെ സധൈര്യം പ്രവർത്തിക്കുവാനുള്ള ശക്തി ഉണ്ടാകട്ടെ. ബുദ്ധിശക്തി ഒരാളിനെ ഉയരത്തിൽ എത്തിക്കുമ്പോൾ മനസ്ഥിതി അയാളെ കൂടുതൽ മഹത്വത്തിലേക്ക് ഉയർത്തുന്നു. എന്റെ വയസ്സുകാലത്ത് നിങ്ങൾ നേടിയ പദവികളെക്കാൾ എന്നെ അഭിമാനിയാക്കുക നിങ്ങൾ ചെയ്ത സൽപ്രവൃത്തികളാണ്. അപകടങ്ങളെ അഭിമുഖീകരിക്കേണ്ടി വന്നാലും, നമ്മുടെ അറിവ് മറ്റുള്ളവരുടെ നന്മക്കായി ഉപയോഗിക്കുവാൻ കഴിയണം. നിങ്ങൾ കറ്റാനിയയെ രക്ഷിച്ച ആ ധീരാത്മാക്കളെ പോലെ ആകണം. എന്റെ സ്നേഹത്തിനും പറഞ്ഞുതന്ന കഥകൾക്കും പകരമായി ഇതാണ് ഞാൻ നിങ്ങളിൽ നിന്നും പ്രതീക്ഷിക്കുന്നത്."

ജൂൾസ് ഒരു തുള്ളി കണ്ണീർ തുടച്ചു. തന്റെ വാക്കുകൾ വളക്കൂറുള്ള മനസ്സുകളിലാണ് നിക്ഷേപിച്ചിരിക്കുന്നത് എന്ന് പോളമ്മാവന് ബോധ്യമായി.

അദ്ധ്യായം 47

പ്ലീനിയുടെ കഥ

"വണ്ട് പണ്ട്, പ്ലീനി എന്ന ഒരു ലാറ്റിൻ എഴുത്തുകാരൻ പറഞ്ഞ കഥ ഞാൻ നിങ്ങൾക്ക് പറഞ്ഞുതരാം. അഗ്നിപർവ്വതത്തിൽ നിന്ന് പുറംതള്ളപ്പെടുന്ന ചാരവും കരിയും എത്രത്തോളം അപകടകാരിയാണ് എന്ന് അത് കേട്ടാൽ നിങ്ങൾക്ക് മനസ്സിലാകും."

"ക്രിസ്തു വർഷം 79 ൽ നടന്നതാണ്. യേശുവിന്റെ സമകാലികർ അപ്പോഴും ജീവിച്ചിരിക്കുന്നുണ്ടായിരുന്നു. അക്കാലത്ത് വെസുവിയസ് ഒരു ഫലഭൂയിഷ്ഠമായ പർവ്വതമായിരുന്നു. ഉള്ളിലേക്ക് വളഞ്ഞുകിടക്കുന്ന മുകൾത്തട്ടിൽ നേർത്ത പുൽ നാമ്പുകളും വള്ളിപ്പടർപ്പുകളും നിറഞ്ഞിരുന്നു. അതിന്റെ ഇരു വശങ്ങളിലും വിളകൾ തിങ്ങി നിറഞ്ഞ് വളർന്നു നിന്നു. താഴ്വാരത്ത് ഹെർകുലാനിയം, പോംപി എന്നീ രണ്ട് പട്ടണങ്ങൾ സ്ഥിതിചെയ്തു. എന്നാൽ ഇന്നത്തെ സ്ഥിതി അതല്ല. വെസുവിയസ് മലയുടെ കോളാമ്പി ആകൃതിയിലുള്ള മുകൾ ഭാഗത്ത് നിന്ന് ഇന്ന് പുക ഉയരുന്നു."

"അവസാനമായി ചരിത്രാതീത കാലത്ത് പൊട്ടിത്തെറിക്കുകയും, അതിന് ശേഷം എന്നെന്നേക്കുമായി കെട്ടടങ്ങി എന്ന് കരുതപ്പെടുകയും ചെയ്തിരുന്ന പഴയ ഒരു അഗ്നിപർവ്വതത്തിൽ നിന്ന് പെട്ടെന്ന് പുക ഉയരുവാൻ തുടങ്ങി. ഓഗസ്റ്റ് 23- ാംതിയ്യതി, ഉച്ചയ്ക്ക് ഏതാണ്ട് ഒരുമണി ആയപ്പോൾ, വെള്ളയും കറുപ്പും നിറത്തിലുള്ള മേഘങ്ങൾ ഇടവിട്ടിടവിട്ട് വെസുവിയസ് മലയുടെ മുകളിൽ പ്രത്യക്ഷപ്പെട്ടു. ഭൂഗർഭത്തിലുള്ള ഏതോ അദൃശ്യ ശക്തിയാൽ തള്ളപ്പെട്ട്, ആ മേഘം, ഉയരമുള്ള ഒരു മരത്തിന്റെ തടി പോലെ കുത്തനെ ഉയർന്നു. വലിയ ഉയരത്തിലെത്തിയപ്പോൾ അതിന്റെ തന്നെ ഭാരത്താൽ അത് താഴേക്ക് വന്ന് ആ പ്രദേശം മുഴുവൻ മൂടി.

“വെസൂവിയസിൽ നിന്ന് ആകലെയല്ലാത്ത മെസ്സിന എന്ന തുറമുഖ പട്ടണത്തിൽ താമസിച്ചിരുന്ന ഗ്രന്ഥകാരന്റെ അമ്മാവനാണ് ഈ കഥകളൊക്കെ പകർന്നുതന്നത്. മരുമകന്റെ പേരായ പ്ലീനി എന്നു തന്നെയാണ് അദ്ദേഹത്തിന്റെയും പേര്. ആ തുറമുഖത്ത് നിലയുറപ്പി ച്ചിരുന്ന റോമൻ പട്ടാളത്തിന്റെ സേനാപതിയായിരുന്നു അദ്ദേഹം. മറ്റുള്ളവരെ സഹായിക്കുന്നതിൽ നിന്നോ, പുതിയ അറിവ് സമ്പാദി ക്കുന്നതിൽ നിന്നോ ധീരനായ പ്ലീനിയെ പിന്തിരിപ്പിക്കുവാൻ ആർക്കും കഴിഞ്ഞിരുന്നില്ല. വെസൂവിയസിന് മുകളിൽ നിറഞ്ഞ് നിന്നിരുന്ന മേഘം കണ്ട ഉടനെ പ്ലീനി അതിനെ അടുത്ത് നിന്ന് കാണുവാനും വേണ്ടിവന്നാൽ രക്ഷാപ്രവർത്തനം നടത്തുവാനുമായി കാൽനടയായി അങ്ങോട്ടു പുറപ്പെട്ടു. വെസുവിയൻ താഴ്വരയിൽനിന്ന് ആളുകൾ തിരക്കിട്ട് ഒഴിഞ്ഞു പോവുകയായിരുന്നു. ഏറ്റവും കൂടുതൽ നാശം സംഭവിച്ച സ്ഥ ലത്തേക്ക് അദ്ദേഹം ചെന്നു.”

“നല്ലത്! ധീരന്മാരുമായുള്ള സഹവാസം നമ്മെയും ധീരരാക്കും. എനിക്കും പ്ലീനിയെ പോലെ അവിടെ പ്രവർത്തിക്കുവാൻസാധിച്ചെ ങ്കിൽ എന്ന് ആശ തോന്നുന്നു,” ജൂൾസ് പറഞ്ഞു.

“കഷ്ടം എന്നല്ലാതെ എന്ത് പറയാൻ! നീ അവിടെ പോയിരുന്നെ ങ്കിൽ അതൊരു ഉല്ലാസകേന്ദ്രമല്ല എന്ന് മനസ്സിലായേനെ. കത്തുന്ന വിറകുകൊള്ളികളും കരിക്കട്ടകളും എല്ലായിടത്തും കാണപ്പെട്ടു. കടൽ അങ്ങേയറ്റം പ്രക്ഷുബ്ധമായിരുന്നു. ചിതറിക്കിടന്ന പർവ്വതത്തിന്റെ അവശിഷ്ടങ്ങൾക്കിടയിൽ കൂടി അവിടെ എത്തിപ്പെടുവാൻ തന്നെ കഴിയാതായിട്ടുണ്ടായിരുന്നു. പിന്തിരിഞ്ഞു പോവുകമാത്രമേ ഒരു മാർഗ്ഗമു ണ്ടായിരുന്നുള്ളൂ. അപകട സ്ഥലത്തുനിന്ന് അകലത്തിലുള്ള സ്റ്റാബിഐ യിൽ കപ്പലടുത്തു. എല്ലാവരിലും സംഭ്രാന്തി പരത്തിക്കൊണ്ട് പ്രകമ്പന ങ്ങൾ അടുത്തു വരുന്നുണ്ടായിരുന്നു. ആ സമയത്ത് വെസുവിയസ്സിലെ പല ഭാഗത്തും ഭൂഗർഭത്തിൽ നിന്ന് തീ നാളങ്ങൾ പൊട്ടിപ്പുറപ്പെട്ടു. പുകയും കരിയും നിറഞ്ഞ അന്തരീക്ഷത്തിൽ അതിന്റെ പ്രകാശം ഭയാനകമായിരുന്നു. ആ തീ നാളങ്ങൾ കാണുന്നത് ഒഴിഞ്ഞുപോയ ഗ്രാമങ്ങളിൽ നിന്നാണ് എന്ന് പറഞ്ഞ് പ്ലീനി തന്റെ സഹചാരികളെ സമാശ്വസിപ്പിച്ചു.”

“അത് അവർക്ക് ധൈര്യം പകരാനായി അദ്ദേഹം പറഞ്ഞതായി രിക്കാം. പക്ഷേ കാര്യങ്ങളുടെ സത്യാവസ്ഥ അദ്ദേഹത്തിന് അറിയാ മായിരുന്നു, അല്ലേ?”

“ഉവ്വ്, അപകടത്തിന്റെ കാഠിന്യം അദ്ദേഹത്തിന് അറിയാമായിരുന്നു.

എങ്കിലും ക്ഷീണം കാരണം അദ്ദേഹം ഉറങ്ങിപ്പോയ സമയത്ത് കറുത്ത മേഘം സ്റ്റാബിഐെ യിൽ എത്തി. അവരുടെ തമാസസ്ഥലത്തേക്കുള്ള വഴി കല്ലും കരിക്കട്ടയും വന്ന മൂടുവാൻ തുടങ്ങി. കുറച്ച് സമയം കൂടി കഴിഞ്ഞാൽ അവർ അവിടെ പെട്ടു പോകുമായിരുന്നു."

ജീവനോടെ കുഴിച്ചു മൂടപ്പെടുമായിരുന്നു. അവർ അദ്ദേഹത്തെ വിളിച്ചുണർത്തി. അടുത്ത പടി എന്തെന്ന് നിശ്ചയിക്കണം. നിലക്കാത്ത ഭൂമി കുലുക്കം കാരണം വീടുകൾ ആടി ഉലഞ്ഞ് അവയുടെ അസ്ഥിവാരത്തിൽ നിന്ന് പറിച്ചെറിയപ്പെടുന്നത് പോലെ ആയിരുന്നു. പലതും നിലം പതിച്ചു. കടലിലേക്ക് തിരിച്ചു പോകാൻ അവർ തീരുമാനിച്ചു. കരിപിടിച്ച കല്ലുകൾ തുടരെ വന്ന് വീണുകൊണ്ടിരുന്നു. അതിൽ നിന്ന് രക്ഷപ്പെടുവാൻ അവർ തലയണ കൊണ്ട് തല മൂടി കൂരിരുട്ടിൽ കടൽക്കരയിലേക്ക് നടന്നു. ആകെ തളർന്ന പ്ലീനി ഒരു നിമിഷം വിശ്രമിക്കുവാനായി നിലത്തിരുന്നപ്പോൾ സൾഫറിന്റെ രൂക്ഷ ഗന്ധത്തോടെ ചുറ്റും അഗ്നി ആളിക്കത്തുവാൻ തുടങ്ങി. ആളുകൾ ആത്മരക്ഷാർത്ഥം പരക്കം പാഞ്ഞു. പ്ലീനി എഴുന്നേറ്റെങ്കിലും കരിയും പുകയും ശ്വസിച്ച്, അടുത്ത നിമിഷം ശ്വാസം മുട്ടി മരിച്ചു വീഴുകയാണ് ഉണ്ടായത്."

"പാവം പ്ലീനി! ധൈര്യവനായ ഒരാളിനെ അഗ്നിപർവ്വതം കൊന്ന് ഇല്ലാതാക്കി!" ജൂൾസ് വിലപിച്ചു.

സ്റ്റാബിഐെ യിൽ അമ്മാവൻ മരിക്കുമ്പോൾ, മെസ്സിനായിൽ അമ്മയോടൊപ്പം ഉണ്ടായിരുന്ന അനന്തരവൻ ഭയാനകമായ ഒരു കാഴ്ച കണ്ടുകൊണ്ടിരിക്കയായിരുന്നു. "എന്റെ അമ്മാവൻ മരിച്ച പിറ്റേന്ന് രാത്രി മെസ്സിനയിൽ ഭൂമി ശക്തിയായി കുലുങ്ങുവാൻ തുടങ്ങി. അമ്മ എന്നെ വിളിച്ചുണർത്തുവാൻ വന്നപ്പോൾ ഞാൻ അങ്ങോട്ട് ചെല്ലാൻ തയ്യാറെടുക്കുകയായിരുന്നു. ആ വീട് എപ്പോൾ വേണമെങ്കിലും നിലം പൊത്താം എന്ന് തോന്നിയതുകൊണ്ട് പുറത്തേക്കിറങ്ങി കടലിനടുത്ത് ചെന്നിരുന്നു. ഞാൻ പതിനെട്ട് വയസ്സിന്റെ ചോരത്തിളപ്പിൽ ഇതൊന്നും വേണ്ടത്ര ഗൗരവത്തിൽ എടുക്കാതെ അപ്പോൾ പുസ്തകം വായിച്ചുകൊണ്ടിരിക്കയായിരുന്നു. എന്റെ അമ്മാവന്റെ ഒരു കൂട്ടുകാരൻ വന്ന് വേഗം അവിടെ നിന്ന് രക്ഷപ്പെടുവാനുള്ള വഴി നോക്കുവാൻ നിർബന്ധിച്ചു. രാവിലെ ഏഴു മണി ആയിട്ടുണ്ടായിരുന്നെങ്കിലും ഇരുട്ട് കാരണം ഞങ്ങൾക്ക് ചുറ്റും കാണുവാൻ കഴിഞ്ഞിരുന്നില്ല. കെട്ടിടങ്ങളെപ്പോൾ വേണമെങ്കിലും തകർന്നു വീഴുവൻ പോകുന്നപോലെ കുലുങ്ങിക്കൊണ്ടിരുന്നു. ഒടുക്കം ഞങ്ങളും മറ്റുള്ളവരോടൊപ്പം പട്ടണത്തിൽ നിന്ന് പുറത്തുകടക്കുവാൻ തയ്യാറായി. ഞങ്ങൾ യാത്ര ചെയ്ത

വാഗൺ, ഭീതി ജനിപ്പിക്കുമാറ് ഭൂമിയോടൊപ്പം കലുങ്ങിക്കൊണ്ടിരുന്നു. വഴിയിലെ വലിയ കല്ലുകൾ യാത്ര ദുർഘടമാക്കി. കടൽ പിൻവാങ്ങിയ സ്ഥലത്ത് നൂറുകണക്കിന് മീനുകൾ ചത്തു കിടന്നു. ഒരു പൈശാചിക മായ കറുത്ത മേഘക്കൂട്ടം ഞങ്ങളുടെ അരികിലേക്ക് നീങ്ങിഎത്തി. അതിൽ മിന്നൽപ്പിണറുകൾ പാമ്പുകളെപ്പോലെയുള്ള അസംഖ്യം വരകളായി മിന്നിപ്പൊലിഞ്ഞ് കൊണ്ടിരുന്നു. ഒടുക്കം ആ മേഘങ്ങൾ താഴേയ്ക്കിറങ്ങിവന്ന് കടലും ഭൂമിയും മൂടി. അമ്മയെ വിട്ട് കഴിയുന്നതും വേഗം അവിടെനിന്ന് ഓടി രക്ഷപ്പെടുവാൻ അമ്മ എന്നെ നിർബ്ബന്ധിച്ചു. അമ്മയുടെ ചലനങ്ങൾ പ്രായാധിക്യം മൂലം സാവധാനത്തിലായിരുന്നു. ഞാൻ അപകടം തരണം ചെയ്താൽ ആ സമാധാനത്തോടെ അമ്മക്ക് മരിക്കാം എന്നവർ പറഞ്ഞു."

"എന്നിട്ട്, പ്ലീനി തന്റെ അമ്മയെ അവിടെ വിട്ട് ഓടി രക്ഷപ്പെട്ടോ?" ജൂൾസ് ചോദിച്ചു.

"ഇല്ല കുട്ടി. നിങ്ങൾ എന്ത് ചെയ്യുമായിരുന്നോ, അതുതന്നെയാണ് അവനും ചെയ്തത്. അമ്മയെ പ്രോത്സാഹിപ്പിച്ചും സഹായിച്ചും അവർ ഒരുമിച്ച് നടന്നു. ജീവിക്കുന്നെങ്കിൽ ഒരുമിച്ച് എന്നവൻ തീരുമാനിച്ചി രുന്നു."

"അത് നന്നായി. അനന്തിരവൻ അമ്മാവന്റെ പിൻഗാമി തന്നെ. എന്നിട്ട് എന്ത് സംഭവിച്ചു?"

"പിന്നെ നടന്നത് ഭയങ്കരമായ കാര്യങ്ങളാണ്. കരിയും പുകയും കാരണം അവർക്ക് ഒന്നും കാണുവാൻ കഴിഞ്ഞിരുന്നില്ല. ആകെ കരച്ചിലും ബഹളവും ഇരുട്ടും മാത്രം. ഓട്ടത്തിനിടെ ചിലർ വീണു, അവരെ ചവുട്ടി മെതിച്ച് പിന്നിൽ വന്നവർ ഓടി. ഭൂമി അവസാനിക്കു വാൻ പോവുകയാണെന്നവർ കരുതി. കൈവിട്ടുപോയ മക്കളെ തേടി അമ്മമാർ വിലപിച്ചു, അവരെ അവസാനമായി ഒന്നാശ്ലേഷിക്കുവാൻ അവർ വെമ്പി. പ്ലീനിയും അമ്മയും തിരക്കിൽ നിന്നകന്ന് ഇരിക്കുകയാ യിരുന്നു. അടിക്കടി എഴുന്നേറ്റ് ദേഹത്തുവന്നു മൂടിക്കൊണ്ടിരുന്ന കരിയും പൊടിയും അവർ കുതറിക്കളഞ്ഞുകൊണ്ടിരുന്നു. അല്ലെങ്കിൽ കുറച്ചു സമയം കൊണ്ട് അവർ അതിനുള്ളിൽ മൂടപ്പെട്ടിട്ടുണ്ടാകും. അവസാനം, മേഘങ്ങൾ നീങ്ങി, പകൽ വെളിച്ചം കാണാറായി. ചുറ്റുമുള്ള ഭൂമി കണ്ടാ ലറിയാത്ത വിധം മാറിപ്പോയിട്ടുണ്ടായിരുന്നു. എല്ലാം കരിയും പൊടിയും വന്നു മൂടിപ്പോയി."

"വീടുകളോ? എല്ലാം മൂടിപ്പോയോ?" എമിൽ ചോദിച്ചു.

"താഴ്വാരത്തിൽ ഏറ്റവും പൊക്കം കൂടിയ കെട്ടിടത്തിനെക്കാൾ

ഉയരത്തിലാണ് പൊടി അടിഞ്ഞു കൂടിയത്. പട്ടണം മുഴുവൻ മൂടിപ്പോയി. ഹെർകുലാനിയവും പോംപിയും അതിൽപ്പെട്ടും. ഒരടയാളം പോലും അവശേഷിപ്പിക്കാതെ അവ ജീവനോടെ മൂടപ്പെട്ടു."

"അവിടുത്തെ നിവാസികളോടൊപ്പമോ?" ജൂൾസ് ചോദിച്ചു.

"പ്ലീനിയും അമ്മയും പോലെ വളരെ കുറച്ചാളുകൾ മാത്രം രക്ഷപ്പെട്ടു. ഇന്ന്, എട്ട് നൂറ്റാണ്ടുകൾ മൂടപ്പെട്ടു കിടന്ന ഹെർകുലാനിയവും പോംപിയും ഉദ്ഘനനം ചെയ്യപ്പെട്ടിട്ടുണ്ട്. പൊടി മാറ്റപ്പെടാത്ത സ്ഥലങ്ങളിൽ ഇപ്പോൾ മുന്തിരി തോട്ടമാണ്."

"ആ മുന്തിരി വള്ളിപ്പടർപ്പുകൾ ആണ് വീടുകളുടെ മേൽക്കൂരകൾ, അല്ലേ?" എമിൽ ചോദിച്ചു.

"അവ അതിലും ഉയരത്തിലാണ്. താഴേയ്ക്ക് വളരെ ആഴത്തിൽ ഉണ്ടാക്കിയിട്ടുള്ള കിണറുകളിൽ ഇറങ്ങിയാണ്, കുഴിച്ചെടുക്കാത്ത സ്ഥലങ്ങൾ കാണുവാൻ വരുന്ന പര്യടനക്കാർ ആ ഇടങ്ങളിൽ ചെന്നെത്തുന്നത്."

അദ്ധ്യായം 48

വെള്ളപ്പാത്രം

പോളമ്മാവൻ സംസാരിച്ചു നിർത്തിയപ്പോൾ കത്തുമായി ഒരു പോസ്റ്റ്മാൻ വന്നു. അദ്ദേഹത്തിന്റെ കൂട്ടുകാരൻ അദ്ദേഹത്തോട് ഒരാവശ്യത്തിനായി പട്ടണത്തിലേക്ക് ചെല്ലാൻ പറഞ്ഞിരിക്കുകയാണ്. തന്റെ അനന്തരവന്മാരെ ഒരു ചെറിയ യാത്രക്ക് കൊണ്ടുപോകുവാൻ ഇതുതന്നെ അവസരം എന്ന് പോളമ്മാവൻ തീരുമാനിച്ചു. ജൂൾസിനെയും എമിലിനെയും നല്ല ഉടുപ്പുകൾ അണിയിച്ച് അടുത്തുള്ള സ്റ്റേഷനിലേക്ക് കൊണ്ടുപോയി. അവിടെ അവർ ട്രെയിൻ കാത്ത് നിൽക്കുകയായിരുന്നു. പോളമ്മാവൻ ടിക്കറ്റ് എടുക്കുന്നതിന് കൗണ്ടറിൽ പോയി അവിടെ അഴിക്കുള്ളിലുള്ള ആളിന് കാശ് കൊടുത്ത് മൂന്ന് ടിക്കറ്റുകൾ വാങ്ങി. സ്റ്റേഷൻ കവാടത്തിലുള്ള ഗാർഡിനെ അവ കാണിച്ച് അവർ അകത്ത് കയറി.

അവർ അവിടെ ആദ്യം വിശ്രമ മുറിയിലേക്കാണ് പോയത്. എമിലും ജൂൾസ് ഉം എല്ലാം വിടർന്ന കണ്ണുകളോടെ നോക്കിക്കണ്ടു. വൈകാതെ തന്നെ എഞ്ചിന്റെ ശീൽക്കാര ശബ്ദത്തോടെ തീവണ്ടി എത്തിച്ചേർന്നു. മുൻവശത്ത് ഘടിപ്പിച്ചിരുന്ന എഞ്ചിൻ വേഗത കുറച്ച് സാവധാനം നിശ്ചലമായി. വിശ്രമ മുറിയുടെ ജാലകത്തിൽ കൂടി ആളുകൾ നടന്നു നീങ്ങുന്നത് ജൂൾസ് കണ്ടു. തീവണ്ടിയുടെ എഞ്ചിൻ, ഇരുമ്പ് ദണ്ഡിനാൽ തള്ളപ്പെട്ട്, അനങ്ങുന്നത് എങ്ങിനെ എന്നാലോചിച്ചുകൊണ്ട് ജൂൾസ് മറ്റുള്ളവരോടൊപ്പം നടന്നു. അവർ കയറി, വൈകാതെ തന്നെ നീരാവിയുടെ 'ഹിസ്' ശബ്ദത്തോടെ തീവണ്ടി പുറപ്പെട്ടു. കുറച്ച് നിമിഷങ്ങൾക്കകം തീവണ്ടി വേഗത്തിലോടാൻ തുടങ്ങി. "പോളമ്മാവാ," എമിൽ ഉത്സാഹത്തോടെ പറഞ്ഞു തുടങ്ങി, "കണ്ടോ, മരങ്ങൾ നൃത്തം ചെയ്യുന്നു, വട്ടം ചുറ്റുന്നു, ഓടി അകലുന്നു!" പോളമ്മാവൻ അവനെ നോക്കി

മിണ്ടാതിരിക്കുവാൻ ആഗ്യംകാണിച്ചു. അതിന് രണ്ട് കാരണങ്ങൾ ഉണ്ട്: ഒന്നാമത് എമിൽ ഒരു മണ്ടത്തരമാണ് പറഞ്ഞത്, രണ്ടാമത് അവൻ മറ്റുള്ളവരുടെ മുൻപിൽ കോമാളി ആകുന്നത് പോളമ്മാവന് ഇഷ്ടമുള്ള കാര്യമല്ല..പോരാത്തതിന്, യാത്ര ചെയ്യുമ്പോൾ പോളമ്മാവൻ അധികം സംസാരിക്കുന്ന കൂട്ടത്തിലല്ല. അദ്ദേഹം തന്റെ സ്വകാര്യതയിൽ നിശ്ശബ്ദമായി ഇരിക്കുവാനാണ് ഇഷ്ടപ്പെട്ടത്. ഇതുവരെ കാണാത്ത വരും ഇനി കാണുവാൻ സാദ്ധ്യത ഇല്ലാത്തവരും യാത്രയിൽ വളരെ സൗഹൃദത്തിലാകുന്നു. അവർ നിർത്താതെ സംസാരിച്ചുകൊണ്ടിരിക്കും. പോളമ്മാവന് അവരെ അത്ര പ്രിയം പോര. അദ്ദേഹം അവരെ അപക്വ മനസ്കരായാണ് കണ്ടത്.

വൈകുന്നേരം മൂന്നുപേരും സന്തുഷ്ടരായി മടങ്ങി എത്തി. പോള മ്മാവൻ പോയ കാര്യം സാധിച്ചു. എമിലും ജൂൾസും പുതിയ ആശയവു മായിട്ടാണ് വന്നത്. എംബ്രോയിസിനിയമ്മ തയ്യാറാക്കി വെച്ചിരുന്ന സുഭിക്ഷമായ ഭക്ഷണം കഴിച്ചുകഴിഞ്ഞ് അവർ പോളമ്മാവനു മുൻപിൽ അവരുടെ പുതിയ പ്ലാൻ അവതരിപ്പിച്ചു.

ജൂൾസ് തുടങ്ങി, "ഇന്ന് കണ്ട എല്ലാ കാഴ്ചകളിലും വെച്ച് തീവണ്ടി യുടെ മുൻപിൽ ഘടിപ്പിച്ചിട്ടുള്ള എഞ്ചിൻ ആണ് എനിക്ക് ഏറ്റവും കൗതുകകരമായി തോന്നിയത്. എങ്ങിനെയാണ് അത് പിറകിൽ ഘടിപ്പിച്ചിട്ടുള്ള ബോഗികളും വലിച്ചുകൊണ്ട് മുൻപോട്ട് പോകുന്നത്? അത് തനിയെ ചലിക്കുകയാണോ? എത്ര നോക്കിയിട്ടും എനിക്ക് ഒന്നും കണ്ടുപിടിക്കാൻ കഴിഞ്ഞില്ല."

പോളമ്മാവൻ പറഞ്ഞു, "അത് തനിയെ അനങ്ങില്ല. നീരാവിയാണ് അതിനെ മുൻപോട്ട് ചലിപ്പിക്കുന്നത്. ആദ്യം നമുക്ക് നീരാവി എന്താ ണെന്നും അതിന്റെ ശക്തി എന്താണെന്നും നോക്കാം."

"വെള്ളം അടുപ്പിൽ വെച്ച് തിളപ്പിച്ചാൽ നീരാവി ഉണ്ടാകും. അത് വായുവിൽ ലയിച്ചുചേരും. കുറേ കഴിഞ്ഞാൽ പാത്രം കാലിയാകും. വെള്ളം മുഴുവൻ നീരാവിയായി മാറിയിട്ടുണ്ടാകും."

"ഇന്നലെ അംബ്രോയിസിനിയമ്മക്ക് അതാണ് പറ്റിയത്. ഉരുളക്കി ഴങ്ങ് പുഴുങ്ങാൻ വെച്ചിട്ട് മറന്നുപോയി. വെള്ളം മുഴുവൻ വറ്റി, കിഴങ്ങും പാതി കരിഞ്ഞു. അവർക്ക് വേറെ പുഴുങ്ങേണ്ടി വന്നു,"എമിൽ ഓർത്തു.

"ചൂടാക്കിയാൽ വെള്ളം നീരാവിയായി, അദൃശ്യമായിപ്പോകും. അത് വായുവിൽ ലയിച്ചുചേരും."

ക്ലയർ പറഞ്ഞു, "വായുവിലെ ജലാംശമാണ് മൂടൽ മഞ്ഞും മേഘ ങ്ങളുമാകുന്നത് എന്ന് പറഞ്ഞിരുന്നല്ലോ."

“അതെ, അത് സൂര്യതാപത്താൽ മാത്രം ഉണ്ടാകുന്ന നീരാവിയാണ്. സൂര്യന്റെ കാഠിന്യം കൂടുംതോറും നീരാവിയുടെ അളവും വർദ്ധിക്കും. ഒരുപാത്രം വെള്ളം അടുപ്പിൽ വെച്ച് തിളപ്പിക്കുമ്പോൾ ഉണ്ടാകുന്ന നീരാവി, ആ പാത്രം വെള്ളം വെയിലത്ത് വെച്ചാൽ ഉണ്ടാകുന്നതിനെക്കാൾ വളരെ കൂടുതലാണ്. പക്ഷേ പാത്രത്തിൽ നിന്ന് വന്ന് വായുവിൽ ലയിക്കുന്ന നീരാവി കാര്യമായ മാറ്റമൊന്നും ഫലത്തിൽ ഉണ്ടാക്കുന്നില്ല. അതുകൊണ്ട് നാം അതിനെ ശ്രദ്ധിക്കാറില്ല. എന്നാൽ ആ പാത്രം പഴുതില്ലാതെ അടച്ചു എന്ന് വെക്കുക. വെള്ളം തിളക്കുംതോറും നീരാവി കൂടി വരികയും, പാത്രത്തിനുള്ളിലെ സമ്മർദ്ദം അതിനനുസരിച്ച് കൂടുകയും ചെയ്യും. അത് പുറത്തു കടക്കുവാനായി എല്ലാ ഭാഗത്തേക്കും തള്ളിനോക്കുകയും പാത്രം പൊട്ടിത്തെറിക്കുകയും ചെയ്യും. നല്ല അടപ്പുള്ള ഒരു കുപ്പി കൊണ്ടുള്ള പരീക്ഷണത്തിൽ കൂടി ഇത് ഞാൻ നിങ്ങൾക്ക് കാണിച്ച് തരാം. സീല് വെച്ച പാത്രം കൊണ്ട് ഈ പരീക്ഷണം നടത്തുന്നത് അപകടം വിളിച്ചു വരുത്തും. മരണം വരെ സംഭവിക്കാം.”

പോളമ്മാവൻ ഒരു സ്ഫടികക്കുപ്പിയിൽ ഒരുവിരൽ പൊക്കത്തിൽ വെള്ളം നിറച്ചു. അത് നല്ല മുറുക്കത്തിൽ കൊർക്ക് കൊണ്ട് അടച്ച് ആ കോർക്ക് ഒരു കമ്പിയുമായി ഘടിപ്പിച്ചു. അതിന് ശേഷം ആ കുപ്പി അടുപ്പിലെ കനലിൽ വെച്ചിട്ട് അദ്ദേഹം കുട്ടികളെയും കൊണ്ട് വേഗത്തിൽ ദൂരെ തോട്ടത്തിൽ പോയി നിന്നു. കുപ്പി പൊട്ടിത്തെറിക്കുമ്പോൾ ആർക്കും അപകടം സംഭവിക്കാതിരിക്കുവാനാണ് അങ്ങിനെ ചെയ്തത്. കുറച്ച് മിനുട്ടുകൾക്കകം “ഭും!” എന്നൊരു ശബ്ദം കേട്ടു. അവർ ഓടിപ്പോയി നോക്കിയപ്പോൾ കുപ്പി നൂറുകഷണങ്ങളായി പൊട്ടിത്തെറിച്ച് അവിടെയാകെ ചിതറിക്കിടക്കുന്നു!

“കുപ്പിക്കകത്തെ ചൂട് കൂടിയപ്പോൾ വെള്ളം നീരാവിആയി, അതിന്റെ വ്യാപ്തി കൂടിക്കൂടി വന്നു. അത് പുറത്തുകടക്കുവാനായി നാലു വശത്തേക്കും സമ്മർദ്ദം ചെലുത്തുവാൻ തുടങ്ങി. കോർക്ക് വളരെ ബലമായി അടച്ചിരുന്നതുകൊണ്ട് പുറത്തുകടക്കുവാൻ വേറെ വഴിയില്ലാതെ അത് കുപ്പി തകർത്ത് പുറത്തുവന്നു. പാത്രത്തിനുള്ളിൽ നീരാവി കുടുങ്ങിക്കിടന്നു സമ്മർദ്ദം ഉണ്ടാക്കുന്നതിനെ എലാസ്റ്റിക് ഫോഴ്സ് എന്ന് പറയുന്നു. ചൂട് കൂടുംതോറും സമ്മർദ്ദം കൂടും. വേണ്ടത്ര നീരാവി ഉണ്ടെങ്കിൽ, ഗ്ലാസ്സ് മാത്രമല്ല, ഉറപ്പുള്ള ഇരുമ്പും ചെമ്പും മറ്റു ലോഹ നിർമ്മിത പാത്രങ്ങളും തകർക്കുവാൻ കഴിയും. ആ പൊട്ടിത്തെറികൾ ഭയാനകമായിരിക്കുമെന്ന് പറയേണ്ടതില്ലല്ലോ. ഒരു വെടിയുണ്ടയുടെയോ ബോംബിന്റെയോ ശക്തിയോടെ ആയിരിക്കും പാത്ര ചീളുകൾ തെറിക്കുക. ചുറ്റുമുള്ള വസ്തുക്കൾ എല്ലാം തകരും. വെടിയുണ്ട പോലും ഇത്ര മാരകമായിരിക്കില്ല.

ഞാൻ നിങ്ങളെ കാണിച്ച കുപ്പി പരീക്ഷണം പോലും അപകടകാരിയാണ്. സൂക്ഷിച്ചില്ലെങ്കിൽ കണ്ണ് പോകാം. നിങ്ങൾ അത് ആവർത്തിക്കാൻ നോക്കരുത്. അപകടമാണ്, മനസ്സിലായല്ലോ? ഞാനീ പറയുന്നത് അനുസരിച്ചില്ലെങ്കിൽ പിന്നെ കഥപറച്ചിലൊന്നുമുണ്ടാകില്ല; നിങ്ങളെ ഇവിടുന്ന് ഞാൻ പറഞ്ഞയക്കും."

ജൂൾസ് ഉറപ്പുനല്കി, "ഞങ്ങൾ അങ്ങിനെ ചെയ്യില്ല, പോളമ്മാവാ. അത് അപകടമാണെന്ന് ഞങ്ങൾക്കറിയും."

"തീവണ്ടി എഞ്ചിൻ എങ്ങിനെയാണ് പുറകിലുള്ള ബോഗികളെ വലിച്ചുകൊണ്ട് മുൻപോട്ട് പോകുന്നത് എന്ന് നിങ്ങൾക്ക് ഇപ്പോൾ മനസ്സിലായിക്കാണും. നല്ലവണ്ണം അടച്ച വലിയ ബോയിലറിന്റെ ചുവട്ടിൽ തീകത്തിച്ച് അതിൽ നീരാവി ഉണ്ടാക്കും. ഈ നീരാവി അതിൽ നിന്ന് പുറത്തുകടക്കാൻ ശ്രമിക്കുന്നതിനിടെ അതിന് മുൻപിൽ വെച്ചിട്ടുള്ളതിനെ തള്ളിക്കൊണ്ടിരിക്കും. ആ തള്ളലാണ് മുൻപോട്ടുള്ള ചലനത്തിന് ഹേതു. ചുരുക്കിപ്പറഞ്ഞാൽ, എല്ലാ സ്റ്റീം എഞ്ചിന്റെയും ഏറ്റവും പ്രധാനപ്പെട്ട വസ്തു വെള്ളം തിളപ്പിക്കുവാൻ അടച്ച ഒരു പാത്രം, ബോയിലർ എന്നിവയാണ്."

അദ്ധ്യായം 49
തീവണ്ടി എഞ്ചിൻ

പോളമ്മാവൻ തന്റെ അനന്തരവന്മാരെ ഒരു പടം കാണിച്ച് അത് എന്താണെന്ന് വിവരിക്കുകയായിരുന്നു, "ഇത് ഒരു തീവണ്ടി എഞ്ചിന്റെ മാതൃകയാണ്. നീരാവി ഉണ്ടാക്കുന്ന ബോയിലറും വെള്ളം തിളയ്ക്കുന്ന ഡ്രമ്മും ആണ് ഇതിന്റെ പ്രധാന ഭാഗങ്ങൾ. ആ ചക്രങ്ങളിലാണ് ഒരറ്റത്ത് നിന്ന് മറ്റേ അറ്റം വരെ പോയിക്കൊണ്ടിരിക്കുന്ന വലിയ സിലിണ്ടർ. തമ്മിൽ ഘടിപ്പിച്ചിട്ടുള്ള ആ ചക്രങ്ങൾ ഉറപ്പുള്ള ഇരുമ്പ് കൊണ്ടാണ് നിർമ്മിച്ചിരിക്കുന്നത്. ബോയിലറിന്റെ മുൻഭാഗം ഒരു പുകക്കുഴലിൽ അവസാനിക്കുന്നു. അതിന് പുറകിൽ ഒരു നെരിപ്പോടാണ്. തീയിടുന്ന ആള് നേരിപ്പോടിലേക്ക് കോരികകൊണ്ട് ഇടതടവില്ലാതെ കരി ഇട്ടുകൊണ്ടിരിക്കും. ബോയിലറിലുള്ള വെള്ളം ഒരു നിശ്ചിത ചൂട് നിലനിർത്തിയാലേ വേണ്ട അളവിൽ നീരാവി ഉണ്ടാവുകയുള്ളൂ. ഒരു ഇരുമ്പ് കോലുകൊണ്ട് അയാൾ കരി ഇളക്കി തീ കത്തുന്നു എന്ന് ഉറപ്പുവരുത്തും. വിദഗ്ദ്ധമായ സജ്ജീകരണങ്ങൾ ചെയ്ത് വെള്ളം വേഗം തിളക്കുവാനുള്ള സംവിധാനം ഉണ്ടാക്കലും അയാളുടെ ജോലിയാണ്. നെരിപ്പോടിന്റെ അറ്റത്തുനിന്ന് അനേകം ചെമ്പ് കുഴലുകൾ ബോയിലറിലെ വെള്ളത്തിൽ കൂടി കടന്നു ചിമ്മിനിയിൽ അവസാനിക്കുന്നു. നെരിപ്പോടിലെ തീ വെള്ളത്തിൽ കിടക്കുന്ന ഈ കുഴലുകളിൽകൂടി കടന്ന് പോകുന്നു. വളരെ പെട്ടെന്ന് വെള്ളം തിളച്ച് ആവിയായി മാറുന്നു.

"തീവണ്ടി എഞ്ചിന്റെ മുൻവശത്ത് ഒരു പൊക്കം കുറഞ്ഞ കുഴൽ കാണുന്നില്ലേ?എഞ്ചിന്റെ വലതും ഇടതും ഇത്തരത്തിലുള്ള കുഴലുകളുണ്ട്. അവയുടെ ഉള്ളിൽ ഓരോ ഇരുമ്പ് പിസ്റ്റണുകൾ ഉണ്ട്. ബോയിലറിൽ നിന്നുള്ള ആവി ഈ കുഴലുകളുടെ ഉള്ളിലേക്ക് മുൻപിൽ കൂടിയും പിന്നിൽ

കൂടിയും ഇടവിട്ട് കയറിക്കൊണ്ടിരിക്കും. മുൻപിൽ കയറുമ്പോൾ, പുറകിലുള്ള ആവി കൃത്യസമയത്ത് തുറക്കുന്ന ഒരു ദ്വാരത്തിൽ കൂടി പുറത്തേക്ക് പോകും. ഇങ്ങിനെ പുറത്തു പോകുന്ന നീരാവി സ്വതന്ത്രമാകുന്നതുകൊണ്ട് അച്ചുകോലിൽ ചെലുത്തുന്ന സമ്മർദ്ദം നിലക്കുന്നു. ഒരു വാതിൽ അടച്ചിരിക്കുകയാണെങ്കിൽ മറ്റൊന്ന് തുറന്നു കണ്ടാൽ നമ്മൾ അടച്ച വാതിൽ ബലം പ്രയോഗിച്ച് തുറക്കുകയില്ലല്ലോ. അതുപോലെ, ആവിക്ക് പുറത്തുപോകാൻ ദ്വാരം കിട്ടിയാൽ അത് പിസ്റ്റണിൽ തള്ളൽ നിർത്തുന്നു. എന്നാൽ, മറുവശത്തുകൂടി കയറുന്ന ആവി അവിടെ കുടുങ്ങും. അത് അച്ചു കോലിൽ തള്ളി അതിനെ മറുവശത്തെത്തിക്കും. അപ്പോഴേക്കും അവയുടെ ജോലി മറിച്ചായിട്ടുണ്ടാകും. തള്ളുന്ന പിസ്റ്റണിനടുത്തുള്ള ദ്വാരം തുറക്കുകയും ആവി അതുവഴി പുറത്തുപോവുകയും മറുവശത്തുകൂടി ആവി ഉള്ളിൽ കയറുകയും ചെയ്യും. ഈ പ്രക്രിയ തുടർന്നുകൊണ്ടിരിക്കും."

"ഞാൻ എല്ലാം ഒന്ന് ചുരുക്കി പറയട്ടെ," ജൂൾസ് പറഞ്ഞു, "ബോയിലറിൽ വെള്ളം തിളച്ച് ആവി ഉണ്ടായിക്കൊണ്ടിരിക്കും. അത് അച്ചു കോലിന്റെ മുൻപിൽ കൂടിയും പിന്നിൽ കൂടിയും കുഴലിൽ കയറും. ആവി പിന്നിൽ കൂടി കയറുമ്പോൾ മുൻപിലെ ആവി പുറത്തേക്ക് പോകും, മുൻപിൽ കൂടി കയറുമ്പോൾ പിന്നിലെ ആവി പുറത്തു പോകും. നീരാവിയുടെ തള്ളൽ അനുസരിച്ച് അച്ചുകോൽ, മുൻപിലേക്കും പുറകിലേക്കും പോയിക്കൊണ്ടിരിക്കും. പിന്നെഎന്ത് സംഭവിക്കും?"

"അച്ചുകോൽ ഒരു ഇരുമ്പ് ദണ്ഡ് പോലെയാണ്. കുഴലിന്റെ ഒരറ്റത്ത് നടുക്കുള്ള ദ്വാരത്തിൽകൂടി ആ ദണ്ഡ് കുഴലിൽ കയറുന്നു. കുഴലിലുള്ള ആവിക്ക് പുറത്തുപോകാനുള്ള ഇടമില്ല. ഇരുമ്പ് ദണ്ഡ് മറ്റൊരു ഇരുമ്പ് ക്രാങ്കുമായി ഘടിപ്പിച്ചിട്ടുണ്ട്. ക്രാങ്ക് അതിന് അടുത്തുള്ള ചക്രവുമായി യോജിപ്പിച്ചിട്ടുണ്ടാകും. കുഴലിൽ മുൻപോട്ടും പിറകോട്ടും ചലിക്കുന്ന അച്ചുകോൽ ക്രാങ്കിനെ അതേ രീതിയിൽ ചലിപ്പിക്കുന്നു. ആ ചലനമാണ് തീവണ്ടിയുടെ വലിയ ചക്രങ്ങളെ തിരിക്കുന്നത്. വണ്ടിയുടെ മറ്റേ ഭാഗത്തും രണ്ടാമതൊരു കുഴൽ വഴി ഇത് തന്നെ സംഭവിക്കുന്നുണ്ട്. രണ്ട് ചക്രങ്ങളും ഒരുമിച്ച് തിരിയുകയും വണ്ടി മുൻപോട്ട് നീങ്ങുകയും ചെയ്യും."

"ഇത് ഞാൻ കരുതിയ അത്രയും കുഴപ്പം പിടിച്ചതല്ല," ജൂൾസ് പറഞ്ഞു, "നീരാവി അച്ചുകോലിനെ തള്ളുന്നു, അച്ചുകോൽ ക്രാങ്കിനെ തള്ളുന്നു, ക്രാങ്ക് ചക്രത്തെ തള്ളുന്നു, വണ്ടി അനങ്ങുന്നു."

അച്ചുതണ്ടിൽ സമ്മർദ്ദം ഏൽപ്പിച്ച ശേഷം നീരാവി, പുക പുറത്തു

വരുന്ന അതേ ചിമ്മിനിയിലേക്ക് കയറുന്നു. അതുകൊണ്ടാണ് പുറത്തുവരുന്ന പുക ചിലപ്പോൾ വെള്ളയും ചിലപ്പോൾ കറുപ്പും ആയി കാണുന്നത്. അടുപ്പിൽ നിന്ന് വെള്ളത്തിൽ കിടക്കുന്ന കുഴലിൽ കൂടി വരുന്നതാണ് കറുത്ത പുക. അച്ചുതണ്ടിന്റെ സമ്മർദ്ദം കൊണ്ട് കുഴലിൽ കൂടി പുറത്തുവരുന്ന നീരാവി വെളുത്തിരിക്കും. ഇതാണ് എഞ്ചിന്റെ താളത്തിലുള്ള ശബ്ദം ഉണ്ടാക്കുന്നത്."

"എനിക്കറിയാം: പഫ്! പഫ്! പഫ്!"എമിൽ ആവേശത്തിലായിരുന്നു.

"തീവണ്ടിയിൽ തീക്ക് ആവശ്യമുള്ള കരിയും ആവിയായി പോകുന്നത് വീണ്ടും നിറക്കുവാനുള്ള വെള്ളവും കരുതിയിട്ടുണ്ടാകും. ഇവ എഞ്ചിന് തൊട്ട് പുറകിലുള്ള ബോഗിയിലാണ് ഉണ്ടാവുക. ആ ബോഗിയിലാണ് അത് പ്രവർത്തിപ്പിക്കുന്ന എഞ്ചിനീയറും മറ്റും യാത്ര ചെയ്യുക."

"ആ പടത്തിൽ കാണുന്ന ആള് എഞ്ചിനീയറാണോ?"എമിൽ ചോദിച്ചു.

"അതേ, അയാൾ എഞ്ചിനീയറാണ്. അയാൾ നീരാവി വരുന്ന വാൾവ് - ത്രോട്ടിൽ - പിടിച്ചിരിക്കുന്നത് കണ്ടോ? തീവണ്ടിയുടെ വേഗത നിയന്ത്രിക്കുന്നത് ആ വാൾവാണ്. ബോയിലറിൽ നിന്നുള്ള നീരാവി ഏതളവിൽ കുഴലിൽ കയറണം എന്ന് ഈ വാൾവ് നിയന്ത്രിക്കുന്ന ആളാണ് തീരുമാനിക്കുന്നത്. അതനുസരിച്ചായിരിക്കും വണ്ടിയുടെ വേഗത. ത്രോട്ടിലിന്റെ ഒറ്റത്തിരിക്കൽ കൊണ്ട് നീരാവിയുടെ എഞ്ചിനിലേക്കുള്ള പ്രവാഹം മുഴുവനും നിർത്താൻ കഴിയും. അതോടെ എഞ്ചിൻ പ്രവർത്തന രഹിതമായി വണ്ടി നിശ്ചലമാകും. മറ്റൊരു തിരിയൽ കൊണ്ട് ആവശ്യമുള്ള അളവിൽ നീരാവി എഞ്ചിനിൽ കയറുകയും വണ്ടി അത് നിയന്ത്രിക്കുന്ന ആളിന്റെ ഇച്ഛക്കൊത്തുള്ള വേഗത കൈക്കൊള്ളുകയും ചെയ്യും."

"തീവണ്ടിഎഞ്ചിന്റെ ശക്തി അപാരമാണ്. ഘനമുള്ള വസ്തുക്കൾ നിറച്ച ബോഗികളുടെ ഒരു നീണ്ട നിരയും വഹിച്ചുകൊണ്ട് വളരെ വേഗത്തിൽ അതിന് ചലിക്കുവാൻ കഴിയുന്നുണ്ടെങ്കിൽ അതിന് മുഖ്യ കാരണം അത് യാത്ര ചെയ്യുന്ന പാതയാണ്. മുഴു നീളത്തിൽ സമാന്തരമായി ഉറപ്പിച്ചിട്ടുള്ള ഇരുമ്പ് പാളങ്ങളിൽകൂടിയാണ് തീവണ്ടിയുടെ ചക്രങ്ങൾ നിര തെറ്റാതെ ഉരുളുന്നത്. റെയിൽവണ്ടിച്ചക്രത്തിന്റെ തള്ളിനിൽക്കുന്ന വക്ക് അതിനെ റെയിലിൽപാളത്തിൽ നിന്ന് വഴുതി പോകാതെ നേർ സ്ഥാനത്ത് നിലനിർത്തുന്നു."

"ഇരുമ്പ് പാളങ്ങൾക്ക് മറ്റ് റോഡുകളുടെ പരിമിതികളില്ല: അതിൽ

കുണ്ടും കുഴിയും ഉണ്ടാകില്ല, കല്ലും മണ്ണും വഴി മുടക്കില്ല, അതുകൊണ്ട് എഞ്ചിന് അനാവശ്യമായി പ്രവർത്തന ശേഷി പഴാക്കിക്കളയേണ്ടി വരുന്നില്ല. 150,000 കിലോഗ്രാം തൂക്കമുള്ള തീവണ്ടിയാണ് മണിക്കൂറിൽ ഏഴ് കാതം വേഗതയിൽ ഓടുന്ന ഒരു പാസഞ്ചർ എഞ്ചിൻ വലിച്ചുകൊണ്ട് പോകുന്നത്. ചരക്കുവണ്ടിയുടെ എഞ്ചിൻ ആണെങ്കിൽ, മണിക്കൂറിൽ ഏഴ് കാതം വേഗതയിൽ 650,000 കിലോഗ്രാം തൂക്കം വലിക്കുന്നു. ഇതേ ജോലി ഈ വേഗത്തിൽ ചെയ്യുവാൻ ആദ്യം പറഞ്ഞ എഞ്ചിന് ബദലായി 1300 കുതിരകളും രണ്ടാമത്തേതിന് പകരം 2000 കുതിരകളും ഇതേ തീവണ്ടി പാതയിൽ കൂടി ഓടേണ്ടി വരും! സാധാരണ റോഡിൽ ആണെങ്കിൽ ഇതിനേക്കാൾ എത്രയോ മടങ്ങ് കൂടുതൽ കുതിരകൾ അവശ്യമാകുമെന്ന് ഊഹിക്കാവുന്നതേ ഉള്ളൂ."

"കുട്ടികളേ, ഇനി നിങ്ങളൊന്ന് ആലോചിച്ചു നോക്കൂ, ഓരോ ദിവസവും അകലങ്ങളെ അടുപ്പിച്ചുകൊണ്ട്, ലോകത്തിന്റെ എത്ര ഭാഗങ്ങളിൽ എത്ര ആയിരം തീവണ്ടികൾ ഓടുന്നുണ്ട്! നീരാവി ചലിപ്പിക്കുന്ന എത്ര എത്ര എഞ്ചിനുകൾ, എത്ര എത്ര യുദ്ധക്കപ്പലുകൾ! എല്ലാം ചേർന്ന് 42,000 കുതിരകളുടെ ശക്തിയെ പ്രതിനിധാനം ചെയ്യുന്ന നീരാവി എഞ്ചിനുകൾ മനുഷ്യനുവേണ്ടി നിർത്താതെ പ്രവർത്തിച്ചുകൊണ്ടിരിക്കുന്നു. ഒരു ഡ്രം തിളക്കുന്ന വെള്ളത്തിന് ചുവട്ടിൽ കനലിട്ടുകൊടുത്ത് മനുഷ്യൻ നേടിയ അതുല്യമായ പുരോഗതിയെക്കുറിച്ച് ഒന്നാലോചിച്ചു നോക്കൂ."

"ആരാണ് ആദ്യമായി നീരാവിയുടെ അതുല്യ ശക്തിയെക്കുറിച്ച് കണ്ടുപിടിച്ചത്?"ജൂൾസ് ചോദിച്ചു.

"അനേക വർഷങ്ങൾക്ക് മുൻപ് ദരിദ്രനും നിർഭാഗ്യവാനുമായ ഒരു ഫ്രെഞ്ച്കാരനാണ് നീരാവിയിൽ അന്തർലീനമായ സാധ്യതകൾ ആദ്യമായി വെളിച്ചത്തു കൊണ്ടുവന്നത്. ഡെനിസ് പാപിൻ എന്നാണ് അദ്ദേഹത്തിന്റെ പേര്. അളവില്ലാത്ത ധന സമ്പാദന സാധ്യതകളാണ് അദ്ദേഹം തുറന്നിട്ടത് എങ്കിലും, ഒരു അര ചക്രം കാശ്പോലും കയ്യിലില്ലാത്തതുകൊണ്ട് തന്റെ ആശയം പ്രാവർത്തികമാക്കി കാണിക്കുവാൻ കഴിയാതെ അദ്ദേഹം അന്യരാജ്യത്ത്, നിരാശയിൽ മുങ്ങി ഇഹലോകവാസം വെടിഞ്ഞു എന്നതാണ് വിധിവൈപരീത്യം!"

അദ്ധ്യായം 50

എമിലിന്റെ നിരീക്ഷണം

എമിലിന് താൻ കണ്ടത് മറ്റുള്ളവരോട് പറയുവാനുള്ള അവസരം വന്നു.

“എനിക്ക് മരങ്ങൾ പുറകിലേക്ക് ഓടി മറയുന്നതു പോലെ തോന്നിയപ്പോഴാണ് പോളമ്മാവൻ എന്നോട് മിണ്ടാതിരിക്കുവാൻ ആംഗ്യംകാണിച്ചത്. റെയിൽ പാളവും ഓടി മറയുകയായിരുന്നു, ദൂരെ നീണ്ട നിരയിൽ വലിയ പോപ്ലർ മരങ്ങൾ ഞങ്ങളോട് യാത്ര പറയുന്നത്പോലെ തല ആട്ടി മറഞ്ഞു പോയി. പാടങ്ങളും വീടുകളും ഓടിമറഞ്ഞു.എന്നാൽ സൂക്ഷിച്ചു നോക്കിയപ്പോൾ എനിക്ക് മനസ്സിലായി, ഞങ്ങളാണ് അനങ്ങുന്നത്, മറ്റെല്ലാം നിശ്ചലമാണ് എന്ന്. എത്ര വിചിത്രം! അനങ്ങാത്ത സാധനം ഓടുന്നതായി നമുക്ക് തോന്നുന്നു.”

“നമ്മൾ തീവണ്ടിയിൽ സുഖമായി അനങ്ങാതെ ഇരിക്കുമ്പോൾ നമ്മുടെ പ്രയാണം ചുറ്റുമുള്ള വസ്തുക്കളുടെ സ്ഥാനമായി താരതമ്യം ചെയ്യലല്ലാതെ നമുക്ക് മനസ്സിലാക്കുവാൻ സാധ്യമല്ല. ഓട്ടത്തിന്റെ അദ്ധ്വാനം കൊണ്ട് ഉണ്ടാകേണ്ട ക്ഷീണം അനുഭവപ്പെടുന്നില്ലെങ്കിലും, മുൻപോട്ട് പോകുന്നുണ്ട് എന്ന് നമ്മൾ അറിയുന്നത്, നമ്മുടെ കാഴ്ചയിലുള്ള വസ്തുക്കൾ മാറുന്നത് കൊണ്ടാണ്. എന്നാൽ, നമ്മുടെ തൊട്ടടുത്തുള്ള മനുഷ്യരും തീവണ്ടിയിലെ ഇരിപ്പിടവും ഒന്നും അനങ്ങുന്നതായി നമുക്ക് തോന്നുന്നില്ല. അതുകാരണം, നമ്മുടെ ചലനത്തെക്കുറിച്ച് നമുക്ക് ബോധമുണ്ടാകുന്നില്ല. നാം നിശ്ചലവും പുറത്തുള്ള വസ്തുക്കൾ നമ്മുടെ എതിർ ദിശയിലേക്ക് ഓടി മറയുന്നു എന്നും നമുക്ക് തോന്നും. തീവണ്ടി നിൽക്കുമ്പോൾ പുറത്ത് ഓടിക്കൊണ്ടിരുന്ന വസ്തുക്കൾ ഓട്ടം നിർത്തുന്നു; കാരണം, നമ്മുടെ ആപേക്ഷിക കാഴ്ചയിൽ മാറ്റം വരുന്നു. കുതിരവണ്ടിയിലിരിക്കുന്ന ആളിനും ബോട്ടിൽ യാത്ര ചെയ്യുന്ന ആളിനും

എല്ലാം ഇതേ അബദ്ധധാരണ ഉണ്ടാകും. നാം മുൻപോട്ട് പോകുമ്പോൾ നമുക്ക് നമ്മുടെ ചലനത്തെ കുറിച്ചുള്ള അവബോധം നഷ്ടപ്പെടുകയും നിശ്ചലമായ ചുറ്റുമുള്ള വസ്തുക്കൾ എതിർ ദിശയിലേക്ക് ചലിക്കുന്നതായി മിഥ്യാബോധം ഉണ്ടാവുകയും ചെയ്യും."

എമിൽ പറഞ്ഞു, "എനിക്ക് വിശദീകരിക്കുവാൻ അറിയില്ലെങ്കിലും ഇത് അങ്ങിനെതന്നെ ആണ് എന്ന് എനിക്ക് മനസ്സിലാകുന്നുണ്ട്. നമ്മൾ യാത്ര ചെയ്യുമ്പോൾ അനങ്ങുന്നില്ല എന്നും പുറമെയുള്ള അചഞ്ചല വസ്തുക്കൾ അനങ്ങുന്നുണ്ട് എന്നും നമുക്ക് തോന്നും. നമ്മുടെ വേഗംകൂട്ടുമ്പോൾ പുറത്തുള്ള നിശ്ചല വസ്തുക്കളുടെയും വേഗം കൂടുന്നതായി അനുഭവപ്പെടും."

"ശാസ്ത്രത്തിന് അംഗീകരിക്കുവാൻ ഏറെ ബുദ്ധിമുട്ടുണ്ടായിരുന്ന ഒരു സിദ്ധാന്തമാണ് ഇപ്പോൾ എമിൽ പറഞ്ഞത്. മനുഷ്യന്റെ മായാദർശനമാണ് അവനെ ഇത്രയും കാലം വഞ്ചിച്ചുകൊണ്ടിരുന്നത്. ഒരാൾ ജീവിതകാലം മുഴുവൻ ഒരേ വേഗതയിൽ ഓടുന്ന തീവണ്ടിയിൽ സഞ്ചരിച്ചുകൊണ്ടിരിക്കുന്നു എന്ന് കരുതുക. വണ്ടി ഒരിക്കൽ പോലും നിൽക്കുന്നുമില്ല, അയാൾ അതിൽ നിന്ന് ഇറങ്ങുന്നുമില്ല. അങ്ങിനെ ഒരാൾ, മരങ്ങളും കെട്ടിടങ്ങളും തനിക്കെതിരായി ഓടിക്കൊണ്ടിരിക്കുകയാണ് എന്ന് ദൃഢമായി വിശ്വസിക്കും. തന്റെ കണ്ണുകളെ അവിശ്വസിക്കുവാൻ അസാധാരണമായ ധിഷണാ ശക്തി ഇല്ലെങ്കിൽ എങ്ങിനെ അയാൾക്ക് സാധിക്കും? ഇനി, അയാൾ ഇങ്ങിനെ പറഞ്ഞു എന്നിരിക്കട്ടെ, 'നിങ്ങൾ അനങ്ങാതിരിക്കുകയും മലകളും കെട്ടിടങ്ങളും അനങ്ങുകയുമാണ് ചെയ്യുന്നത് എന്നത് നിങ്ങളുടെ സങ്കൽപ്പമാണ്: നേരെ മറിച്ച്, നിങ്ങൾ ആനങ്ങുകയും മലകളും കെട്ടിടങ്ങളും അനങ്ങാതെ നിൽക്കുകയുമാണ് ചെയ്യുന്നത്.' നിങ്ങൾക്ക് തോന്നുന്നുണ്ടോ,ആളുകൾ അത് അംഗീകരിക്കും എന്ന്? അവർ അയാളെ കളിയാക്കി ചിരിക്കും, കാരണം അവർക്ക് അവരുടെ കണ്ണുകളെ അവിശ്വാസിക്കാൻ കഴിയില്ലല്ലോ."

"പക്ഷേ, പോളമ്മാവാ," ക്ലയർ പറഞ്ഞു തുടങ്ങിയതെ ഉള്ളൂ.

"ഒരു പക്ഷെയുമില്ല. അവർ അങ്ങിനെ ചെയ്തിട്ടുണ്ട്. ചിരിക്കുക മാത്രമല്ല, കലി മൂത്ത് അയാളെ ഉപദ്രവിക്കുക കൂടി ചെയ്തിട്ടുണ്ട്. നിങ്ങളും അന്ന് ചിരിച്ചിട്ടുണ്ടാകും."

"കാറാണ് അനങ്ങുന്നത്, വീടുകളല്ല എന്ന് ആരെങ്കിലും പറഞ്ഞാൽ ഞാൻ അയാളെ കളിയാക്കുമോ?"

"ഉവ്വ്. ജീവിതകാലംമുഴുവൻ കൂടെ കൊണ്ടുനടന്നിട്ടുള്ള ഒരു മിഥ്യാധാരണ മനസ്സിൽ നിന്ന് തുടച്ചു മാറ്റുക എളുപ്പമല്ല."

"അസാദ്ധ്യം!"

"എന്നാൽ, സത്യത്തിൽ, നിങ്ങളും അത് ചെയ്യുന്നുണ്ട്, അറിയാമോ?"

"എനിക്ക് മനസ്സിലായില്ല."

"ഈ ഉരുണ്ട ഭൂമി നമ്മുടെ കാറാണ് എന്ന് സങ്കൽപ്പിക്കുക. ഭൂമി അനങ്ങാതെ നിൽക്കുന്നു എന്നും അതിനേക്കാൾ പതിൻ മടങ്ങ് വലിപ്പമുള്ള സൂര്യൻ ഭൂമിയെ ചുറ്റിക്കൊണ്ടിരിക്കുന്നു എന്നുമുള്ള മട്ടിലല്ലേ നമ്മൾ പറയാറുള്ളത്. സൂര്യൻ ഉദിക്കുന്നു എന്നും ദിവസം മുഴുവൻ യാത്ര ചെയ്ത് വൈകീട്ട് സൂര്യൻ അസ്തമിക്കുന്നു എന്നും പറയാറില്ലേ? സൂര്യനെന്ന ഭീമാകാരനായ നക്ഷത്രം അനങ്ങാതെ നിൽക്കുന്ന ചെറിയ ഭൂമിയെ വലം വെക്കുന്നു എന്ന് നാം കരുതുന്നില്ലേ?"

ജൂൾസ് ആകെ ആശയക്കുഴപ്പത്തിലായി, "പക്ഷേ, സൂര്യൻ നമുക്ക് പകൽ വെളിച്ചം തരാൻ കിഴക്കുദിക്കുകയും പടിഞ്ഞാറസ്തമിക്കുകയും ചെയ്യുന്നത് നാം ദിവസവും കാണുന്നതല്ലേ. ചന്ദ്രനും നക്ഷത്രങ്ങളും രാത്രിവെളിച്ചം നല്കാൻ അത് തന്നെ ചെയ്യുന്നു."

"എന്നാൽ ഇത് കേട്ടോളൂ. ലളിതമായ കാര്യങ്ങൾ തലയിൽ കയറാത്ത വക്രബുദ്ധിക്കാരനായ ഒരുത്തനെപ്പറ്റി ഞാൻ എവിടെയോ വായിച്ചിട്ടുണ്ട്. ഏറ്റവും ലളിതമായ കാര്യങ്ങൾ ചെയ്യുവാൻ അദ്ദേഹം ഏറ്റവും വളഞ്ഞ വഴികൾ സ്വീകരിക്കുന്നത് കണ്ട് ആളുകൾ ചിരിക്കുമായിരുന്നു. ഒരിക്കൽ, ഒരു കോഴിയെ ചുട്ടെടുക്കാനായി അദ്ദേഹത്തിന്റെ തലയിൽ ഉദിച്ച ആശയം എന്തായിരുന്നു എന്ന് നിങ്ങൾക്ക് ഒരിക്കലും ഊഹിക്കാൻ കഴിയില്ല. അദ്ദേഹം സങ്കീർണ്ണമായ ഒരു യന്ത്രം കണ്ടുപിടിച്ചു. അതിൽ ചക്രങ്ങളും കമ്പികളും കപ്പികളും തുലാസുകളും ഉണ്ടായിരുന്നു. അത് പ്രവർത്തിച്ചു തുടങ്ങുമ്പോൾ മുകളിലേക്കും താഴേക്കും മുൻപോട്ടും പിറകോട്ടുമുള്ള പലജാതി ചലനങ്ങളും സ്പ്രിങ്ങിന്റെയും ചക്രത്തിന്റെയും കാതടപ്പിക്കുന്ന ശബ്ദങ്ങളും ഉണ്ടാകും. ഇടിക്കട്ടകൾ പോലെയുള്ള ഭാരക്കട്ടകൾ താഴേക്ക് പതിച്ച് വീടാകമാനം കുലുങ്ങും."

"എന്തിനായിരുന്നു ഇങ്ങനെ ഒരു യന്ത്രം? തീയിലിട്ട കോഴിയെ തിരിക്കാൻ വേണ്ടിയോ?"ക്ലയറിന് സംശയം.

"അങ്ങിനെയാണെങ്കിൽ തരക്കേടില്ലായിരുന്നു. അത് തീക്കുണ്ഡം കോഴിക്കുചുറ്റും തിരിക്കാനാണ്! തീയും ചിമ്മിണിയും അടുപ്പും എല്ലാം വലിച്ചുകൊണ്ട് ആ മെഷീൻ കോഴിക്കുചുറ്റും തിരിയും!"

"ഹോ! ഇത് ഞങ്ങളെ തോൽപ്പിച്ചുകളഞ്ഞു," ജൂൾസ് ചിരിച്ചുകൊണ്ട് പറഞ്ഞു.

“ഈ ഭ്രാന്തൻ ആശയത്തെ പറ്റി കേട്ടു ചിരിക്കുന്ന നിങ്ങളും വാസ്തവത്തിൽ ഇയാളെ പോലെ തന്നെയാണ്. നിങ്ങൾ തീക്കുണ്ഡവും അടുപ്പും വീടും എല്ലാം ഒരു കൊച്ചു ഇറച്ചിക്കഷണത്തിന് ചുറ്റും തിരിയുന്നതായി വിശ്വസിക്കുന്നു. ഇവിടെ ഭൂമിയാണ് ഇറച്ചി. ബൃഹത്തായ അസംഖ്യം നക്ഷത്രങ്ങളുള്ള ജ്യോതിർ ഗോളം വീട്.”

ജൂൾസ് അത്ര എളുപ്പം സമ്മതിക്കുവാൻ തയ്യാറല്ല, “സൂര്യന് വലിയ വലുപ്പമൊന്നുമില്ല. ഒരു അരകല്ലിന്റെ അത്രയും വരും. നക്ഷത്രങ്ങൾ വെറും ജ്യോതിർബിന്ദുക്കളാണ്. എന്നാൽ, ഭൂമിക്ക് എന്ത് വലുപ്പവും ഘനവുമണ്!”

“ഹ! ഹ! നീ എന്താ പറഞ്ഞത്? സൂര്യന് അരകല്ലിന്റെ വലുപ്പം, നക്ഷത്രങ്ങൾ ബിന്ദുക്കൾ. ശരി, നമുക്ക് അടുത്ത സംസാരം ഭൂമിയിൽ നിന്ന് തുടങ്ങാം.

www.ingramcontent.com/pod-product-compliance
Lightning Source LLC
LaVergne TN
LVHW090348051026
849518LV00006B/2070
* 9 7 8 9 3 5 5 1 7 4 6 5 9 *